சந்தியா பதிப்பகம்

மனிதர்கள் முதலில் தற்போது தாங்கள் தங்களை ஆன்மீக வளர்ச்சி ஏணியில் எந்த நிலையில் உள்ளனர் என்பதைத் தெளிவுற அறிந்துகொண்டு, அதற்கேற்ப சரியான விரதங்களைத் தேர்ந்தெடுத்து தம் வாழ்நாள் முழுவதும் முறையாக அவற்றை அனுஷ்டித்தால் தாம் விரும்பும் முக்தி நிலையை அடைய முடியும் என்பதே. அவர்கள் அனைத்துப் பண்டிகைகளையும் விரதங்களையும் அனுஷ்டித்தாலும், ஒவ்வொரு வரும் தமக்கென பிரத்யோகமான ஒரு விரதத்தை மேற்கொள்வதன் மூலம், அதற்குரிய தெய்வத்தின் அருள்பெற்று தாம் விரும்பும் இலக்கை அடைய வேண்டும். எப்படியாயினும் அனைவரும் விரதங்களை அனுஷ்டிப்பதற்கான பின்னணிக்காரணங்களைப் புரிந்து கொள்ளுதல் அவசியம். அப்போதுதான் யோக பூமியாகிய நம் இந்திய நாடு, அனைவரது ஆன்மீக வளர்ச்சியின் கூட்டு நல்விளைவின் பயனால், தான் இழந்துள்ள அல்லது மறைந்துவரும் தனது ஆன்மீக கௌரவத்தைத் திரும்பப் பெற ஏதுவாகும்.

பி.வி. ஜெகதீச அய்யர்

தென்னிந்திய திருவிழாக்கள்

பி.வி. ஜெகதீச அய்யர்

தமிழில்
சி.எஸ். வெங்கடேஸ்வரன்

சந்தியா பதிப்பகம்
சென்னை - 600 083

தென்னிந்திய திருவிழாக்கள்
பி.வி. ஜெகதீச அய்யர்
தமிழில்: சி.எஸ். வெங்கடேஸ்வரன்

முதற்பதிப்பு: 2011 • இரண்டாம் பதிப்பு: 2016
மூன்றாம் பதிப்பு : 2024
அளவு: டெமி • தாள்: 60 gsm • பக்கம்: 192
அச்சு அளவு: 11 புள்ளி 1 விலை: ரூ. 225/-
அச்சாக்கம்: அருணா எண்டர்பிரைஸஸ்,
சென்னை - 40.

சந்தியா பதிப்பகம்
புதிய எண்: 77, 53வது தெரு, 9வது அவென்யூ,
அசோக் நகர், சென்னை - 600 083.
தொலைபேசி: 044 -24896979, 98409 52919

Tamil Translation Copyright
Sandhya Publications

ISBN : 978-93-81319-72-7

THENNINTHIYA THIRUVIZHAKKAL
P.V. JAGADISA AYYAR
Tamil Translation by
C.S. Venkateswaran

Printed at Aruna Enterprises.,
Chennai - 40.

Published by
Sandhya Publications
New No. 77, 53rd Street, 9th Avenue, Ashok Nagar,
Chennai - 600 083. Tamilnadu.
Ph: 044 - 24896979

Price Rs. 225/-

sandhyapathippagam@gmail.com
sandhyapublications@yahoo.com

www.sandhyapublications.com

SAN-500

அறிமுகவுரை

சமயமரபு வழுவாத ஒரு ஹிந்துவின் வாழ்க்கையில் நிறைய விரதங்களும் பண்டிகைகளும் அனுஷ்டிக்கப்படவேண்டும் என்பது நடைமுறை உண்மையாக உள்ளது. காலப்போக்கில் இவற்றில் பெரும்பாலானவற்றின் ஆதாரமூலம் மற்றும் அடிப்படைக் காரணங்கள் தெளிவற்றுபோய் இழக்கப்பட்டுவிட்டன. சில அரிய கையெழுத்துப்பிரதிகள், பழமொழிகள், கூற்றுகள் மற்றும் ஹிந்துக்களின் சில குழந்தைக் கவிதைகளில் ஆங்காங்கே பரவிக்கிடந்த பாரம்பரிய விளக்கங்களையும் இழந்துவிட்டோம்; உடனடியாக இவைபற்றிய தெளிவான விவரங்களைச் சேகரித்துக் காக்காவிடில், எதிர்காலத்தில் மனிதர்களுக்கு இவ்வரிய பொக்கிஷம் முழுவதுமாகக் கிடைக்காமல் போவது உறுதி.

தற்போது ஹிந்துக்கள், தங்களது முன்னோர்களால் அனுசரிக்கப்பட்டவற்றை கண்மூடித்தனமாக, அவற்றின் காரணகாரிய அடிப்படைகளைப் புரிந்துகொள்ளாமலேயே கடைபிடித்து வருகிறார்கள் என்பது நாமறிந்த உண்மை. இதனைப் படம் பிடித்துக் காட்ட பல கதைகள் கூறப்பட்டாலும், நான் இங்கு ஒன்றினை மட்டும் எடுத்துக்கூறி மேலே செல்கிறேன்.

ஒரு சமயம் மகான் ஒருவர் ஒரு யாகத்தை நடத்தினார். இந்நிகழ்வினைக் காண பெருந்திரளாக மக்கள் கூடியிருந்தனர். யாகசாலையின் ஒரு தூணில் சாதுவான கருப்புப்பூனையொன்று தர்பைப்புல்லால் ஆன கயிறால் கட்டப்பட்டிருந்தது. யாககுண்டத் தருகே வைக்கப்பட்டிருக்கும் யக்ஞ சம்பந்தமான பொருட்களையும் பாத்திரங்களையும் தரையில் கொட்டி கலைத்துவிடாமல் தடுக்கவே

பூனை கட்டப்பட்டிருந்தது. ஆயின் இத்தகைய யாகம் செய்ய வேண்டுமெனில் பூனையை யாகசாலைத் தூணில் கட்டுவது இன்றியமையாத நிபந்தனை போலும் என அங்கிருந்த சாமான்ய மக்கள் தாங்களாகவே கருதிக்கொண்டனர். அப்போதிலிருந்து அந்த யாகத்தைச் செய்ய விழைவோர் எப்பாடுபட்டாவது ஒரு கருப்புப்பூனையைப் பிடித்துக்கட்டினர். தொந்தரவைத் தவிர்க்க மேற்கொள்ளப்பட்ட ஒரு செயல், யாகத்தை நடத்துவதற்கான ஏற்பாடுகளில் முக்கியம் வாய்ந்த செயலாக மாறிவிட்டது! காரணம் மக்கள் குறிப்பிட்டசெயல்கள் "ஏன், எதற்காகச்" செய்யப்படுகின்றன என்பதை அறிவதில் அக்கறை காட்டவில்லை.

கிராமந்தோறும் கோவில்கள் உள்ளன. மக்கள் அன்றாடம் கோவிலைப் பிரதட்சணம் செய்கின்றனர். கோவிலை ஏன் சுற்றிவருகிறீர்கள் என்ற கேள்வியை எழுப்பிப்பாருங்கள், நீங்கள் நாஸ்திகராகச் சித்தரிக்கப்படுவீர்கள்.

கல்யாணங்களிலும் கல்யாண ஊர்வலங்களுக்குப் பின்னரும் திருஷ்டிப்பட்டுவிடாமல் இருக்க ஆரத்தி கரைத்துக் கொட்டுவதை வழக்கமாகப் பார்க்கிறோம்; ஆயின் இதற்கான அறிவு பூர்வமான விளக்கத்தை எத்தனைபேரால் அளிக்கமுடியும்?

இவ்வாறு எந்தக்கேள்வியும் கேட்கப்படாமல், கண்மூடித் தனமாக, மக்களால் பின்பற்றப்படும் பல்வேறு பழக்கங்களை பட்டியலிட்டுக் கூறிக்கொண்டே போகலாம். இத்தகைய நடை முறை கண்டிப்பாக மக்களின் பொது நலனுக்கு உகந்ததல்ல.

ஹிந்து பண்டிகைகளும் விரதங்களும் பண்டைய மஹா புருஷர்களால் நம்நலன் கருதி ஏற்படுத்தப்பட்டவை. அம்மகான்கள் இயற்கையின் சக்திகளைப் பற்றி நன்கறிந்து பயன்படுத்தும் விவேகத்தை முழுமையாகப் பெற்றிருந்தவர்கள். அவர்கள் மனிதர்களின் இயல்புகளையும் தேவைகளையும் நன்கு அறிந்திருந்தனர். அத்துடன் மனிதகுலம், பல பிரபஞ்சசக்திகள் மற்றும் நுண்மதிகளால் அபாயத்திற்குள்ளாகக் கூடும் என்பதையும் அவர்கள் அறிந்திருந்தனர். ஈக்களை ஒழிக்க எண்ணைத்தாள்களைப் பயன்படுத்துவது போன்று, மஞ்சள் மற்றும் சுண்ணாம்பு கலந்த நீரை ஆரத்தியாகக் கரைத்து மேற்கூறிய தீங்குவிளைவிக்கும் பிரபஞ்சசக்திகளால் மனிதர்கள் பாதிக்கப்படாமல் பாதுகாக்கப் பயன்படுத்தினர். மேலும் இம்மகாபுருஷர்கள் கோவில்கள், பண்டிகைகள், விரதங்கள், உண்ணாநோன்புகள் போன்றவற்றை திடமான நல்ல நோக்கங்களுடன் துவக்கி வைத்துள்ளனர். மனிதர்கள் வாழும் போதும், இறந்தபின்னரும் அவர்களின் தேவைகளை நன்கறிந்திருந்த இம்மகான்களின் நோக்கங்கள்

இரண்டு வகையானவை எனக்கூறலாம். நமது சௌகரியத்திற்காக அவற்றை ஸ்தூல அல்லது பௌதிக சம்பந்தப்பட்டவை மற்றும் ஆன்மீக சம்பந்தப்பட்டவை என்று பிரித்துக்கொள்வோம். பண்டிகைகள், விரதங்கள், உண்ணாநோன்புகள் மற்றும் இது போன்ற செயல்பாடுகள் இந்த இரண்டு நோக்கங்களில் ஒன்றையோ அல்லது இரண்டையோ அடையும் விதத்தில் வடிவமைக்கப் பட்டவை.

இந்த ஞானிகளின் கருத்தின்படி நமது செயல்களனைத்தும் ஆன்மீக நோக்கங்களை அடைவதற்கானவை. எனவே ஆன்மீகத்தை நேரடியாக நாடிச்செல்வோர் பௌதிகச் செயல் பாடுகளுக்கு அதிகமுக்கியத்துவம் அளிக்கத்தேவையில்லை; தங்கள் லட்சியத்தின் உயர்வை அடைய அவர்கள் இதனை தற்காலிக மார்க்கமாகப் பயன்படுத்தலாம். ஆயின் தற்போதைய ஆன்மீக வளர்ச்சிநிலையில், நம்மில் பெரும்பாலானோரால் இதனை மேற்கொள்ளமுடியாத காரணத்தால், பண்டிகைகள் மற்றும் விரதங்களை அனுசரிப்பதன் மூலம் நமது தேக சௌக்யம் மற்றும் நிம்மதி பெற்று வாழ முடியும்; ஆன்மீக வளர்ச்சி என்பது மிகச்சிறிதளவே ஏற்படும். ஒவ்வொரு பண்டிகை மற்றும் விரதமும் ஆழ்ந்த ஆன்மீக முக்கியத்துவம் கொண்டது. எனவே, நேரடியாக ஆன்மீகப்பாதையில் செல்லக்கூடிய திறன் படைத்தவர்கள், இவற்றை அனுசரிப்பதன் அடிப்படை நோக்கங் களை நன்குணர்ந்து, சரியான முறையில் சரியான மெய்ஞானத் துடன் செயல்பட்டால், தங்களது ஆன்மீகப்பயணத்தில் விரைவாக முன்னேறமுடியும்.

நடைமுறை வாழ்க்கையில் ஏற்படும் விளைவுகளைக் கணக்கில் கொள்ளவேண்டுமெனில், ஒவ்வொரு உண்ணாநோன்பு, விருந்து, விரதம், மற்றும் பண்டிகையுடனும் இணைத்துக்கூறப்படும் புராணக் கதைகளை நன்கு புரிந்து கொண்டு, அவற்றில் மையமாக உள்ள நாயகர்களின் அடிச்சுவடுகளைப் பின்பற்றி நடக்கவேண்டும்; நல் விளைவுகள் கண்டிப்பாக ஏற்படும்.

ஒரு விரதத்தைக் கடைபிடிப்பதில் ஏற்படக்கூடிய ஆன்மீக வளர்ச்சியைப் பற்றி விளக்கவேண்டுமெனில், நாம் நம்மைச் சுற்றியுள்ள இயற்கை அம்சங்களில் அன்றாடம் என்னென்ன நிகழ்கின்றன என்பதைப் பரிசீலித்து, மனிதனின் பிறப்பு, வளர்ச்சி, சிதைவு மற்றும் இறத்தலில் அதற்கொப்பானவை இல்லாமலிருக்கிறதா எனப்பார்க்கவேண்டும். அத்துடன் நமது புனித நூல்களை, நமது புரிதல்களைச் சோதித்து பார்க்கும் உரைகல்லாகப் பயன்படுத்துவதை உறுதி செய்து கொள்ள வேண்டும்.

இயற்கையின் எல்லா அம்சங்களும் ஒரு இலக்கினை நோக்கிச் செல்வதை எல்லோரும் ஒப்புக் கொள்வார்கள். ஒரு மரத்தின் இலக்கு தன்னின மரங்களை விளைவிக்கும் விதைகளை உருவாக்குவதே. விலங்கினங்களுக்கும் இது பொருந்தக் கூடியதே. இயற்கையின் மர்மத்தையும் மனித மெய்ப்பொருளின் வளர்ச்சி யையும் வெளிப்படுத்தக்கூடிய திறவுகோல் இதில் உள்ளது. சிவனின் லிங்கவடிவமும் கோவில்களிலுள்ள அனைத்து கடவுள்களின் உருவங்களும் இந்த உண்மையையே வலியுறுத்திக் காட்டுகின்றன.

மனித உடல் மற்றும் மனித கோட்பாடுகளே மெய்ப்பொருள் எனப்படும் விதைஉருவாகி முதிர்வுறும் அடுக்குகள். விதை முழுமையாக முதிர்வுற்றநிலையில், அதற்கு மனித உடல் அல்லது மனிதக்கோட்பாடுகள் தேவையற்றுப் போகிறது. விளைவாக அது அவற்றை விலக்கிவிட்டு, தான் தோன்றிய மூலத்தின் உருவத்தையும் அளவையும் பெறுவதற்காக வளர ஆரம்பிக்கிறது. இந்த ஆன்மீக விதையின் தோற்றத்தையும் வளர்ச்சியையும் நாம் நமது பரிசீலனைக்கு எடுத்துக் கொள்வோம்.

இதனைத் திருப்திகரமாகவும் சரியாகவும் செய்வதற்கு நாம் விதையின் உவமானத்தை மிகத்தெளிவுடன் மனதில் கொள்ள வேண்டும். மரம் வளர்வதற்கான அடிப்படை அம்சம் உட்கருவில் உள்ளதை நாமறிவோம். இந்த உட்கருவினுள் அதற்குத் தேவையான உணவுக்கூழ், தோல் போன்றவை, அது வெளிப்புற தாக்கங்களைத் தடுக்கும் திறன் பெறும்வரை அதனைக்காக்கும் வகையில் அடுக்கு களாக உள்ளன. மனிதர்களின் மெய்ப்பொருளும் இந்த உட்கருவைப்போன்றதே. ஹிந்து வேதாந்தத்தில் குறிப்பிடப் பட்டுள்ள கோசங்கள் அல்லது உறைகளாகிய அடுக்குகளில் இது ஆழப்பதிந்துள்ளது. விதையினுள்ளியிருக்கும் அடுக்குகள் போலன்றி மெய்ப்பொருளைச் சுற்றியிருந்து தாக்கும் அடுக்குகள், ஒரு பாம்பு தனது சட்டையை உரித்து விலக்கிவிட்டு புதியதைப் பெறுவதைப்போன்று களையப்பட்டு புதிதாகப் பெறப்படுகின்றன.

அணுக்கள் மற்றும் அணுத்திரண்மங்களை ஒன்றாக வைத் திருப்பதற்கு அவற்றிடையே கண்ணுக்குப்புலப்படாத சக்திகள் உள்ளதாக விஞ்ஞானிகள் கூறுகிறார்கள். இக்கருத்தை நாம் விரிவுபடுத்திப் பார்த்தால், இச்சக்திக்கதிர்கள் சிறிதுசிறிதாக தாதுக்களாகவும் காய்கனிகளாகவும் வளர்ச்சி பெறுவதை அறிய முடியும். உண்மையில் இக்கதிர்களின் பாதைகளில் தான் விலங்குகளின் நரம்புமண்டலம் அமைகிறது. தாவரவர்க்கத்தில் சில குறிப்பிட மரங்கள் மற்றும் செடிகளும் விலங்கு இனங்களில்

சில குறிப்பிட்ட விலங்குகளும் மற்றவற்றைவிட கூடுதல் ஆன்மீக வளர்ச்சி பெற்றுள்ளவை என ஹிந்துக்கள் கருதுகின்றனர். இக்கரு மேற்கூறிய சக்திக்கதிர்களின் வளர்ச்சி பற்றிய ஆழ்ந்த புரிதல்களின் விளைவாக ஏற்பட்டுள்ளது.

இச்சத்திக்கதிர்கள், ஒரு குறிப்பிட்ட வளர்ச்சிநிலையை அடைந்தவுடன், இவற்றைச்சுற்றிலும், நுண் ஒளிக்கீற்றுகளால் ஆன தேஜஸ் எனப்படும் ஒளிவட்டங்கள் வெளிப்படுகின்றன. இந்த ஒளிக்கீற்றுகள், சக்திகளின் செயல்பாட்டால், இவற்றைச் சுற்றி பல்வேறு நுண்மைத்தரங்களைக் கொண்ட பொருண்மை உறைகளாக அமைந்து விலங்குகளின் சிக்கலான நரம்பு மண்டலமாக ஆகின்றன. பல்வேறு நரம்புமையக் கருவணுக்கள் அவற்றைச்சுற்றிலும் பொருண்மை உறைகளை அமைக்கும் ஜோதி மையங்களாகும். இந்த ஜோதி மையங்கள், ஒளிவட்டத்தின் ஒளிக் கதிர்களுடன் சேர்ந்து நீள்வட்ட வடிவம் கொண்ட ஒளி அமைப்பினுள் உண்டாவதே உண்மையில் மனிதனின் மெய்ப் பொருளாகும்.

விலங்கினங்களில் இந்த ஒளிக்கீற்றுகளும் மையங்களும் எந்த அளவிற்குப் பிரகாசமாக உள்ளதோ அந்த அளவிற்கு அவற்றைச் சுற்றிலும் அமைந்துள்ள ஞானம் மற்றும் உணர்வுகளின் அதிர்வு களை ஏற்கக்கூடிய வகையில் அவற்றின் நரம்பு மண்டலமும் அதன் விளைவான உடலமைப்புகளும் இருக்கும். இந்த மையங்கள் மற்றும் ஒளிக்கீற்றுகளின் இணைப்பு வலைப்பின்னல்களின் வளர்ச்சி துல்லியமான பூரணத்துவம் பெற விழைவதே, மனித இனம் உள்ளிட்ட அனைத்து பரிணாமவளர்ச்சிகளின் ஒரே இலக்காகும். ஹிந்து தத்துவமும் அதன் யோகாமுறைகளும் இந்த இலக்கை அடைவதற்காகவே ஏற்பட்டவை. பரிணாம வளர்ச்சி இந்த நிலையை அடைந்த உடன், கோசங்கள் அல்லது பொருண்மை அடுக்குகள் தம் நோக்கங்கள் நிறைவேறிவிட்ட நிலையில், தாம் பற்றிக்கொண்டிருக்கும் மெய்பொருளை விட்டு அகன்று விடுகின்றன.

விதைகளின் பாதுகாப்பு அடுக்குகளில் வித்தியாசங்கள் உள்ளது போன்று, பிரபஞ்சத்தில் உள்ளவற்றின் ஞானத்திறனிலும் வித்தியாசங்கள் உள்ளன. மிக அதிகமான எண்ணிக்கையில் கோசங்களைக் கொண்ட மெய்ப்பொருள் மனிதன் என்றழைக்கப் படுகையில் ஒரு சிலவற்றை மட்டும் கொண்டுள்ளவர்கள் தேவர் களாகக் கருதப்படுகின்றனர். இவர்கள் பல்வேறு விதங்களில் கணக்கிலடங்கா எண்ணிக்கையில் உள்ளனர். ஆயின் இவர்கள் ஒவ்வொருவரிலும் உள்ள ஆன்மீக மெய்ப்பொருள் ஒன்றே.

பண்டைக்கால மகான்கள் இதனை நன்கறிந்திருந்தனர். எனவே ஜீவனின் முன்னேற்றத்தை மனதில் கொண்டு பல்வேறு பண்டிகைகளை துவக்கிவைத்தனர். ஜீவனின் முன்னேற்றத்திற்கு அதன் பல கோசங்களும், அவை முழுமையாக வளர்ச்சி பெறும்வரை நலனுடன் இருக்கவேண்டியது மிகவும் அவசியம். ஆகவே பல்வேறு வழக்கங்களும் அனுசரித்தல்களும் ஆன்மீக வளர்ச்சியை ஏற்படுத்தும் வகையில் அமைக்கப்பட்டுள்ளன. இதற்கு முதலில் கோசங்கள் வலிமைப்படுத்தப்பட்டு, பின்னர் அவை தம் நோக்கங்களைப் பூர்த்தி செய்து முடித்தவுடன் கொஞ்சம் கொஞ்சமாக விலக்கப்படும் விதத்தில் வடிவமைக்கப்பட்டுள்ளன.

ஆன்மீக வளர்ச்சி அல்லது மெய்ஞான வளர்ச்சியில் இவ்வுலக மக்கள் பல நிலைகளில் இருப்பதைக்காணலாம். சிலருக்கு மையத்தில் இருக்கும் மெய்பொருளின் நலனுக்காக வெளிப்புற கோசத்தை பலப்படுத்த வேண்டியிருக்கும்; இத்தகையவர்களுக்கு விரதங்கள் பண்டிகைகளை அனுசரிப்பது ஆரோக்கியமான வலிமைமிக்க உடலை அளிக்கும்.

சிலருக்கு உணர்ச்சிகளுக்கான உறையும் வேறுசிலருக்கு மனத்திற்கான உறையும் தேவைப்படும். பண்டிகைகளை உரிய விதத்தில் அனுசரிப்பது, அவர்களது உள்ளிருக்கும் மெய்ப் பொருளின் வளர்ச்சிக்கு என்ன தேவையோ அதனை அளிக்க வல்லது.

ஹிந்து கோவில்கள், மனிதனின் உயர் மற்றும் தாழ்நிலை அமைப்புகளைக் காட்டும் விதத்தில் வடிவமைக்கப்பட்டுள்ளன. ஒவ்வொரு பிரகாரமும் ஒவ்வொரு கோசத்தைக் குறிப்பதாகவும், மூலஸ்தானத்தில் உள்ள தெய்வம் மனிதனின் மெய்பொருளைக் குறிப்பதாகவும் அமைக்கப்பட்டுள்ளன.

வெளிப்புற கோசம் அல்லது உறை தேவையில்லை என மெய்பொருள் உணரும்போது அதனை விலக்கித் தள்ளிவிடுகிறது; பின்னர் அடுத்த கோசத்தைப் பயன்படுத்துகிறது. பின்னர் இதனையும் சிறிது காலத்திற்குப்பின் விலக்கிவிடுகிறது. இவ்வாறு தனது சுய தேஜஸுடன் பிரகாசிக்கும்வரை அனைத்து கோசங் களையும் ஒவ்வொன்றாகக்களைகிறது. இந்த நிலையை அடைவதை ஹிந்து சமயத்தில் பிறப் பிறப்பற்ற நிலை அல்லது முக்தியடைதல் எனப்படுகிறது.

மேற்கூறியவற்றை ஆழ்ந்து நோக்கும் போது ஹிந்து பண்டிகை களை அனுசரிப்பதன் நோக்கங்கள் முரண்பாடுடையவையாகத் தெரியும்; சில மெய்ப்பொருளைத் தவிர்த்து உடல்கோசங்களின் நலன் பேணுவதற்காகவும், வேறுசில மனிதனின் உடல்கோசங்

களைத்தவிர்த்து மெய்ப்பொருளின் நலன் பேணுவதற்காகவும் உள்ளன. "உடலில் வாழ்ந்து மெய்ப்பொருளில் இறந்துவிடு மற்றும் மெய்பொருளில் வாழ் ஆயின் உடலில் இறந்துவிடு" எனும் பழமொழி ஒன்று உண்டு. உண்மையில் ஒருவர் தனது ஆன்மீக வளர்ச்சியில் ஈடுபாடு கொண்டவராயின் அவர் பொருண்மைப் பற்றுதல்களை விட்டுவிடவேண்டும். ஏனென்றால் இப்பற்றுதல்கள் மெய்ப்பொருள் வளர்ச்சிக்குக் குந்தகம்விளைவிப்பதுடன் தொடர் ஜனன மரணத்தை விளைவிப்பவை.

ஆரம்ப கட்டங்களில் மெய்ப்பொருள் வளர்ச்சி உடல் வளர்ச்சியுடன் – ஸ்தூல, உணர்வுபூர்வமான மற்றும் மனம்சார்ந்தவை – நடைபெறுகிறது. இந்த உடல் அம்சங்கள் தேர்ந்தெடுக்கப்பட்டு முறைப்படுத்தப்பட்ட பொருண்மை, உணர்வுகள், உணவு மற்றும் எண்ணங்களால் அமைக்கப்படும்போது ஒளிரும் மெய்ப்பொருளும் அதன் பிரகாசிக்கும் வண்ணங்களும் மேலும் மேலும் அழகு பெற்று மிளிரும்.

குறிப்பிட்ட சில கோவில்கள், நதிகள், ஸ்தலங்கள் மற்றும் மலைகளே மனிதர்களுக்கு மிக அதிக பலன்களை அளிக்கும் வல்லமை படைத்தவை. மனித குலத்தின் முழுமையான முன்னேற்றம், "அதிகாரிக புருஷர்கள்" என்று அறியப்படும் சில விசேஷ தேவதைகளால் கண்காணிக்கப்படுகிறது. இதற்கான அதிகாரம் இவர்களுக்கு மேலும் உயர்நிலையில் உள்ள வலிமை மிக்கவற்றால் அளிக்கப்பட்டுள்ளது என்பது குறிப்பிடத்தக்கது. இவர்கள் மேற்கூறிய மையங்களை சக்தியூட்டியுள்ளதால் இத் தலங்களில் முன்னேற்றத்தை அடைவது எளிதாகிறது. மேலும் குறிப்பிட்ட சில நேரங்களில் நமது பூமியின் மீது பல சக்திகள் பொழியப்படுகின்றன. மனித குலத்தின் மீது மிகுந்த நலன்கள் அருளப்பட, ஒரு குறிப்பிட்ட ஸ்தலத்தில், எடுத்துக்கொண்ட நோக்கம் நிறைவேறுவதற்கு உகந்த நேரத்தில் ஏராளமானவர்கள் கூடுவது மிகவும் முக்கியமானது. குறிப்பிட்ட சில ஸ்தலங்கள் சக்தியூட்டப்பட்டிருப்பதன் மூலம் ஏராளமானவர்களை அங்கு கூடச்செய்யும் நோக்கம் நிறைவேறுகிறது. இதன் காரணமாகவே பல்வேறு ஆன்மீக ஸ்தலங்கள், கோவில்கள், நதிகள் மற்றும் மலைகள் பிரசித்தி பெற்று விளங்குகின்றன.

இப்புத்தகத்தில் ஹிந்து மும்மூர்த்திகளான பிரம்மா, விஷ்ணு மற்றும் சிவன் ஆகியோரில் ஒருவர் அல்லது மற்றொருவரின் அருளைப் பெறும் நோக்கத்துடன் பண்டிகைகள் உருவாக்கப் பட்டுள்ளதைப் பற்றி விளக்கங்களைக் காணலாம். பிரம்மாவிற்கு அர்ப்பணிக்கப்பட்டுள்ள கோயில்கள் மற்றும் அவர் அருளைப்

பெறுவதற்கான பண்டிகைகள் வெகுசிலவே, ஏறக்குறைய ஒன்றுமே இல்லை, எனலாம். இதற்கான காரணம் தெளிவானது. பிரம்மாவின் கடமை படைத்தல்; நாம் அனைவரும் படைக்கப் பட்டுவிட்டோம். எனவே அவரை துதித்து திருப்திபடுத்தத் தேவை யில்லை. ஆயின் நாம் எங்கும் வாழ்க்கைப்போராட்டங்களைக் காண்கிறோம்; ஒவ்வொருவரும் தத்தம் உயிரையும் உடமைகளையும் காக்கப்பாடுபடுகின்றனர். எனவே காக்கும் தெய்வமாகிய விஷ்ணுவின் அருளைப்பெறுவது மிகவும் அவசியமாகிறது. எனவே விஷ்ணுவையும் இந்திரன், யமன் போன்ற அவர் ஆளுகையில் உள்ள தேவர்களையும், வணங்கி வழிபடுவது அனைத்து மத சம்பிரதாயங்களிலும் முக்கிய இடத்தைப் பிடித்துள்ளது. இதனால் நமது உடல் ஆரோக்கியம், செல்வம் போன்றவற்றைக் காத்து இரட்சிக்க இறையருள் கிட்டும்.

உணர்ச்சிபூர்வமான உயர்நிலை மற்றும் முன்னேற்றம் பெறுவது அடுத்த முக்கியமான ஒன்று. உணர்ச்சி அம்சம் கதவுகளின் கீல் போன்றது. அதற்கு இரு பகுதிகள் உள்ளன. ஒன்று பொருண்மை உலகம், ஸ்தூல சரீரம் மற்றும் அதன் தேவைகளுடன் இணைக்கப்பட்டுள்ளது; மற்றொரு பகுதி நம் அறிவு சார்ந்த சாதனைகளுடன் இணைக்கப்பட்டுள்ளது. மனிதர் களில் மறைந்துள்ள உணர்வுகளைத் தட்டியெழுப்பி வெளிக் கொண்டுவரும் விதத்தில் நந்தன் போன்ற மகான்களின் வாழ்க்கைச் சரித்திரங்கள் எடுத்துரைக்கப்படுகின்றன. இதன் மூலம் மெய்ப் பொருள் ஒரு பக்கம் பிரகாசமடையச் செய்யப்படுகிறது. அல்லது அதன் ஒரு அம்சம் வளர்ச்சிபெறுகிறது. இதனைக் கருத்தில் கொண்டு ஹிந்து குருமார்கள் பஜன் மண்டலிகள் எனப்படும் தெய்வீகப்பள்ளிகளை நிறுவினர். கபீர் போன்ற பெரும் பக்தர்கள் “பக்தவிஜயம்” போன்ற புத்தகங்களில் பக்தியின் மகிமையை மிகவும் சிறப்பாக விளக்கிக் கூறியுள்ளனர்.

அடுத்து பல்வேறு தத்துவ விசாரங்களுக்கு அடிகோளிய அறிவு சார்ந்த அம்சத்தைப் பார்ப்போம்.

முக்தி இலக்கை பக்தியின் மூலம் சிலரால் அடைய முடியும். இத்தகையவர்கள் தங்களது நோக்கத்திற்கு உறுதுணையாக நிற்கக் கூடிய பண்டிகைகள் மற்றும் விரதங்களைக் கடைபிடிக்க வேண்டும்.

முக்தி இலக்கை ஞானமார்க்கமாகவும் அடையலாம். இந்தப் பாதையில் செல்லும் திறன் படைத்தவர்கள், ஞானத்தின் அடை யாளமாக இருக்கும் சுப்ரமணியர் மற்றும் விநாயகர் போன்ற தெய்வங்களுக்கு அர்ப்பணிக்கப்பட்டுள்ள பண்டிகைகளையும் விரதங்களையும் கடைபிடிக்க வேண்டும்.

முக்தி இலக்கை அடைவதற்கு மிகவும் சுருக்கமான, அதே சமயம் மிகவும் கடினமானதும் அபாயகரமானதுமான மார்க்கம் யோகமார்க்கம். இது கத்தியின் கூர்முனைக்கு ஒப்பானது. இப்பாதையைத் தேர்ந்தெடுக்கவல்லோர், அழித்தல் அம்சத்தெய்வ மாகிய சிவனுக்கு உகந்த விரதங்களைக் கடைபிடிக்க வேண்டும்.

தேவர்களின் அருள்பெறுவதற்கான விரதங்களும் உள்ளன. தேவர்களால் தங்கள் அதிகார எல்லைக்குள் இருப்பவற்றை மட்டுமே வரமாக அருளமுடியும். முடிவாக முக்தியை அடைய, மும்மூர்த்திகளான பிரம்மா, விஷ்ணு, சிவன் ஆகியவர்களில் ஒருவருக்கு உகந்த பண்டிகைகள் மற்றும் விரதங்களை மேற் கொண்டாக வேண்டியது மிகவும் அவசியம். ஹிந்து புராணங்களில் பண்டைக்கால மஹரிஷிகள் மும்மூர்த்திகளுள் ஒருவரைக்குறித்துக் கடும் தவம் மேற்கொள்ளவதாகக் காண்கிறோமேயல்லாது இந்திரன் குபேரன் போன்றவர்களைக் குறித்து அல்ல.

முடிவாக நான் கூறுவது, மனிதர்கள் முதலில் தற்போது தாங்கள் தங்களை ஆன்மீக வளர்ச்சி ஏணியில் எந்த நிலையில் உள்ளனர் என்பதைத் தெளிவுற அறிந்துகொண்டு, அதற்கேற்ப சரியான விரதங்களைத் தேர்ந்தெடுத்து தம் வாழ்நாள் முழுவதும் முறையாக அவற்றை அனுஷ்டித்தால் தாம் விரும்பும் முக்தி நிலையை அடைய முடியும் என்பதே. அவர்கள் அனைத்துப் பண்டிகைகளையும் விரதங்களையும் அனுஷ்டித்தாலும், ஒவ்வொரு வரும் தமக்கென பிரத்யோகமான ஒரு விரதத்தை மேற்கொள்வதன் மூலம், அதற்குரிய தெய்வத்தின் அருள்பெற்று தாம் விரும்பும் இலக்கை அடைய வேண்டும். எப்படியாயினும் அனைவரும் விரதங்களை அனுஷ்டிப்பதற்கான பின்னணிக்காரணங்களைப் புரிந்து கொள்ளுதல் அவசியம். அப்போதுதான் யோகபூமியாகிய நம் இந்திய நாடு, அனைவரது ஆன்மீக வளர்ச்சியின் கூட்டு நல்விளைவின் பயனால், தான் இழந்துள்ள அல்லது மறைந்துவரும் தனது ஆன்மீக கௌரவத்தைத் திரும்பப் பெற ஏதுவாகும். இந்நிலை மீண்டும் பெறப்பட்டால் க்ருதயுகத்தில நிலவிய முழுதளாவிய பேரின்ப நிலை திரும்ப ஏற்படும். இந்த நற்திசையில் மனரீதியான கடின முயற்சிகளை துவக்கும் தீவிர நல்லார் வத்துடன் இப்புத்தகம் அதன் ஆசிரியரால் உலகிற்கு அளிக்கப் படுவதுடன் அதிகாரிக புருஷர்களாகிய மகான்களுக்கு அர்ப் பணிக்கப்படுகிறது. அவர்களது நல்லாசிகள் மனிதகுலத்தைப் போற்றி நல்வழிப்படுத்தட்டும்.

பொருளடக்கம்

போகிப் பண்டிகை 15 ● சங்கராந்தி 20
கோ பூஜை (மாட்டுப் பொங்கல்) 25
ரத சப்தமி 30 ● தைப்பூசம் 39 ● மாசி மகம் 45
மஹா சிவராத்திரி 49 ● ஸ்ரீராம நவமி 54
பங்குனி உத்திரம் 61
சைத்ர விஷு (இந்துக்களின் புத்தாண்டு) 65
சித்ரா பௌர்ணமி 72 ● வைகாசி விசாகம் 76
ஆடிப்பூரம் 80 ● வியாச பூஜை 84
ஆவணி மூலம் 90 ● வரலக்ஷ்மி விரதம் 95
உபாகர்மம் 99
காயத்ரி ஜபம் 103 ● கிருஷ்ண ஜெயந்தி 108
அனந்த விரதம் 112 ● வினாயக சதுர்த்தி 119
நவராத்திரி 132 ● ஸ்கந்த சஷ்டி 143
தீபாவளிப் பண்டிகை 149 ● கார்த்திகை விரதம் 154
ஆருத்ரா 158 ● வைகுண்ட ஏகாதசி 164

போகிப் பண்டிகை

தக்ஷிணாயனம்[1] அல்லது சூரியனின் தென்திசைப் பயணத்தின் கடைசி நாளன்று போகிப்பண்டிகை கொண்டாடப்படுகிறது. இந்நாள், சூரியன் மகரராசிக்குள் பிரவேசிக்கும் நிகழ்வான[2] மகரசங்கராந்திக்கு[3] முந்தைய நாளாகும். மார்கழி மாதக் கடைசியில் (ஜனவரியில்) கொண்டாடப்படும் இந்தப்பண்டிகை கார்மேகங்களைக் கட்டுப்படுத்தி பருவமழையை அருளும் ஸ்வர்கலோக அதிபதியும் ஐராவதயானைமீது அமர்ந்திருப்பவருமான இந்திரனைத்[4] துதித்து அனுஷ்டிக்கப்படுவதாகும். இதனால் நாடுவளம் பெற்று செழிப்புடன் இருக்கும். உண்மையில் இப் பண்டிகையும் இதற்கு அடுத்துவரும் சங்கராந்தி மற்றும் மாட்டுப் பொங்கலும், ஐரோப்பிய நாடுகளில் கொண்டாடப்படும் அறுவடை விருந்து நிகழ்ச்சிக்கு ஒப்பானவை. போகிப்பண்டிகை எனும் சொற்களுக்கு "பொருண்மை மகிழ்ச்சி" என்பது பொருள். நல்ல அறுவடை மூலம் கிடைக்கும் அளப்பரிய சந்தோஷம் காரணமாக இப்பெயர் ஏற்பட்டிருக்கலாம். இப்பண்டிகைகளுக்குப் பின்னர், தங்களது நிலங்களில் அதுவரைக் கடுமையாக உழைத்துப்பாடுபட்ட உழவர்கள், சிலகாலம் ஓய்வெடுப்பார்கள்.

அதுமட்டுமின்றி தைமாதப் பிறப்புடன் ஹிந்துக்களின் திருமணக்காலம் துவங்குகிறது. "கல்யாண சந்தை திறந்துவிட்டது" என இதனை வேடிக்கையாகக் கூறுவார்கள். எப்படியாயினும் இப்பண்டிகை, வரவிருக்கும் மாதங்களில் நடைபெறக்கூடிய மகிழ்ச்சிகரமான திருமணவைபவங்களின் முன்னோடியாகக் கருதப்படுவதால், மிகவும் விமரிசையாகக் கொண்டாடப்படுகிறது.

நாட்டில் உள்ள அனைத்து இல்லங்களும் தீவிரமாகச் சுத்தம் செய்யப்படுகின்றன. ஆண்டு முழுவதும் சேர்ந்த குப்பையும்

பயனற்ற பழம்பொருட்களும் ஒன்றாக குவிக்கப்பட்டு போகிப் பண்டிகை நாளில் அதிகாலையில் எரிக்கப்பட்டுவிடுகின்றன. கிராமம் முழுவதும் புதுப்பொலிவுடன் சுத்தமாகக் காட்சி யளிக்கிறது. சூரியனின் வடதிசைப்பயணம் அன்று துவங்கி அடுத்த ஆறு மாதங்கள் தொடர்கிறது. இக்காலகட்டத்தை உத்திராயணம் என அழைக்கிறோம். சூரியனின் வடதிசைப் பயண துவக்கத்தை, மகர ராசியில் பிரவேசிப்பதை "உத்திராயணப் புண்ணிய காலம்" என அழைக்கிறோம்.

இப்பண்டிகை தொடர்பான ஆர்வமூட்டும் புராணக்கதை ஒன்றும் உண்டு. துவபார யுகத்தில்[5] ஸ்ரீகிருஷ்ணர்[6] இந்திரனின் மமதையை அழிக்க அவனுக்கு ஒரு பாடம் புகட்டத்திருவுளம் கொண்டார். எனவே அவர் பிருந்தாவனத்தில்[7] வாழும் யாதவர்களை (மாடு மேய்ப்பவர்கள்) ஒரு குறிப்பிட்ட வருடத்தில் போகிப்பண்டிகையன்று அழைத்து, "நீங்கள் இந்திரனின் பருவமழைகளை எதிர்நோக்கியிருக்கும் உழவர்கள் அல்ல. ஆயின் உங்கள் மாடுகளுக்குத் தேவையான செழுமைமிக்க பசும்புல் தரைகளை அளிக்கும் கோவர்தன மலையை[8] நம்பி வாழ்பவர்கள். எனவே உங்களது பலிப்பொருட்களை இந்திரனுக்கு அளிக்காமல் கோவர்தனகிரிக்கு அளியுங்கள்" என அறிவுறுத்தினார். ஸ்ரீ கிருஷ்ணரின் சூதின்காரணமாக தனக்குக் கிடைக்கவேண்டிய நியாயமான பலிப்பொருட்கள் தடுக்கப்பட்டுவிட்டதைக் கண்ட இந்திரன் கோபமுற்று, ஸ்ரீ கிருஷ்ணரின் தகாத அறிவுரைகளைச் செவிமடுத்த யாதவர்களைத் தண்டிக்க விரும்பினான். மின்னல், இடி மற்றும் மழையைக் கொண்டுவரும் மேகங்களின் எண்ணிக்கை ஏழு எனப்படுகிறது. இவை இந்திரனின் கட்டளைக்குட்பட்டவை. தங்கள் எஜமானரின் கட்டளைக்கிணங்க, இம்மேகங்கள் யாதவர் களின் இருப்பிடத்தில் கடுமையான மழையைப் பொழிந்தன. இவ்வாறு இயற்கைக்கு மாறான கடுமையான மழை தொடர்ந்து பல நாட்கள் பொழிந்து, ஆயிரக்கணக்கான மாடுகள் மற்றும் மக்கள் அழிவதைக் கண்டு பயந்து நடுங்கிய யாதவர்கள் ஸ்ரீ கிருஷ்ணரை உதவிநாடித் தஞ்சம் புகுந்தனர்.

அப்போது ஸ்ரீ கிருஷ்ணர் தனது மாயசக்தியால் கோவர்தன மலையையே தூக்கிக் குடையாகப் பிடித்தார். யாதவர்களும் உடன் தங்களது மாடுகள் மற்றும் உடமைகளுடன் அதன் கீழ் சென்று பாதுகாப்பாக இருந்தனர். யாதவர்களை தனது அகந்தை காரணமாகத் துன்புறுத்த எண்ணிய இந்திரன், தனது செயல் தோல்வியுற்றதைக்கண்டவுடன் மேகங்களை விலகுமாறு பணித்தான்.

கடைசியில் ஸ்ரீ கிருஷ்ணர் உண்மையில் மஹாவிஷ்ணுவே எனப் புரிந்து கொண்ட இந்திரன், மும்மூர்த்திகளில் ஒருவருக்கு எதிராக தனது வலிமையை காட்ட முயன்ற தனது மூடத்தனத்தை எண்ணி வருந்தினான்.

ஸ்ரீ கிருஷ்ணரும் சாந்தமடைந்து யாதவர்கன் போகியன்று வழக்கம்போல் இந்திரனைத் துதிசெய்து கொண்டாடுவதற்கு அனுமதியளித்தார்.

உண்மையான பக்திமான் தக்ஷிணாயன மாதங்களில் இறக்காமல் உத்திராயண காலத்திலேயே இறக்கவேண்டும் என்பது ஹிந்துக்களின் தீவிரமான நம்பிக்கை. சிலர் இதற்கும் மேல் ஒருபடி சென்று, உத்திராயணகாலத்தில் இறப்பவர்களே சொர்க்கம் புகுவார்கள் என்றும் தக்ஷிணாயன காலத்தில் இறப்பவர்கள், தமது கர்மவினையைக் கழிப்பதற்காக இவ்வுலகில் மறுபிறவி எடுத்து, உலக வாழ்க்கை எனும் நாடகத்தில் தங்களுக்களிக்கப் பட்ட பாத்திரத்தை ஏற்றாகவேண்டும் என்றும் இடைப்பட்ட காலத்தில் நரகத்தில் உழலவேண்டும் என்றும் கூறுகின்றனர்.

எப்படியாயினும் தக்ஷிணாயனத்திற்குட்பட்ட மாதங்கள், பொதுவாகவே ஆரோக்கியக்கேடு. அதன்விளைவாக ஏற்படும் நோய்கள் மற்றும் இறப்பிற்குக் காரணமாக இருக்கையில், உத்திராயண காலம் மனிதர்களுக்கு நல்லாரோக்கியமும் உடல் வலிமையையும் அளிக்கவல்லது. சூரியன் நமது பூமிக்கு மட்டுமல்லாது அதன் குடும்பத்திலுள்ள இதர கிரகங்களுக்கும் கோள்களுக்கும் கூட ஊட்டமும் சக்தியுமளித்துப் பேணுகிறது. இக்கிரகங்கள் சூரியனிடமிருந்து தாம் பெறும் சக்தி மற்றும் வீரியத்தை மனிதர்கள், விலங்குகள் மற்றும் தாவரங்களின் பயன் பாட்டிற்காக பூமியின் மீது பொழிகின்றன. பெரும்பாலான நட்சத் திரங்களும் கோள்களும் வடதிசையில் இருப்பதாலும், வெகுசிலவே தென்திசையில் இருப்பதாலும், சூரியனின் தென்திசைப் பயணத்தின்போது அவை பெறும் சக்தியும் வீரியமும் குறைவாக இருப்பதால், தக்ஷிணாயன காலத்தில் அச்சக்திகள் பூமிக்குக் கிடைப்பது மிகவும் குறைந்து போகிறது. இக்காரணத்தினாலேயே நாம் உத்திராயணம் பிறப்பதை மகிழ்வுடன் வரவேற்கிறோம். இறந்தவர்களின் தலையைத் தெற்கு திசையில் இருக்கும்படி வைத்து எரிப்பது எனும் ஹிந்துக்களின் பழக்கம், இது தொடர் பானதாக இருக்கக்கூடும். இது, தெற்குதிசை மரணத்தைக் குறிப்பதாகக் காட்டுகிறது. உண்மையில் மரணத்தின் கடவுளாக உள்ள யமன் தென்திசையில் வசிப்பதாகக் கூறப்படுகிறது.

இந்திரனால் சொர்க்கத்திலிருந்து எறியப்பட்ட திரிசங்குவை, விசுவாமித்திரர் தனது தபோ வலிமையால் தெற்குதிசையில் அப்படியே அந்தரத்தில் நிலை கொள்ளச் செய்ததும், இன்றும் திரிசங்கு "தென்திசை வானின் விண்மீன் குழுவாக" பிரகாசித்துக் கொண்டிருப்பதும் சரியானமுறையில் சிந்தித்துப் பார்ப்போருக்கு மேற்கூறியவற்றை விளக்குவதாக உள்ளன.

சென்னைக்கு அருகே உள்ள மகாபலிபுரத்தில், புராணக் கதையில் கூறப்பட்டுள்ள கோவர்தனகிரி நிகழ்வைச் சித்தரிக்கும் CŸð, è£† C[9] உள்ளதைக் காணலாம். ஸ்ரீகிருஷ்ணர் இம்மலையைத் தூக்கி குடையாகப்பிடித்து பிருந்தாவன மக்களைக் காத்த இந்நிகழ்வின்[10] காரணமாக அவர் இங்கு கோவர்தன உத்தார கிருஷ்ணர் எனும் நாமத்துடன் விளங்குகிறார். இந்தச் சிற்பம் வடிக்கப்பட்டுள்ள மண்டபம் கிருஷ்ண மண்டபம் என்று அழைக்கப்படுகிறது.

---

1. கடக மகரரேகைகளில் ஒன்றிலிருந்து மற்றொன்றை நோக்கி சூரியன் பயணித்தல்; உத்தராயணம் என்பது வடதிசை நோக்கிப் பயணித்தல் – தை முதல் ஆனிவரை; தக்ஷிணாயனம் என்பது தென்திசை நோக்கிப் பயணித்தல் – ஆடி முதல் மார்கழிவரை. இந்த இரண்டு அயனங்களும் சேர்ந்தது ஒரு வருடம். முந்தையது தேவர்களின் பகலாகவும் பிந்தையது அவர்களின் இரவாகவும் உள்ளது. தக்ஷிணாயத்தில் செய்யப்படுபவை நற்காரியங்களாகவே இருப்பினும், அவற்றின் விளைவுகள் நன்மை பயக்காது எனவும் உத்திராயணத்தில் செய்யப்படுபவை நல்விளைவு களையே அளிக்கும் எனவும் கருதப்படுகிறது. எனவே ஹிந்துக்கள் வேதசாஸ்திரங்களைப் படிப்பதில் தம்மை ஈடுபடுத்திக் கொள்வது முதல் கல்யாணம் முதலான நற்சடங்குகளை உத்திராயணத்திலேயே மேற்கொள்கின்றனர்.
2. சூரியன் அந்த ராசி மண்டலத்தில் இருக்கையில் கடல்மீன் எனப் பொருள்படுகிறது.
3. சூரியன் ஒரு ராசியிலிருந்து மற்றொன்றுக்கு இடம்பெயர்தல். மகர சங்கராந்திக்கு இது விசேஷமாகக் கூறப்படுகிறது.
4. விளக்கமான தகவல்களுக்கு பி.வி. ஜெகதீச அய்யரின் "தென்னிந்தியக் கோவில்கள்" புத்தகத்தைக் காண்க.

5. யுகங்களைப் பற்றியும் ஜெகதீச அய்யரின் "தென்னிந்தியக் கோவில்கள்" புத்தகத்தில் விரிவாகக் காணலாம். நான்கு யுகங்கள் முறையே சத் அல்லது க்ருத, த்ரேதா, த்வாபர, கலி எனப்படுபவை. சத்யுகத்தின் முதல் நாளின் ஆண்டுவிழா, சித்திரை மாதத்தின் (ஏப்ரல்/மே) வளர்பிறையில் மூன்றாவது நாளில் வருகிறது. இந்த யுகத்தின் நான்கு அவதாரங்கள் மத்ஸ்ய, கூர்ம, வாராஹ, நரசிம்ஹ ஆகியவை. த்ரேதாயுகத்தின் முதல்நாளின் ஆண்டுவிழா, ஐப்பசி மாதத்தின் தேய்பிறையில் 13வது நாளன்று வருகிறது. இந்த யுகத்தின் அவதாரங்கள் ஸ்ரீகிருஷ்ண புத்தரும் ஆகும். கலியுகத்தின் முதல்நாளின் ஆண்டுவிழா மாக மாதத்தின் பௌர்ணமியன்று வருகிறது. இந்த யுகத்தின் அவதாரம் கல்கி, இந்த நான்கு ஆண்டுவிழா நாட்களிலும் ஏதாவது ஒரு புண்ணிய நதியில் நீராடி தானங்கள் கொடுக்கவேண்டும். இந்நாட்களில் பித்ருக்களுக்கு எள்ளும் நீரும் கொண்டு தர்ப்பணம் செய்தல் வேண்டும். "ஹிந்துக்கள் மற்றும் முகம்மதியர்களின் விருந்துகளும் விடுமுறை நாட்களும்" கண்காணிப்பு அலுவலர், அரசு அச்சகம், இந்தியா 1914ல் அகரவரிசைப்படியுள்ள பட்டியலில் காண்க.
6. மேற்கத்திய புராணக்கதைகளில் வரும் அப்போலோ இதற்கு ஒப்பானது.
7. பி.வி. ஜெகதீச அய்யரின் தென்னிந்தியக் கோவில்கள் புத்தகத்திலும் காணலாம்.
8. பி.வி. ஜெகதீச அய்யரின் தென்னிந்தியக் கோவில்கள் புத்தகத்தில் கூடுதல் தகவல்களைக் காணலாம்.
9. பி.வி. ஜெகதீச அய்யரின் தென்னிந்தியக் கோவில்கள் புத்தகம் காண்க.
10. விளக்கமான தகவல்களை "விஷ்ணு புராணத்தின்" மொழிபெயர்ப்பில் காணலாம்.

* (அக்டோபர் - நவம்பர்) வளர்பிறையில் 9வது நாளில் வருகிறது. இந்த யுகத்தின் அவதாரங்கள்வாமன, பரசுராம, ராம ஆகியவை. த்வாபர யுகத்தின் முதல்நாளின் ஆண்டு விழா ஆவணி மாதத்தின்? (ஆகஸ்ட் – செப்டம்பர்)

சங்கராந்தி

சூரியன் ஒரு ராசியிலிருந்து[1] மற்றொன்றுக்கு இடம்பெயரும் தினம் பொதுவாக சங்கராந்தி என அழைக்கப்படுகிறது. எனினும், தை மாதத்தில் (ஜனவரி – பிப்ரவரி) சூரியன் மகரராசியில் பிரவேசிக்கும் நாளையே சங்கராந்தி முக்கியமாகக் குறிக்கிறது. இந்நாள் மகர சங்கராந்தி[2] தினம் என அழைக்கப்படுகிறது. தமிழர்கள் இந்நாளில் புதிதாக அறுவடை செய்யப்பட்ட அரிசியைக் கொண்ட பொங்கலைத் தயாரித்து சூரியனுக்குப் படைப்பதால் இது பொங்கல்[3] பண்டிகை எனவும் அழைக்கப்படுகிறது.

நாம் உண்பதற்கு மட்டுமே என்றல்லாது, இறைவனுக்குப்[4] படைத்து பிறருக்கும் கொடுப்பதற்காக எனும் நோக்கத்துடன் உணவு சமைக்கப்படவேண்டும் என மறைநூல்கள் வலியுறுத்து கின்றன. பிறருக்கு கொடுத்ததுபோக மீதமிருப்பதையே நாம் உண்ண வேண்டும். தாவரங்கள் மற்றும் உயிரினங்கள் அனைத்திற்கும் வளமையை நல்கிக் காக்கும் சக்திகளுக்கு – மின்சக்தி, காந்தசக்தி போன்றவை – ஆதாரமாய் விளங்கும், சூரிய பகவானுக்கு, புதிதாக அறுவடை செய்யப்பட்ட அரிசியைக் கொண்டு பொங்கல் தயாரித்து படைக்கப்படுகிறது.

இந்நாளில் சூரிய வழிபாடே முக்கியமாகச் செய்யப்பட்டாலும், கால்நடைகளின் பெருக்கம், பயிர்களின் செழிப்பான வளர்ச்சி ஆகியவற்றுக்கு உறுதுணையாக விளங்கும் இதர தெய்வங்களும் வழிபடப்படுகின்றன. பருவங்களைக் கட்டுப்படுத்தி, பருவ மழையைப் பொழியவைக்கும் வாயு பகவானையும் இந்நாளில் வழிபடுகிறோம். வீடுகளில் மகிழ்ச்சிகரமான வாழ்வு தழைக்க "க்ருஹ தேவதை" எனப்படும் குலதெய்வ வழிபாடும் இந்நாளில்

செய்யப்படுகிறது. இந்த வழிபாடு "வாஸ்து பூஜை"[5] எனும் பெயரில் செய்யப்படுகிறது.

தென்னிந்திய கிராமங்களில் உள்ள அனைத்து வீடுகளிலும் குடும்பத் திருமணங்களை நடத்துவது, தானியங்களைச் சூரிய ஒளியில் காயவைப்பது போன்றவற்றுக்காக திறந்த வெளி முற்றம் என்பது முக்கியமாக இருந்தாக வேண்டும்.

இந்த முற்றத்தில் சூரிய ஒளி நன்கு விழும் ஒரு இடம் பூஜைக்காகத் தேர்ந்தெடுக்கப்பட்டு அழுக்கு நீங்க சுரண்டப்பட்டு சாணி கரைத்த நீரால் கழுவப்படுகிறது. பிறகு எட்டு இதழ்களைக் கொண்ட தாமரை வடிவில் வீட்டுப் பெண்களால் கோலம் போடப்படுகிறது. இக்கோலத்தின் மத்தியில், சம்ஜா மற்றும் சாயா தேவிகள் சமேதராக சூரியனின் அடையாள உருவம் போடப்படுகிறது. சம்ஜாதேவி தெய்வீகக் கட்டிடக் கலைஞரான விஸ்வகர்மாவின் மகள்; சாயாதேவி இவரது அசல் அச்சான மறுஉருவம் கொண்டவள். சூரியனின் இந்த இரு தேவியர் பற்றிய புராணக்கதை பின்வருமாறு:

தனது பதி சூரியனின் பிரகாசத்தைத் தாங்கிக் கொள்ள முடியாத சம்ஜாதேவி, அதற்கான சக்தியைப் பெறுவதற்காக காட்டிற்குத் தவம் செய்யச் சென்றாள். அவ்வாறு செல்லும் போது தனது நிழல் பிம்பத்தை விட்டுச் சென்றாள். இதனையறிந்த சூரியன் சம்ஜாதேவியைத் தேடிக் காட்டிற்குச் சென்றார். செல்லும் வழியில் ஒரு மிக அழகான பெண்குதிரையைக் கண்டு அதன்மீது உடன் மையல் கொண்டார். தன்னை ஒரு குதிரையாக உருமாற்றம் செய்து கொண்டு அதனுடன் புணர்ந்ததன் விளைவாக, ஹிந்து புராணங்களில் கூறப்படும் இரு அஸ்வினி குமாரர்கள் தோன்றினர். இவர்கள் பிரபஞ்சத்தின் முன்னோடி மருத்துவர்களாகப் போற்றப் படுபவர்கள்.

சம்ஜாதேவிக்குப் பிறந்த இரு குழந்தைகளில் மகன் இறப்பிற்கான கடவுளான யமன்; மகள் யமுனா அதே பெயரில் ஓடிக் கொண்டிருக்கும் வளம் சேர்க்கும் நதி.

சாயாதேவிக்கும் ஒரு மகளும், ஒரு மகனும் பிறந்தனர். மகன் சனிக்கிரகமாகவும் மகள் தப்திநதியாகவும் உள்ளனர்.

சம்ஜாதேவி தவமியற்றச் சென்றபோது தனது குழந்தைகள் யமனையும் யமுனாவையும் சாயாதேவி வசம் கவனித்துக் கொள்ளப்படுவதற்காக ஒப்படைத்திருந்தாள். சாயாதேவி அவர்களை முதலில் கனிவுடன் பார்த்துக் கொண்டாலும் தனக்குக்

குழந்தைகள் பிறந்த பின்னர், அவர்களைக் கொடுமைப்படுத்தத் துவங்கினாள்.

சாயாதேவியினால் தனக்கும் தனது சகோதரி யமுனாவிற்கும் காட்டப்பட்ட பாரபட்சத்தைச் சகிக்கமுடியாத யமன் கோபமுற்று தனது இளையதாயாரைக் காலால் எட்டி உதைத்தார். எந்தக் காலால் உதைத்தானோ அது அழுகிப் புழுக்கள் நெளியட்டும் எனச் சாயாதேவி – யமனுக்குச் சாபம் கொடுத்தாள். யமன் உடன் தன் தந்தையிடம் சென்று, தனக்கும் தனது சகோதரிக்கும் இழைக்கப் பட்ட அநீதியை எடுத்துக்கூறி, தான் காலால் உதைத்தது, அதன் விளைவான சாயாதேவியின் சாபம் அனைத்தையும் எடுத்துக் கூறினார்.

பெற்றோர் இட்ட சாபங்கள் எளிதில் அகற்றக்கூடியவை அல்ல என்பதால் சூரியன் சாபத்தின் தாக்கத்தைக் குறைத்து, கால்கள் நிரந்தரமாக அழுகி புழுக்கள் நெளிவது என்பதை புழுக்கள் சதைத்துளிகளுடன் கீழேவிழட்டும் என மாற்றினார்.

யமன் எப்போதும் நீதி பாலிப்பவர்; அத்துடன் யாராயினும் பாரபட்சம் அறவே இன்றி நடத்துபவர் என்பதால் அவர் தர்மராஜா எனும் பெயரைப் பெற்றவர். அவர் உயிர்களின் மரணத்தின் அதிகார தேவதையாக நியமிக்கப்பட்டுள்ளார்; தனது பணியில் எந்தவிதமான பாரபட்சமுமின்றி, தவறிழைத்தவர்கள் அதற்குரிய நியாயமான தண்டனையை அனுபவிக்கச் செய்கிறார்.

இந்த புராணக்கதை மிகவும் ஆழ்ந்த ஆன்மீக உண்மையை உள்ளடக்கிய ஒரு கற்பனையாகக் கருதப்படுகிறது. மில்டனின் "சொர்க்கம் இழக்கப்பட்டது" எனும் படைப்பில் வரும் "பாவமும் மரணமும்" எனும் கற்பனைக் கதை இதற்கொப்பானது எனலாம். உண்மையில் அனைத்து ஹிந்து புராணக்கதைகளும் உண்மை களைத் துல்லியமாக விளக்கும் கற்பனைகளே. இவற்றில் பொதிந்து கிடக்கும் உண்மைகளின் முக்கியவத்துவத்தைப் புரிந்து கொள்ள நாம் ஒவ்வொரு சொல்லையும் ஆழ்ந்து சிந்தித்து அறிய வேண்டும்.

மகர சங்கிரமண புண்ணிய காலத்தில் காவிரி போன்ற புண்ணிய நதிகளில் நீராடுவது மிகவும் நற்பலன்களை அளிக்கும் எனக் கருதப்படுகிறது. தஞ்சாவூர் அருகிலுள்ள திருவடி தாமிரபரணி ஆறு, வேதாரண்யத்தில் உள்ள கடற்கரை ஆகிய வற்றிலும் ஆண்டுதோறும் இந்த புண்ணிய காலத்தில் பெருந் திரளான மக்கள் நீராடி தூய்மையடைகின்றனர்.

கும்பகோணத்தில் உள்ள ஸ்ரீசாரங்கபாணி திருக்கோவிலில் உள்ள பொற்றாமரைக் குளத்தின் கரையில், ஹேமரிஷி என்னும் முனிவர், ஒரு மகர சங்கராந்தியன்று விஷ்ணுவை எண்ணிப் பிரார்த்தித்தாகவும் உடன் ஸ்ரீ சாரங்கபாணிக் கடவுளின் தரிசனம் கிடைத்ததாகவும் கூறப்படுகிறது. மேலும் ஒரு குறிப்பிட்ட சங்கராந்தி தினத்தன்று மதுரை ஸ்ரீ சுந்தரேஸ்வரக் கடவுள், கூடியிருந்த பல ஜனங்களுக்கு முன்பாக ஒரு சித்தராக வந்து, கல்லில் வடிக்கப் பட்டிருந்த ஒரு யானைச் சிலை கரும்பை உண்ணும் அதிசயத்தை நடத்தினாராம்!

சென்னை அருகே திருவள்ளூரில் உள்ள வீரராகவப் பெருமாள் கோவில் விமானத்தின் தெற்குப் பகுதியில் ஒரு விவரம் செதுக்கப் பட்டுள்ளது.[7] அதன்படி சோழ அரசர் குலோத்துங்கர் தனது ஆட்சியின் 5வது ஆண்டில், மகர சங்க ரமணப் பண்டிகைக்காக நிலங்கள் அளித்திருப்பதாகத் தெரிகிறது.

---

1. பி.வி. ஜெகதீச அய்யரின் "தென்னிந்தியக் கோவில்கள்" மற்றும் ஏ.வி.டி அய்யர் சன்ஸ்–ஆல் வெளியிடப்பட்டுள்ள இந்தியக் கட்டிடக்கலை, 1920 பக்கம் 64 புக் I ஐக் காணவும்.
2. மகரம் என்பது முதலை வம்சத்தைச் சேர்ந்த ஒரு நீர்வாழ் உயிரினம். தற்போது இந்த இனமே இல்லாது அழிந்துவிட்டது. ம்ருகா(மான்) எனும் பெயரால் இது அழைக்கப்பட்டிருக்கக் கூடும். உத்திராயணம் மற்றும் தக்ஷிணாயனம் முறையே மான் சங்கராந்தி, நண்டு சங்கராந்தி எனக்குறிப்பிடப்பட்டதாகத் தெரிகிறது.
3. பாலில் வேகவைக்கப்பட்ட அரிசி உணவிற்குப் பொங்கல் என்பது பெயர். பொதுவாக இது வீட்டு முற்றத்தில் தயாரிக்கப்படும். பொங்கு எனும் தமிழ்ச்சொல், பொங்கோதி எனும் தெலுங்குச் சொல் இரண்டுக்கும் கொதிக்கவைப்பது என்பது பொருள்.
4. நெய்கலந்து எள்ளை சங்கராந்தியன்று அக்னியில் இடுவதால் மிகுந்த திருப்தியடையும் சிவபெருமான் மஹா தில தீப விரதம் எனும் பெயர்கொண்ட இவ்விரதத்தை மேற்கொள்பவர்க்கு மிகுந்த வளமையை அருள்கிறார்.

   மகரசங்கராந்தியன்று மஹாவர்த்தி விரதம் எனும் விரதம் சிவனைக் குறித்து மேற்கொள்ளப்படுகிறது. சூரியன் மகரராசியில் பிரவேசிக்கும் போது பசுநெய் கொண்டு பஞ்சத்திரியுடன் கூடிய விளக்கு ஏற்றப் படுகிறது.

சிலர் பசி மற்றும் உடல்நலிவு காரணமாக மரணம் விளையும் ஏற்படும் எனும் பயம் ஏற்படும் போது ஒரு மாதத்திற்கு சிறிதளவு பாலைமட்டுமே உண்டு ஒருமாதம் நோன்பிருக்கின்றனர். இவ்விரதம் மாச உபவாச விரதம் என அழைக்கப்படுகிறது. இவ்விரதத்தை கிருஷ்ணபட்சம் அல்லது சுக்லபட்சத்தின் முதல்நாள் அல்லது 11வது நாளில் இருந்து துவக்கலாம்; அல்லது சூரியன் ஒரு ராசியிலிருந்து மற்றொன்றுக்கு இடம்பெயரும் நாளிலும் துவக்கலாம். முழுமையான பட்டினி காரணமாக மரணம் சம்பவிக்கும் எனும் பயம் ஏற்படும்போது இவ்விரதத்தை மூன்று, ஆறு அல்லது 12 மாதங்களுக்கும் தொடர்ந்து மேற்கொள்ளலாம்.

சங்கராந்தியன்று எண்ணெய் மற்றும் நெய்யால் எரியும் இருவிளக்குகளை ஏற்றி, “சங்கராந்தி விரத தீபோத்யாபனம்” எனும் விரதத்தை மேற்கொள்பவர் தமது இஷ்ட தெய்வமான சிவன் அல்லது விஷ்ணுவை மரணத்திற்குப்பின் அடையலாம் என்பது ஐதீகம்.

5. புதிய வீடு கட்டி கிரகப்பிரவேசம் செய்யும்போது வாஸ்து பூஜை செய்யப்படுகிறது. இது வேதங்கள் மற்றும் மறைநூல்களில் கூறப் பட்டுள்ள பூஜையாகும். இப்பூஜை செய்தபிறகே எந்த ஒரு இல்லமும் வாழத்தகுந்ததாக ஆகும். மகிழ்ச்சியுடன் புதிய இல்லத்தில் வாழ வேண்டுமெனில் வாஸ்து பூஜை செய்யப்படவேண்டும். வாஸ்து என்பவர் ஒரு இல்லத்தில் வாழும் தெய்வமாகக் கொண்டாடப்படுபவர்.

6. மனித இனத்தை ஈர்த்து, அவர்களது நாகரீகவளர்ச்சிக்கும் சமூக பண்பாட்டு வளர்ச்சிக்கும் துணைநிற்பதில் உலகில் உள்ள நதிகள் அனைத்திலும் கங்கைநதியே முக்கியமானது. இந்தியாவின் செல்வத்தில் பெரும்பங்கு கங்கைநதிப் பள்ளத்தாக்கில்தான் உள்ளது. அதன் இருகரைகளிலுமுள்ள பெரும் மரநிழல்களில்தான் மனிதகுலத்தை நெறிப்படுத்திக் கொண்டிருக்கும் மிகவும் போற்றத்தக்க ஒழுக்க முறை நியதிகளும் தத்துவங்களும் அறியப்பட்டன என்பது குறிப்பிடத்தக்கது – இம்பீரியல் கெஸட், பகுதி I பக்கம் 26; ஹிந்து முகம்மதியர்களின் பண்டிகைகள் புத்தகம், பக்கம் 31; ஜான் மர்டோக் 1904. தேவர்கள் எப்போதும் மனிதர்களின் நலனுக்காகவே செயல்புரிகின்றனர். மகரசங் கராந்தி தொடங்கி 6 மாதங்கள் தேவர்களின் பகல் பொழுதாகும். மனிதகுலத்தின் நன்மைக்காக தேவர்களால் வெளிப்படுத்தப்படும் தாக்கங்களைப் பெறுவதற்கு காலைப்பொழுது மிகவும் ஏற்றதாகும். எனவே தான் அதிகாலையில் குளித்து ஜபம் செய்யவேண்டும் என்று ஹிந்து மறைநூல்கள் வலியுறுத்துகின்றன.

7. மதராஸ் பிரசிடென்ஸி அட்மினிஸ்டிரேஷன் புத்தகம் – பகுதி 1, பக்கம் 466, எண் 1193, மற்றும் பகுதி III, மதராஸ் அரசால் 1893ல் வெளியிடப்பட்டது – பார்க்கவும்.

கோ பூஜை (மாட்டுப் பொங்கல்)

சங்கராந்திக்கு அடுத்தநாள் கோ பூஜைக்காக ஒதுக்கப்பட்டுள்ளது. மாடுகளுக்குப் பொங்கலிட்டு உணவு அளிப்பதால் இந்தப் பண்டிகைக்கு மாட்டுப்பொங்கல் எனும் பெயர் உள்ளது. கால்நடைகள் ஒரு விவசாயியின் மிகவும் முக்கியமான சொத்தாக விளங்குவதால் அவற்றின் சேவைகள் உரிய முறையில் அங்கீகரிப்படுவது மிகவும் அவசியமே. அறுவடையில் ஒரு சிறிய பங்கு அவற்றின் உணவு தயாரிப்பதற்காக ஒதுக்கப்படுகிறது. மாட்டுப்பொங்கல் பண்டிகை உருவானதற்கான மிக எளிய விளக்கம் இதுவே.

பொருளில்லார்க்கு இவ்வுலகில்லை என்பது பழமொழி. கால்நடைகளே பண்டைய மக்களின் முக்கியச் செல்வமாக இருந்தது. எனவே விவேகமிக்க முனிவர்கள், பசுக்கள் மற்றும் காளைகளின் வழிபாட்டை ஆண்டிற்கொருமுறையாவது செய்தால் மட்டுமே மனிதர்கள் பாவகாரியங்களில் ஈடுபடாமல் நோயற்ற வாழ்வை திருப்தியுடன் வாழமுடியும் என விதித்திருந்தனர்.

நல்ல வம்ச விருத்திக்கு, புனிதமான விலங்கான பசுவை வழிபடுதல் அவசியம் என்று மறைநூல்கள் கூறுகின்றன. அத்துடன் பால் நமது உணவுகளில் மிகவும் முக்கியமான ஒன்று. எனவேதான் கோ பூஜையை ஆண்டிற்கொருமுறையாவது அனைவரும் செய்ய வேண்டும்.

முற்றும் அறிந்த முனி புங்கவர்களின் பசு வளர்ப்பு பற்றிய நெறிகள், நம்மிடையே இன்று நிலவிவரும் வழக்கங்களிலிருந்து முற்றிலும் மாறுபட்டவை. இன்று ஒரு பசு கறவை வற்றிப்போனால்

அதன் மாமிசத்திற்காக வெட்டிக் கொல்லப்பட்டுவிடுகிறது. ஒரு குதிரை அல்லது நாயின் எஜமானர், அவை மேற்கொண்டு பிரயோஜனப்படாது என்ற நிலை ஏற்பட்டால், நல்லாரோக் கியத்துடன் இருக்கையில் அவற்றால் அனுபவித்த பயன்களை மறந்து கொன்றுவிட ஏற்பாடு செய்கிறார். ஆயின் பண்டைய முனிவர்கள், பசுவின் பால் அதன் கன்றுக்கே உரியது எனவும் நாம் அதனை எடுத்துக் கொள்வது திருடுவதற்குச் சமம் எனவும் கருதினர். அவ்வாறே, எந்த ஒரு மிருகமும் ஒருவருக்கு சிறிது காலத்திற்கே பயன்பட்டது என்றாலும் அதனை, அதன் இறப்பு வரை அன்புடனும் பரிவுடனும் பராமரித்துக் காக்கவேண்டும் என்றும் அவர்கள் கருதினர்.

எவன் அவ்வாறு செய்யவில்லையோ அவன் நன்றிகொன்ற பாவத்திற்கு ஆளாவான். பண்டைய முனிவர்கள் தங்கள் யாகத்தில் விலங்குகளைப் பலியிடவில்லை எனவும், மாறாக அந்த விலங்கு களிடமிருந்து அவற்றின் பூரணசம்மதத்துடன் ஒரு சிறுபகுதி சதையைப் பெற்று யாகம் செய்தனர் எனவும் கூறப்படுகிறது. அத்துடன் முனிவர்கள் தங்களின் தவ¹ வலிமையால், தமது உடல் பகுதியைத் தானம் செய்த விலங்குகள் சிறிது காலத்திற்குள் இழந்த பகுதியைத் திரும்ப அடைந்து உயிர் வாழ்வதையும் உறுதி செய்தனர். முற்கால விவேகிகள் தாவரங்களையும் இவ்வாறே கையாண்டனர். அவர்கள் தாங்கள் அடைய எண்ணும் தாவரங் களின் பகுதிகளை வேண்டி, தாவர வர்க்கத்தின் தெய்வத்தினைக் குறித்து சில குறிப்பிட்ட மந்திரங்களை ஜபித்தனர். அத்தெய்வமும் அவர்களது கோரிக்கையை மகிழ்வுடன் நிறைவேற்றி வைத்தது. கண்வ மகரிஷி, தனது தத்துப்புத்திரி சகுந்தலைக்குப் பரிசுகள் வழங்க எண்ணியபோது, தனது ஆஸ்ரமத்தை சுற்றியிருந்த பல்வேறு மரங்களிடமிருந்து அவற்றை மேற்கூறிய முறையிலேயே பெற்றார் என புராணங்கள் கூறுகின்றன.

எனவே, ஹிந்துக்கள் தங்களுக்கு ஆண்டுமுழுவதும் பல விதங்களில் உதவிய கால்நடைகளுக்கு நன்றி தெரிவிக்கும் வகையில் பூஜைகளைச் செய்வது ஆச்சரியப்படவேண்டிய ஒன்று அல்ல.

பசு முதன்முதலில் எப்படித் தோன்றியது என்பது பற்றிய ஒரு புராணக்கதை உண்டு. பூமியில் முதலில் தோன்றிய மனிதர்கள், தங்கள் உடலின் திசுக்கள் அழிந்துபோவதைப் பார்த்து அதனை ஈடுகட்ட ஏதாவது செய்ய எண்ணினார்கள். உடன் அவர்கள் பிரும்ம தேவனை² அணுகி உதவி கோரினர். தேவலோக

அமிர்தத்தை மனிதர்களால் ஜீரணிக்கமுடியாது என உணர்ந்த பிரும்மா, தானே சிறிது அமிர்தத்தை உண்டு தனது உடலில் அதனை மனிதர்களுக்கு ஏற்றவிதத்தில் மாற்றிக் கொண்டார்.

பின்னர் அவர் ஒரு பசுவின் உருவெடுத்து தனது மடியிலிருந்து பாலாகப் பொழிந்து, தனது குழந்தைகளான மனிதர்களுக்கு உதவினார். இதனால் பசு மனிதர்களைக் காக்கும் தாயும் தந்தையு மாகப் போற்றப்படுகிறது. எனவே பசுவைக் கொடுமைபடுத்துபவர் தனது பெற்றோரைக் கொடுமைப்படுத்தும் பாவத்தைச் செய்ப வனாகிறான்; பசுவை வணங்கி போற்றுபவன் பிரும்மாவையும் அவனது பெற்றோர்களையும் வணங்குபவனாகிறான். பசுவைப் பாதுகாப்பவன் தனது பெற்றோரை அவர்களது முதிய காலத்தில் காப்பாற்றுவான்.

பசுவின் வாயிலிருந்து ஒழுகும் நுரையும் புனிதமானது எனக் கூறும் ஒரு புராணக் கதை பின்வருமாறு உள்ளது.

சிறிதளவு அமிர்தத்தை உண்ட பிறகு பசுவாக உருக்கொண்ட பிரும்மாவின் வாயில் அதிகமாக நுரை ஏற்பட்டு, அது ஒரு சிவலிங்கத்தின் மீது விழ ஆரம்பித்தது. நுரையும் அமிர்தமே எனும் காரணத்தால் சிவன் மிகுந்த திருப்தியடைந்தார். அப்போது முதல் பசுவின் வாயில் வழியும் நுரை அமிர்தத்திற்கொப்பான புனிதமானதாகக் கருதப்படவேண்டும் என விதிக்கப்பட்டுள்ளது. மற்ற விலங்குகளின் வாயில் ஒழுகும் நுரையில் தூய்மைக்கேடு இருக்கையில், பசுவின் வாய்நுரை, நெருப்பு, காற்று மற்றும் தங்கம் போன்று தூய்மையானதாகவும் புனிதமானதாகவும் கருதப் படுகிறது. உண்மையில் பசுவின் ஒவ்வொரு பாகமும் தெய்வீக மானது எனவும் பசுக்கள் மிகவும் கௌரவத்துடன் நடத்தப்பட வேண்டும் எனவும் மறைநூல்கள் நம்மை வலியுறுத்துகின்றன.

பசுவின் முக்கியத்துவத்தைக் குறிக்கும் மற்றுமொரு புராணக் கதை உண்டு. மதுரா நகரில் ஒரு அந்தணர் பஹுலா எனும் பெயருடைய ஒரு பசுவை வைத்திருந்தார். புரட்டாசி மாதத்தின் (செப்டம்பர் – அக்டோபர்) சுக்லபட்சத்தின் 14வது நாளன்று அப்பசு யமுனை நதிக்கரையில் மேய்ந்து கொண்டிருந்தபோது திடீரென அங்கு வந்த புலி ஒன்று அதனை அடித்து உண்ண விரும்பியது.

அப்பசுவிற்கு ஒரு கன்று இருந்தது. அதனை அப்பசு மிகவும் நேசித்தது. எனவே அப்பசு – புலியிடம் தன்னை வீட்டிற்குச் செல்ல அனுமதிக்குமாறும் தனது கன்றுக்கு பாலூட்டிய பின்னர்

திரும்பி வருவதாகவும் வேண்டியது. புலியும் சம்மதித்தது. பசு தனது வீட்டிற்குச் சென்றபோது அந்த புலி ஒரு விபத்து காரணமாக உயிரிழக்க நேரிட்டது. புலியின் ஆன்மா உண்மையில் தனது பழைய பிறவிகளில் பெரும் புண்ணி யத்தைச் சேர்த்துக்கொண்ட ஒரு ஆன்மாவாகும். அதனால் தனது ஊன உடலை விட்டு வெளியேறியதும் அதற்கு உலக நடப்புகளின் காரண காரியங்கள் தெளிவாக விளங்கின பசு. தான் கொடுத்த வாக்கின்படி புலிக்கு இரையாக வந்தபோது புலியின் ஆன்மா அதனை பாதுகாப்பாகத் அதன் கன்றுடன் சென்று வாழும்படிக் கூறியது. அத்துடன் புரட்டாசி மாதத்தின் அந்த குறிப்பிட்ட நாளன்று பசுவைத் தானம் செய்பவர்க்கு அதிக எண்ணிக்கையில் பசுக்கள் கிடைக்கும் என அருள்புரிந்தது.

கோ பூஜை செய்வதற்கு மிகவும் உகந்த இடங்களாக விழுப்புரம் அருகே உள்ள திருவமதூர், திருச்சி மாவட்டத்தைச் சேர்ந்த கரூர், தஞ்சாவூர் மாவட்டத்தைச் சேர்ந்த பட்டீஸ்வரம் மற்றும் ஆவூர் ஆகியவை கருதப்படுகின்றன.

---

1. யோகம் : சமஸ்கிருதத்தில் யுஜ் என்றால் இணைவது என்பது பொருள்
2. பிரும்மா: சமஸ்கிருதத்தில் ப்ருஹ் என்றால் அதிகரிப்பது எனப்பொருள். திருமூர்த்திகளில் முதல்வர். பிரபஞ்சத்தில் படைக்கும் தொழிலைச் செய்பவர்
3. சிவன்: நீதியின் தெய்வம். ரிஷிப வாகனத்தைக் கொண்டவர். இது இனவிருத்தி சக்தியைக் குறிக்கிறது. இத்தெய்வத்தின் நிறமும் காளையின் நிறமும் வெள்ளை, வெண்மை நிறம் சிறிதும் வழுவாத நீதியின் நடுநிலைமையைக் குறிக்கும் நிறம். தொண்டை கருநீலமாகவும், முடி ஜடாமுடியாகவும், மூன்று கண்களை உடையவராகவும், அவற்றில் ஒன்று நெற்றிக் கண்ணாகக் கொண்டவராகவும் அவர் உள்ளார். மூன்று கண்கள் நிகழ்காலம் இறந்தகாலம் மற்றும் எதிர்காலத்தைக் குறிப்பவை. அவர் படைத்தல், அழித்தல் மற்றும் இனவிருத்தி ஆகிய மூன்றுக்கும் அதிபதியாக விளங்குவதை அவரது திரிசூலம் காட்டுகிறது. நெற்றியில் உள்ள பிறைச் சந்திரன், காலத்தை சந்திரனின் நிலைகளால் அளக்கப் படுவதைக் குறிக்கிறது. பாம்புகளை உடலில் சூடிக்கொண்டிருப்பது அவரது பிறப்பில்லா நிரந்தரத்தைக் குறிக்கிறது; மனித சுபாவங்களை, மாலையாகச் சூடியிருப்பது யுகங்கள் தோன்றி மறையும் சுழற்சியையும்

மனித இனம் தோன்றி அழிந்து மீண்டும் தோன்றும் சுழற்சியையும் குறிக்கிறது.

சிவன் அனைத்தையும் உள்வாங்கி அழிக்கும் சக்தி. அழித்தல் என்பது மீண்டும் உருவாக்குவதையும் உண்டாக்கியது; ஏனெனில் ஹிந்துக்கள் மறுபிறவியை நம்புகிறவர்கள். எனவே சிவன் – சங்கரன் எனும் இந்த இனவிருத்தி சக்தி, அழிந்து போகும் உயிர்களை மீண்டும் பிறக்கச் செய்கிறது. இச்சக்தி இனவிருத்தியைக் குறிக்கும் லிங்க அடையாளத்தைக் கொண்டுள்ளது. யோனி அல்லது பெண் இனவிருத்தி அடையாளத்துடன் லிங்கத்தை இணைத்து சிவன் வழிபடப்படுகிறார். எனவே லிங்கம் "மரணத்திலிருந்து உயிர்ப்பு" அல்லது அழிவற்ற உயிர்ப்பைக் குறிக்கிறது. இவையனைத்தும் புராண மற்றும் ஆன்மீக விளக்கங்கள் – எச். எச். வில்சன் பக்கம் 75, 76 ஹிந்து மற்றும் முகம்மதியரின் பண்டிகைகள், ஜான் முர்டொக் 1904.

ரத சப்தமி

தை மாதத்தில் சுக்லபட்சத்தின் 7வது நாளன்று ரதசப்தமி எனும் ஹிந்துப் பண்டிகை கொண்டாடப்படுகிறது. இது சூரியன் மகர ராசியில் இருக்கும் (ஜனவரி - பிப்ரவரி) நாளாகும். இப்பண்டிகை மாகசப்தமி என்று மாதத்தின் சம்ஸ்கிருதப் பெயர் கொண்டும் அழைக்கப்படுகிறது. சப்தமி என்றால் சம்ஸ்கிருதத்தில் ஏழாம் எண்ணைக் குறிக்கும். எனவே மாகசப்தமி என்றால் மாசி மாதத்தில் பௌர்ணமிக்கு பின் வரும் அல்லது அமாவாசைக்குப்[1] பின்வரும் ஏழாவது நாள் என்பது பொதுவான அர்த்தம். மாக சப்தமிப் பண்டிகை அமாவாசைக்குப்பின் (வளர்பிறை) வரும் ஏழாவது நாளன்று அல்லது திதியன்று கொண்டாடப்படுகிறது. சிலர் இதனை ஜயந்திசப்தமி என்றும் மற்றும் சிலர் மஹாசப்தமி என்றும் அழைக்கின்றனர். ஜயந்திசப்தமி என்றால் பௌர்ணமிக்குப்[2] பிந்தைய வெற்றிகரமான ஏழாவது நாள்[3] எனவும் மஹாசப்தமி என்றால் உன்னதமான ஏழாவது நாள் எனவும், பொருள்படும். ஜெயசப்தமியை அனுஷ்டித்தால் செய்யும் அனைத்துக் காரியங்களும் வெற்றியடையும் என்பதால் இந்தப் பெயர் வந்திருக்கலாம்; அவ்வாறே ஓர் ஆண்டில் உள்ள சப்தமிகளி லேயே தலைசிறந்தது எனும் நோக்குடன் மஹாசப்தமி என்று பெயர் ஏற்பட்டிருக்கலாம்.

சூரிய ஒளியை மையமாகக் கொண்ட உலக இயக்கத்தை நம்புவோர், நமது சூரிய குடும்பம் முழுவதற்கும் தேவையான இயக்க சக்தியை அளிக்கும் சக்திமூலமாகச் சூரியனை வணங்கு கின்றனர். கோள்கள் மனிதனின் விதியை நிர்ணயிக்கையில் சூரியன் கோள்களை தன் கட்டுப்பாட்டிற்குள் இயக்குகிறது. எனவே

இந்த சப்தமி தினத்தன்று சூரியனை வழிபடுதல் கோள்களின் அனுக்கிரகத்தைப் பெற்றுத் தரும் எனக் கருதப்படுகிறது.

எனவே பெருவாரியானவர்கள் இச்சப்தமி தினத்தன்று சூரியனை வழிபடுகின்றனர். தஞ்சாவூர் மாவட்டத்தில் திருவிட மருதூர் அருகில் உள்ள சூரியனார்கோவில் சூரிய பகவானுக் கென்றே உள்ள பிரத்யேகமான கோவில், இது இத்தகைய தனிச் சிறப்பு பெற்ற ஒரே கோவில் எனப்படுகிறது.

சிவன் கோவிலில் நந்தியும், விஷ்ணு கோவில்களில் கருடனும் அமைக்கப்பட்டிருப்பது போன்று, சூரியனின் கோவில் கோபுரத் திலும் மூலசந்நிதான வாயிலிலும் குதிரைகளின் சிலைகள் உள்ளன.

காளை அல்லது நந்திதேவர் சிவனின் வாகனம்; விஷ்ணுவின் வாகனம் கருடபகவான். சூரியனுக்கு வானவில்லின் நிறங்களை ஒத்த ஏழுகுதிரைகள் பூட்டிய தேர் வாகனமாகக் கருதப்படுகிறது.

கோவிலின் கர்பகிரகத்தில், நவகிரகத்தைச் சேர்ந்த சூரியனும் வியாழனும் குடி கொண்டுள்ளன. மற்ற ஏழு கிரக தெய்வங்களும் கோயிலின் உட்பிரகாரத்தில் தனித்தனியாகக் குடிகொண்டுள்ளன. சூரியனுக்கு கோவில்கள் சிறிய எண்ணிக்கையிலேயே உள்ளன. அந்த கோவில்களின் விசேஷமான கட்டிட அமைப்புகளும் குறிப்பிடத்தக்கவை. இது, அகிலத்தின் தன்மைபற்றிய புரிதல், உயிரினங்கள் மீதான சூரியனின் தாக்கம் ஆகியவை சாதாரண மனிதர்களால் புரிந்து கொள்ள முடியாதவை என முனிவர்கள் கருதியிருக்கலாம் எனக் காட்டுகிறது.

சூரியனிலிருந்து வரும் ஒளிக்கதிர்களில் ஒவ்வொன்றும் நிறமாலையின் ஏழு நிறங்களாகப் பிரியக்கூடிய தன்மை பெற்றவை.

சூரியனின் கதிர்கள், அகிலத்தில் உள்ள கோள்களால் உள்ளீர்க்கப்பட்டு பல்வேறு நிறக்கதிர் கற்றைகளாக – ஒருகோள் ஒரு நிறம் – என பூமியின் மீது பிரதிபலிக்கச் செய்யப்படுகின்றன. இவ்வுலகில் உள்ள அனைத்து உருவங்களிலும், அவற்றைச் சுற்றி மெல்லிய பொருண்மையால் ஆன நுண்ணிய வலைப்பின்னல் மையங்கள் உள்ளன. கோள்களிலிருந்து வரும் கதிர்கள் இம் மையங்களினூடே செல்லும்போது பிரகாசமான ஒளிவட்டங்கள் ஏற்படுகின்றன. இவற்றில் குறிப்பாக ஒரு நிறக்கற்றையை அந்த உருவம் வெளியிடும்போது அது அந்த நிறமுடையதாகவேத் தெரிகிறது.

இவ்வாறு பல்வேறு நிறங்களின் இணைவு கணக்கிலடங்காத விதங்களில் ஏற்படுவதால்தான் இவ்வுலகில் இத்துணை வித்தியாச மான உருவங்களை நாம் காண்கிறோம். சூரியனார்கோவிலின் அமைப்பு இந்த உவதாகர்ந்த தத்துவத்தை விளக்குவதாக அமைந்துள்ளது.

ரதசப்தமி நாள், விவாஸ்வன் என அறியப்படும் சூரியனின் முதல் சந்ததியான வைவஸ்வத மனுவின் முதல் நாள் எனக் கருதப்படுகிறது. சூரியகுடும்ப அமைப்பில் ஆன்மாக்களின் வளர்ச்சிக்கு மனுவே பொறுப்பானவர் எனக்கூறப்படுகிறது.

எருக்கஞ்செடியின் இலைகளைத் தலையில் வைத்துக்கொண்டு மனிதர்கள் நதிகளில் நீராடும் விசித்திரமான பழக்கம் பற்றி பரிசீலிப்போம். இச்செடி சிதைவுறுதலைக் (அழிவை) குறிப்பதாக நம்பப்படுகிறது. ஓரவஞ்சனை செய்யும் ஒரு நீதிபதியின் வீடும், பொய்சாட்சி சொல்பவரின் வீடும் சுடுகாடுகளும் இச்செடிகள் நிறைந்தவையாக ஆவது விதிக்கப்பட்டுள்ளது என ஒரு முதுமொழி கூறுகிறது. எருக்கம்பூக்கள் அழிவின் தெய்வமாகிய சிவனுக்குப்பிரியமானவை எனவும் நம்பப்படுகிறது. அப்படியிருக் கையில் எருக்கம் இலைகளை ஏன் தலையில் வைத்துக்கொண்டு நீராடுகிறார்கள்? தக்கவிதத்தில் புரிந்துகொண்டால் இதன் பொருள் எளிமையானதாகும். பூமியில் உள்ளவற்றின் மீது ஏற்படும் கோள்களின் தாக்கங்கள் காரணமாக தாவரங்களும் உயிரினங்களும் தொடர்ந்து மாறுதல்களுக்கு உட்படுகின்றன. மனிதர்கள், விலங்குகள் மற்றும் தாவரங்களில் மாறுதல்கள் ஏற்படுவதை உன்னிப்பாகக் கவனிப்போரே அதை காணமுடியும். ஹிந்து மருத்துவர்களின் மருத்துவகுணங்கள் பற்றிய நூல்களில், மருந்துகளைக் தயாரிக்க உதவும் மூலிகைகளை, குறிப்பிட்ட நாட்களில் குறிப்பிட்ட நேரங்களில் செடிகொடிகளிலிருந்து சேகரித்தால் மட்டுமே அவை உரிய பலன்களை அளிக்கும் எனக்கூறப்பட்டுள்ளது. உதாரணமாக அவுரிச்செடிகளிலிருந்து (இண்டிகோ தாவரம்) நிறப்பொருளை பிரித்தெடுக்க, விவசாயிகள் குறிப்பிட்ட வாரங்களில் மட்டுமே அச்செடிகளின் இலைகளைப் பறிப்பார்கள். இவ்வாறே ஓணான்களின் வால்பகுதியில் மிகவும் அற்புதமான மந்திரசக்திகள் ஞாயிற்றுகிழமைகளில் மாத்திரம் வருவதாக நம்பப்படுகிறது. அந்நாளில் அவற்றின் வால்நுனிகளை வெட்டியெடுத்து, தங்கத்தாயத்துகளில் அடைத்து குழந்தைகளின் கழுத்தில் கட்டுவதால், குழந்தைகளுக்கு துர்தேவதைகளின் தாக்கம் ஏற்படாது எனப்படுகிறது.

இவ்வாறான நம்பிக்கைகளின் பின்னணியில் பார்க்கையில், எருக்கம் இலைகளில் அற்புத சக்தி உள்ளது எனவும் அதனைத் தலையில் வைத்துக்கொண்டு குளிப்பது மிக்க பலனை அளிக்கும் எனவும் நம்புவதைப்பற்றி ஆச்சரியப்பட ஒன்றுமில்லை.

பௌதிகப் பொருட்கள் அனைத்தையும் சூரியனின் ஒளியும், வெப்பமும், மின்சக்தியும், காந்த சக்தியும் சிறிது சிறிதாக ஆனால் கண்டிப்பாக அழித்துவிடுகின்றன. அதேபோல் சிவன் ஆசை, மோகம், பொறாமை, கோபம் போன்ற எதிர்மறை உணர்வுகளை அழித்துவிடுகிறார். மனித ஆசைகளுக்குக் கோள்களின் தாக்கங்களே காரணமாகக் கூறப்படுகிறது. இவை சூரியனின் தக்ஷிணாயன பிரயாணகாலத்தில் மிகவும் உச்சத்தில் உள்ளன. ரத சப்தமி நாள் சூரியன் வடதிசை நோக்கி நகர ஆரம்பிக்கும் முதல்நாள். எனவே கோள்களின் சக்திகள் அன்று முடக்கப்பட்டுவிடுகின்றன போலும்; மனிதர்கள் சூரியக்கதிர்களின் அனுகூலமான சக்தியை எளிதில் உணர்வதும் சாத்தியமாகிறது – முந்தைய நாட்களில் சாதாரணமக்களால் மிகுந்த மனவலிமையுடன் மட்டுமே கோள்களின் பிரதிகூலமான சக்திகள் தம்மைத் தாக்காதவாறு காத்துக்கொள்ள முடியும். எனவே எருக்க இலைகளை தலையில் வைத்து நீராடுவதன்மூலம், தங்களது பாவங்களையும் கெட்ட ஆசைகளையும் அறவே கழுவிக்களைவதாகக் கொள்ளப்படுகிறது.

ரத சப்தமி நாள் ஞாயிற்றுக்கிழமைகளிலோ அல்லது சந்திரன் ரோஹிணி நட்சத்திரத்தில் பிரவேசிக்கும் நாளிலோ வந்தால் விசேஷமாகக் கருதப்படுகிறது. மேலும் சூரியன் ஹஸ்தநட்சத்திரத்தில் பிரவேசிக்கும்போது சிவனின் தேவியாகிய கௌரி, யானைவாகனத்தின் மீது அமர்ந்திருப்பதாக கற்பித்துக்கொண்டு பூஜித்தால், பீடித்திருக்கும் கொடிய நோய்கள் குணமடையும், அகாலமரணம் சம்பவிக்காமல் பாதுகாப்பு கிடைக்கும் என நம்பப்படுகிறது.

ஒளி என்பது அறிவைக்குறிக்கும்; அந்த ஒளியின் மூலாதாரமான சூரியன் அனைத்து அறிவுகளின் ஆதாரம். துவக்கத்தில் இருள் மண்டியிருந்தபோது அறிவு என்பதே இல்லாத நிலையில் ஜீவன்கள் இருளில் அல்லது அறியாமையில் மூழ்கிக்கிடந்தன. பின்னர் வலிமைமிக்க ஈஸ்வரன் சூரியனை உருவாக்கி உலகை ஒளியடையச் செய்தார். இந்த நாளே பின்னர் ரத சப்தமி தினமாகக் கொண்டாடப்படுகிறது.

திருச்சி மாவட்டத்தில் கங்கைகொண்ட சோழபுரம் எனும் இடத்தில், ஒற்றைக்கல்லில் செதுக்கப்பட்ட தேரில், சூரியன் தாமரை

வடிவில் உச்சிபகுதியிலும் கோள்கள் தேரின் மற்ற பகுதிகளிலும் அமைக்கப்பட்டுள்ளன.

தஞ்சை மாவட்டத்தில் திருத்தெங்கூர் மற்றும் சென்னை அருகே உள்ள திருவள்ளம் ஆகிய இடங்களில், கோள்களைத் தமது கட்டுப்பாட்டிற்குள் வைத்திருக்கும் தெய்வங்கள் மனிதர்களின் கண்களுக்குச் சூரியனாகத் தெரிகின்ற சிவனை வழிபட்டதாகக் கூறப்படுகிறது.

மாக மாதத்தில் (தை) முதல் நாளிலிருந்து அல்லது வளர்பிறையின் ஏழாவது நாளிலிருந்து தினசரி காலை வேளையில் சூரியனை வழிபடுதல், நித்ய தன்யவிரதம் என அழைக்கப்படுகிறது.

இம்மாதத்தில் தினசரி ஒரு பிடி அரிசி எடுத்து வைக்கப்பட்டு, மாத இறுதியில் சேர்ந்ததை எழைகளுக்குத்தானமாக அளிக்கப்படுகிறது.

இளமை மாறாமல் இருக்க பாலநித்ய விரதம் என்பது அனுஷ்டிக்கப்படுகிறது. தினசரி காலை ஆறுமுறை கைநிறைய நீரை அர்க்யமாக விட்டு ஆறுமுறை சூரிய நமஸ்காரம் செய்வதே இந்த விரதத்தின் செயல்பாடு.

வறுமை மற்றும் தேவைகள் ஏற்படாமல் பாதுகாத்துக்கொள்ள, இம்மாதத்தின் வளர்பிறை காலத்தின் கடைசி ஞாயிறுதொடங்கி தனபால விரதம் அனுஷ்டிக்கப்படுகிறது.

நகரொன்றில்[5] ஒரு ஏழை அந்தணர் வசித்து வந்தார். அவர், அக்னி வளர்த்துத் தான் செய்யும் தினசரி பூஜைக்குத் தேவையான தர்பை[6] மற்றும் சமித்துகளைச் சேகரிக்க காட்டிற்குள் செல்வது வழக்கம். ஒருநாள் அவர் காட்டில் சில தேவதைகள் பூஜை செய்து கொண்டிருப்பதைக் கண்டார். அவற்றிடம் அந்த பூஜையைப் பற்றி கூறுமாறு கேட்டுக்கொண்டார். அவை கூறியது, ச்ரவண மாதத்தின் (ஜீலை – ஆகஸ்ட்) முதல் ஞாயிறுகாலை ஏதும் பேசாமல் படுக்கையிலிருந்து எழவேண்டும்; இரவு உடைகளுடனேயே குளிக்க வேண்டும்; குளித்தபின் ஒரு சொம்பில் நீரை எடுத்துக்கொண்டு அதைத்தரையில் வைக்காமல் கொண்டு வரவேண்டும்; ஒரு வெற்றிலையில் சிவப்பு சந்தனம் கொண்டு சூரியனின் உருவத்தை வரைய வேண்டும்; ஆறு சுற்றுகளைக் கொண்ட ஒரு வளைவை வரைய வேண்டும்; ஆறு நூல்களைக் கொண்ட ஒரு முறுக்குக்கயிறை எடுத்துக்கொள்ளவேண்டும்; அதில் ஆறு முடிச்சுகளைப் போட வேண்டும்; வெற்றிலைகளையும் பூக்களையும் அந்த உருவத்திற்குப்படைத்து பூஜிக்க

வேண்டும். கடைசியாக ஒரு சுமங்கலிப் பெண்ணுக்கு அறுசுவை உணவளித்து புடவை முதலிய உடைகளும் பணமும் அளிக்க வேண்டும். அந்தணர் மேற்கூறியவாறு தானும் பூஜை செய்தார். சூரிய பகவான் மிகுந்த திருப்தியுற்றார்; அந்தணர் பெரும் செல்வந்தரானார். இப்படியிருக்கையில் அந்தப்பிரதேசத்து ராணி இவரை அரண்மனைக்கு அழைத்தாள். அப்பாவி அந்தணர் பயத்தால் நடுங்கினார். அரசி பயப்படுவதற்கு ஒன்றுமில்லை என அவரைச் சமாதானப்படுத்தினாள். பின் அவரிடம் அவரது பெண்களை இளவரசருக்கும் மந்திரியின் குமாரருக்கும் மண முடித்துத் தருமாறு கேட்டார். அந்தணரும் அவ்வாறே செய்தார். திருமணங்கள் முடிந்த பின்னர் அந்தணர் தனிமையை நாடிச் சென்றுவிட்டார். பன்னிரண்டு ஆண்டுகளுக்குப்பின் தமது மகள்களைக் காணும் எண்ணத்துடன் நகரத்திற்கு வந்தார். அவரது மூத்த மகள் இடைப்பட்ட காலத்தில் அந்த நாட்டின் அரசியாயிருப்பதைக் கண்டார். அவள் தன் தகப்பனாருக்கு சிற்றுண்டிகளை அளித்து உபசரித்தாள். ஆயின் அவர் சூரிய பூஜை செய்ய வேண்டியிருந்ததால் அவற்றை ஏற்கவில்லை, அரசி தனக்கு அவர் கூறும் சூரியகதையைக் கேட்க நேரமில்லை எனவும், வேட்டைக்குச் செல்லத் தயாராகிக் கொண்டிருக்கும் கணவனை வழி அனுப்பவேண்டும் எனவும் கூறினாள். அந்தணர் உடன் அங்கிருந்து கிளம்பி தனது இளையமகள் வீட்டிற்குச் சென்றார். அவளும் அவரை நன்கு வரவேற்றாள். அவள் தந்தையின் கதையை கவனத்துடன் கேட்டறிந்து தானும் சூரிய வழிபாட்டை மேற்கொண்டு பல நற்பேறுகளை அடைந்தாள். ஆயின் வேட்டைக்குச் சென்ற முதல்மகளின் கணவன் காட்டில் வழிதவறி அலைந்தான். இதனால் துயரமுற்ற ராணி கொஞ்சம் கொஞ்சமாக அனைத்தையும் இழந்து வறுமையில் அவதிப்பட்டாள். அவளுக்கு நான்கு மகன்கள் இருந்தனர். ஸ்ரவண மாதத்தில் ஒரு குறிப்பிட்ட ஞாயிற்றுக்கிழமை அவள் தனது மூத்த மகனை தன் தங்கையிடம் உதவி கோரி அனுப்பினாள். அவனை அன்புடன் வரவேற்ற அவனது சித்தி, ஒரு சுரைக்காயில் தங்கக்காசுகளையும் நகைகளையும் இட்டு நிரப்பி அவனிடம் அளித்தாள். அவன் வீடுதிரும்பும் வழியில் தோட்டக்கார வேஷத்தில் வந்த சூரியன் சுரைக்காயைப் பிடுங்கிக் கொண்டு போய்விட்டார். அவன் ஏமாற்றத்துடன் விடு திரும்பினான்.

இரண்டாவது ஞாயிற்றுக்கிழமை மாஜிஅரசி தனது இரண்டாவது மகனை தனது தங்கையிடம் அனுப்பினாள்.

அவனையும் அன்புடன் வரவேற்றவள், ஒரு மரக் குழாயினுள் நிறைய தங்கக் காசுகளையும் நகைகளையும் இட்டுக் கொடுத்தாள். மாடுமேய்ப்பவர் வேடத்தில் வந்த சூரியன், இரண்டாவது மகனையும் வழிமறித்து மரக்குழாயைப் பிடுங்கிச் சென்றுவிட்டார். மாஜிஅரசி மூன்றாவது ஞாயிறன்று மீண்டும் மூன்றாவது மகனை அனுப்பினாள். அவனிடம் அவனது சித்தி, உட்புறம் அகழ்ந்து எடுக்கப்பட்ட ஒரு தேங்காயினுள் இரத்தினங்களைப் போட்டுக் கொடுத்து, வீட்டைச் சென்றடையும் வரை அதனைத் தன்னுடனேயே வைத்திருக்க வேண்டுமென வலியுறுத்திக் கூறினாள். ஆயின் சூரியனின் தாக்கத்தால் மிகுந்த தாகம் ஏற்பட்டதால் அவன் அதனை ஒரு கிணற்றின் கைப்பிடிச்சுவர் மீது வைத்து, கிணற்றுநீரை எடுக்க முயன்றான். அந்தத் தேங்காய் உருண்டு சென்று கிணற்றில் விழுந்து நீரில் மறைந்தது. இவ்வாறே நான்காவது ஞாயிறன்று வந்த நான்காவது மகன் தனக்களிக்கப் பட்ட உணவை கழுகிடம் பறிகொடுத்தான். இறுதியாக கடைசி ஞாயிறன்று ராணி தானே புறப்பட்டுச் சென்றாள். அவளது தங்கை அவளை அன்புடன் வரவேற்று, அவளுக்கு நேர்ந்துவரும் துன்பங்களுக்குக் காரணம் அவள் சூரிய வழிபாட்டைச் செய்யாமல் அலட்சியப்படுத்தியதுதான் என எடுத்துரைத்தாள். அக்காவும் தனது தவறுக்கு வருந்தி உடன் சூரிய வழிபாட்டைச் செய்யத் துவங்கினாள். சூரியன் திருப்தியுற்றதால், அதிர்ஷ்டம் அவளை நோக்கி மீண்டும் வர ஆரம்பித்தது. காட்டில் காணாமல் போன அவளது கணவர் மீண்டும் திரும்பி வந்து அரசாட்சிப் பொறுப்பேற்றார். தங்கைக்கு நன்றி கூறி தனது அரண்மனை நோக்கித் திரும்பும்போது முதல் தங்குமிடத்தில் அவள் சூரிய பூஜை செய்து தனது கதையைக் கேட்க ஒருவரை அழைத்து வருமாறு தனது பணியாளர்களிடம் கூறினாள். ஒரு ஏழை விறகு வியாபாரியை அவர்கள் கூட்டி வந்தனர். அவன் தனக்குக் கதை கேட்க நேரமில்லை எனவும் பணம் சம்பாதிக்கப் போகவேண்டும் எனவும் கூறினான். அரசி ஆறு முத்துக்களை எடுத்து, மூன்றை அவனிடம் கொடுத்தாள்; மீதமுள்ள மூன்றை தன் கையில் வைத்துக்கொண்டு அவனைக் கதையைக் கேட்கச் செய்தாள். உடன் அவனது விறகு கட்டைகள் தங்கமாக மாறின! அந்த வியாபாரியும் தானும் சூரிய பூஜை செய்வதாகச் சத்தியம் செய்துவிட்டுச் சென்றான். அரண்மனைக்குச் செல்லும் வழியில் இரண்டாவதாக ஓரிடத்தில் அரசி தங்கினாள். அங்கு அவளிடம் கதைக் கேட்க ஒரு தோட்டக்காரன் அழைத்துவரப்பட்டான். அவனுக்கும் மூன்று முத்துக்களை அளித்து தான் கூறிய

கதையைக் கேட்கச் செய்தாள். என்னே ஆச்சரியம், வற்றி வறண்டிருந்த அவனது கிணறு நீரால் நிரம்பியது; அவனது தோட்டமும் செழுமையானது. மூன்றவதாகத் தங்கிய இடத்தில் வருத்தமாக இருந்த ஒரு கிழவி அழைத்து வரப்பட்டாள். அவளுக்கும் மூன்று முத்துக்களைக் கொடுத்து கதையைக் கூறி, சூரிய வழிபாட்டைச் செய்யும்படிக் கூறினாள். அதன் விளைவாக கிழவியின் நீரில் மூழ்கி இறந்த மகனும் பாம்பால் விழுங்கப்பட்ட மகனும், காட்டில் காணாமல் போன மகனும் உயிருடன் மீண்டு வந்தனர். கிழவி மகிழ்ச்சியும் வளமையும் அடைந்தாள். அரசி நான்காவதாகத் தங்கிய இடத்தில், தனது கைகால்களை இழந்த ஒருவன் கொண்டுவரப்பட்டான். அரசி அவன் மார்பின் மீது மூன்று முத்துக்களை வைத்து சூரிய வழிபாட்டுக் கதையைக் கூறினாள். முடமாயிருந்த அவன் தனது கைகால்களைத் திரும்பப் பெற்றான். அரசி பெருமகிழ்ச்சியடைந்து தொடர்ந்து தவறாமல் சூரிய பூஜையை பக்தி சிரத்தையுடன் செய்து வந்தாள்.

---

1. அமாவாசை அன்று சந்திரன் மற்றும் சூரியனின் தீர்க்க ரேகைகள் சமமாக இருக்கும். (அமாவாசை என்றால் ஒன்றாக இருப்பது எனப் பொருள்).
2. பௌர்ணமி அன்று சந்திரன் சூரியனிலிருந்து அதிகபட்ச தூரத்தில் இருக்கும்.
3. இந்நாளில் சந்திரனுக்கும் சூரியனுக்கும் இடையே உள்ள தூரம் 12 டிகிரி அளவு அதிகமாகிறது. அதாவது அமாவாசைக்குப் பின் கிழக்குமுகமாக சந்திரன் 12 டிகிரி சூரியனை விட்டு விலகிச் செல்கிறது – இந்திய கால அட்டவணை – சிவில் – பாலகிருஷ்ண தீக்ஷித், 1896.
4. சமஸ்கிருதத்தில் "அர்க்கா" என்றால் ஆப்பு (Wedge) போன்ற வடிவத்தில், மேற்புறம் மென்மையானதாகவும் அடிப்புறம் கம்பளி போன்றதாகவும் உள்ள, வருடம் முழுவதும் கிடைக்கும் இலை. பல்வலிக்கு இதன் சாறை உப்புடன் கலந்து கொடுக்கலாம்; இதன் மொட்டுக்களின் சாரு காதுவலிக்கு உகந்தது; வயிற்றுவலிக்கு இந்த இலைகளைக் காய்ச்சி எண்ணை தடவி வயிற்றின் மீது போடுவது நல்லது. பக்கங்கள் 1032 – 10 மதராஸ் பிரசிடென்சி அட்மினிஸ்டிரேஷன் மானுவல், பகுதி VIII மதராஸ் அரசு 1893.

எருக்கம் செடி இந்தியாவில் எங்கும் உள்ளது; இது தானாகவே குப்பை மேடுகளில் நன்கு வளர்கிறது; இதன் பூக்கள் வெளிறிய நீலநிறத்துடன் உள்ளன; வெள்ளை நிற பூக்களும் உண்டு; இவை வினாயகர் பூஜையில் பயன்படுத்தப்படுகின்றன. சமீப காலமாக இது மருத்துவ முக்கியத்துவம் பெற்று வருகிறது. இலைகளைக் கிள்ளினால் வரும் அடர்த்தியான வெண்மைநிற திரவம் பழங்குடியினரால் மருந்தாகப் பயன்படுத்தப்பட்டு வருகிறது. இச்செடி வலிப்பு, முடக்குவாதம், விஷக்கடிகள், வயிற்றுப்பூச்சி போன்றவற்றுக்கு மருந்தாகப் பயன்படுத்தப்படுகிறது. தொழுநோய்க்கும் உற்ற மருந்தாக உள்ளது. மலமிளக்கியாகவும் பயன்படுத்தப்படுகிறது. இதன் வெண்மை நிற திரவத்திற்கு ஒரு விசேஷ குணம் உண்டு; அது வெப்பத்தால் கெட்டிப் பட்டு மீண்டும் குளிர்வித்தால் திரவமாகும். இதை கண்டுபிடித்த எடின்பரோவைச் சேர்ந்த டாக்டர். டங்கன், இந்த முறையை "முடாரைன்" என்று அழைக்கிறார். இதன் வேர்ப்பகுதி வெடி மருந்து தயாரிப்பில் பயன்படுத்தப்படுகிறது – பக்கம் 120, மரங்கள் செடிகொடிகள் கையேடு, ஹிக்கின் பாதம்ஸ் – 1866.

5. பக்கம் 14 ஹிந்து விடுமுறை நாட்கள் மற்றும் கொண்டாட்டங்கள், குப்தே, தாக்கர் ஸ்பிங்க் கம்பெனி 1919.
6. எருக்கு அனைத்தையும் சுத்திகரிக்கிறது என்பது நம்பிக்கை. "ஹிந்து மற்றும் முகம்மதியர்களின் விருந்துகளும், விடுமுறை தினங்களும்" புத்தகத்தில் 27ஆம் பக்கக் குறிப்பைக் காண்க.
7. வேட்டையாடுதல் – ஒரு சாகச விளையாட்டு
8. குகுர்பிடா மாக்ளிமா எனும் தாவரவியல் பெயர் கொண்ட சுரைக்காய்.

தைப்பூசம்

தைமாதம் (ஜனவரி – பிப்ரவரி) புஷ்ய நட்சத்திர தினத்தன்று தைப்பூசம் எனப்படும் ஹிந்து பண்டிகை கொண்டாடப்படுகிறது. பொதுவாக இந்நாள் பௌர்ணமி தினத்தன்று வருவது வழக்கம். புஷ்ய நட்சத்திரத்திற்குரிய தெய்வம் பிருஹஸ்பதி அல்லது குரு கிரகம் எனப்படுகிறது. பிருஹஸ்பதியை தெய்வங்களின் குருவாகவும் நவக்ரகங்களில் முக்கியமானவராகவும் ஹிந்துக்கள் கருதுவதாலும், அவரை விவேகத்தின் அடையாளமாகக் கருதுவதாலும் புஷ்ய நட்சத்திர பூஜை விசேஷபலன்களை அளிக்கும் என நம்பப்படுகிறது. இத்தினத்தில் புனித நதி நீராடுதல் பல புண்ணிய பலன்களை அளிக்கும் எனக் கருதப்படுவதால், குறிப்பாக பெரும்திரளான மக்கள் அருகிலுள்ள நதிக்குச் சென்று நீராடுவதை வழக்கமாகக் கொண்டுள்ளனர்.

தஞ்சை மாவட்டத்தில் உள்ள திருவிடைமருதூர் எனும் ஊர், இப்பண்டிகை கொண்டாடப்படும் முக்கியமான இடங்களில் ஒன்று. இது தொடர்பான புராணக்கதை பின்வருமாறு உள்ளது.

தற்போது நடந்து கொண்டிருக்கும் கலியுகம் துவங்குவதற்கு முன்பு, அதாவது த்வாபர யுகத்தின் முடிவில் ஹம்ஸ த்வஜன் (அன்னத்தின் உருவத்தைக் கொண்ட கொடியை உடையவன்) எனும் சோழ மன்னர் ஒருவர் இருந்தார். ஆன்மீகச் சிந்தனைகளைக் கொண்டவராக விளங்கிய அவர் காசி, கயா போன்ற புனிதத் தலங்களுக்கு யாத்திரை செல்ல விரும்பினார். ஆயின் அரச கடமைகள் அவரது பயணத்திற்குத் தடையாக இருந்தன.

மகான்களால் உருவாக்கப்பட்ட ஹிந்து சாஸ்திரங்களிலிருந்து, தனக்கு பதிலாக நற்குணங்களை உடைய ஒரு அந்தணரை புனித

யாத்திரையை மேற்கொள்ளும்படிச் செய்தால், தானே சென்ற பலன்கள் கிடைக்கும் என்று மன்னர் அறிந்துகொண்டார். உடன் ஒரு அந்தணரைத் தேர்ந்தெடுத்து யாத்திரை செல்லுமாறு வேண்டி, அதற்காக அவருக்குத் தக்க சன்மானங்கள் அளிப்பதாகக் கூறினார். அதுமட்டுமின்றி அந்தணர் இல்லாத சமயத்தில் அவரது குடும்பத்தாரைத் தக்கபடி கவனித்துக் கொள்வதாகவும் உறுதியளித்தார்.

அந்தணரும் அரசனின் வேண்டுகோளை ஏற்று நல்லநேரம் பார்த்து அனைவரின் வாழ்த்துக்களையும் பெற்று யாத்திரை சென்றார். அரசன் தான் அளித்த வாக்குறுதிப்படி நடந்து கொண்டான். எந்தவித சிக்கலுமின்றிச் சிலகாலம் சென்றன. ஒருநாள் இரவு வழக்கபடி அரசன் மாறுவேடத்தில், தன்னாட்சி பற்றிய மக்களின் கருத்துக்களை அறிய, நகர் வலம் வந்தான். அப்போது அந்தணரின் வீட்டருகே வந்த அரசன் வீட்டினுள் நடப்பதை அறிய விரும்பி ஜன்னல் வழியே நோக்கினான். அந்தணரின் மனைவி ஒருவரது அணைப்பில் இருந்ததைக் கண்டு வியப்பும் கோபமும் கொண்டான். அந்த நபர், அவளது கணவராயிருக்கலாம் என எண்ணாமல், அவளது ஆசைநாயகன் என அரசன் எண்ணினான்.

இத்தகைய சந்தர்ப்பத்தில் அந்தணர் என்ன செய்திருப்பாரோ அதைச் செய்தாக வேண்டிய நிலையில் அரசன் இருந்தான். கோபமும் பொறாமையும் காரணமாக அந்தணர் தனது மனைவி யையும் அவளது ஆசைக் காதலனையும் கொன்றிருப்பார். ஆயினும் அந்தணரிடம் அவரது மனைவிக்கு வாக்களித்தபடி பத்திரமாக ஒப்படைக்க வேண்டும். அவளுக்குரிய தண்டனையை அந்தணரே அளித்துக் கொள்ளட்டும் என அரசன் முடிவு செய்தான். எப்படியாயினும் அந்த ஆசைநாயகன் தண்டனையிலிருந்து தப்பக்கூடாது. இவ்வாறு தனக்குத்தானே வாதித்து முடிவு செய்த அரசன், வீட்டினுள் அவசரமாகப் பிரவேசித்து அவனை வாளால் வெட்டிக் கொன்றுவிட்டான். அப்படி கொல்லப்பட்டவன், யாத்திரைச் சென்ற பின்நாளில் தெரியவந்தப் பின்.

கோபத்தால் ஏற்பட்ட அவசர முடிவு காரணமாகத் தானிழைத்த தவறை உணர்ந்த அரசன், கண்ணீர் விட்டழுது அந்தணரின் விதவையாகிப்போன மனைவியைச் சமாதானப்படுத்த முயன்றான்.

என்னதான் செய்தாலும் தன்பொருட்டு புனிதயாத்திரை செய்த அந்தணரைக் கொன்ற பாவம் அரசனை சும்மாவிடாது.

இறந்த அந்தணரின் ஆவி அரசனை எப்போதும் ஆட்டி அலைக் கழித்தது. அரசன் அங்கும் இங்கும் கால்போனபடி அலைந்தாலும் அவனால் அந்த ஆவியிட மிருந்து விடுபடமுடியவில்லை. கடைசியாக அரசன் பார்கவ முனிவரைச் சந்தித்து அவரது ஆலோசனையை வேண்டினான். அவரது அறிவுரைப்படி பல புண்ணியஸ்தலங்களுக்கு யாத்திரை செய்த அரசன் ஒருநாள் திருவிடைமருதூருக்கு வந்து சேர்ந்தான். அங்கிருந்த கோவிலின் உள்ளிருந்த சித்த தீர்த்தம் என்றழைக்கப் பட்ட கிணற்றில் நீராடி கோவிலினுள் பிரவேசித்தான். கோவிலின் இரண்டாவது பிரகாரத்தைத் தாண்டி உள்ளே நுழையும்போது அரசன் தன்னைப் பிடித்திருந்த ஆவி நீங்கி விட்டதை உணர்ந்தான். இறைவனை வழிபட்ட அரசன் மிகுந்த மகிழ்ச்சியடைந்தான். தைப்பூச தினத்தன்று தான் ஆவியிடமிருந்து விடுதலை பெற்றதால் அக்கோவிலில் தைப்பூசத்தை ஒரு திருநாளாக ஆண்டுதோறும் கொண்டாடும் வகையில் பெரும் பொன்னையும் பொருளையும் அளித்தான்.

இதைத்தவிர திருவிடைமருதூரில் தைப்பூசம் கொண்டாடுவதன் சிறப்பைக் குறித்து மற்றொரு கதையும் உண்டு.

ஒரு சமயம் மதுரையை வரகுண பாண்டியன் என்ற மன்னன் ஆண்டு வந்தான். ஒருநாள் அரசன் குதிரையில் சென்றுகொண் டிருந்தபோது, தவறுதலாக குதிரைக் குளம்புகளால் நசுக்கப்பட்டு ஒரு அந்தணர் இறக்க நேரிட்டது; இதனால் மன்னன் ஓர் அந்தணரைக் கொன்ற பாபத்திற்கு ஆளானான். இறந்த அந்தணரது ஆவி அரசனைப் பற்றிக் கொண்டது. அரசன் பாபவிமோசனம் பெறுவதோடு தன்னை சதா ஆட்டிப்படைக்கும் ஆவியிலிருந்து விடுவித்துக் கொள்ளவும் விரும்பினான். புனிதத் தலமான மதுரையில் இதை அடையமுடியாமல், பல்வேறு புனிதத் தலங்களிலும் முயன்று அரசன் பலனின்றித் தவித்தான்.

ஒருநாள் இரவு, மதுரைக் கோவிலில் குடிகொண்டுள்ள ஸ்ரீ சுந்தரேஸ்வரர் அரசரின் கனவில் தோன்றி திருவிடைமருதூர் சென்று அங்குள்ள கோவிலில் வழிபட்டால் அவன் படும் துயர் நீங்கும் என அருளினார். ஆயின் அத்தலம் சோழ அரசனின் ஆளுகைக்குள் இருந்ததால், பாண்டிய அரசன் மற்றொரு அரசின் எல்லைக்குள் சென்று அவனது தயவை நாடுவதை விரும்ப வில்லை. இவ்வாறு அரசன் குழம்பிய மனநிலையுடன் இருக்கையில், பாண்டிய அரசர்களின் நலனருளும் சுந்தரேஸ்வரக் கடவுள் அவனுக்குத் துணைபுரிய திருவுளம் கொண்டார். மீண்டும்

அவனது கனவில் தோனறி, சோழ அரசன் பாண்டிய நாட்டின் மீது படையெடுத்து வருவான் எனவும் யுத்தத்தில் தோல்வி யடைவான் எனவும் கூறினார். அத்துடன் சோழ அரசன் புறமுதுகிட்டு ஓடும்போது அவனைத் துரத்திச் செல்கையில் திருவிடைமருதூருக்குச் செல்லும் வாய்ப்புகிடைக்கும் எனவும் கூறினார்.

இறைவன் கனவில் கூறியது அனைத்தும் நடந்தன. பாண்டிய அரசன் திருவிடைமருதூர் கோயிலுக்குள் சென்றான். அவன் இரண்டாவது பிரகாரத்தினுள் நுழையும்போது அந்தணரின் ஆவி அரசனுடன் உள்ளே நுழைய முடியாமல் அவனைவிட்டு விலகிச் சென்றது.

அரசன் மிகவும் நிம்மதியடைந்து இறைவழிபாடு செய்தான். பின்னர் திரும்ப அதே வாயில் வழியாக வெளியே வந்தால் மீண்டும் ஆவி[1] பிடித்துக் கொண்டுவிடுமோ எனப்பயந்து பின்வாயில் வழியாக கோவிலை விட்டு வெளியேறினான். அங்கிருந்து திரிபுவனம் எனும் இடத்திற்குச் சென்றான். இந்த நிகழ்வு தைப்பூசத்தன்று நிகழ்ந்தமையால் அரசன் ஆண்டுதோறும் தைப்பூசம் சிறப்பாகக் கொண்டாடப்படவேண்டும் என எண்ணி பெரும் பொருளையும் பொன்னையும் திருவிடைமருதூர் கோயிலுக்கு அளித்தான்.

மேற்கூறியவற்றிலிருந்து திருவிடைமருதூர் ஹிந்துக்களின் முக்கிய புண்ணியஸ்தலமாக இருந்துவருவதை அறியலாம். இக்கோவிலில் உள்ள வில்வமரத்தைப்[2] புனிதமரமாகக் கருதி மக்கள் தங்கள் பிரார்த்தனைகள் நிறைவேற இதனை வலம் வருகின்றனர். விதேஹ ராஜ்ஜியத்தின் மன்னன் வசுமான் இம்மரத்தைப் பிரதட்சணம் செய்து தானிழந்த நாட்டையே திரும்பப் பெற்றான் எனக்கூறப்படுகிறது.

திருநெல்வேலியில்[3] உள்ள தாமிரபரணி ஆற்றில் தைப்பூசத் தன்று நீராடுவது நற்பலன்களை அளிக்கவல்லது எனக் கருதப் படுகிறது. காரணம், ஈஸ்வரி இறைவனைக் குறித்து தவம் செய்த போது, தைப்பூசத்தன்று இந்த க்ஷேத்திரத்தில் ஈஸ்வரன் தோன்றி அவளுக்கு அருளியதாகக் கூறப்படுகிறது.

மேலும் திருநெல்வேலியில் உள்ள திருப்புடைமருதூரில் தேவர்களின் அரசனான இந்திரன் தைப்பூசத்தன்று சாபவி மோசனம் பெற்றதாகக் கூறப்படுகிறது. எனவே அம்பாசமுத்திரம் தாலுக்காவில் உள்ள இந்த திருப்புடைமருதூரில் தைப்பூசவிழாவில்

கலந்துகொண்டு வழிபாடு செய்வது மிகுந்த நற்பலன்களை அளிக்கும்.

ஈஸ்வரனின் இரண்டாவது புதல்வரான ஸ்ரீசுப்ரமணியர் வைத்தீஸ்வரன் கோவில்[4] எனப்படும் க்ஷேத்திரத்தில், அவரது இளமையான அழகுமிக்க உருவம் காரணமாக முத்துக்குமரன் எனும் பெயரில் வழிபடப்படுகிறார். அவரது ஆயுதம் எந்த சக்தியாலும் வெல்லப்படமுடியாத வேலாயுதம் ஆகும். இந்த வேலாயுதத்தை பார்வதிதேவி தைப்பூசத்தன்று அவருக்கு அருளினாராம். எனவே இங்கும் தைப்பூசம் விசேஷ முக்கியத்து வத்துடன் கொண்டாடப்படுகிறது.

தைப்பூசம் விசேஷமாகக் கொண்டாடப்படும் மற்றொரு க்ஷேத்திரம் பழனி[5]. இந்த பிரபலமான க்ஷேத்திரம், சிவன் – பார்வதியின் இரண்டாவது மகனான சுப்ரமணியருக்கு உரியது. இங்கு அனைத்து சமயமக்களும் ஆண்டு முழுவதும் ஆயிரக் கணக்கில் வந்து வழிபட்டுச் செல்கின்றனர்.

திருவிடைமருதூர் மஹாலிங்கஸ்வாமி கோயிலின் உள்ளே தென்புறச் சுவரில், தைப்பூசத்திற்காக அளிக்கப்பட்டுள்ள நில தானங்கள் பற்றிய குறிப்புகள்[6] காணப்படுகின்றன.

தஞ்சாவூர் மாவட்டத்தில் திருவேதிக்குடியில் உள்ள வேத புரீஸ்வரர் கோவிலின் மேற்குபுற சுவரில், இந்த புஷ்யப் பண்டி கைக்காக 13 வேலி நிலம் அளிக்கப்பட்டுள்ளது பற்றிய குறிப்புக்களைக்[7] காணலாம்.

தஞ்சாவூர் மாவட்டத்தின் திருவடியில் உள்ள பஞ்ச நாதேஸ்வரர் கோவிலின் இரண்டாவது பிரகாரத்தின் கிழக்குச் சுவரில், புக்கா II எனும் அரசரால் துர்மதி வருடம், சக ஆண்டு 1303, வேலி நிலம் கோவிலுக்கென ஒதுக்கப்பட்ட விவரம்[8] காணலாம்.

---

1. பி.வி. ஜெகதீச அய்யரின் “தென்னிந்தியக் கோவில்கள்” புத்தகம் காண்க.
2. வில்வ மரம் சிவனுக்கு மிகவும் உகந்தது. அது கூரியமுட்களுடன் கூடிய மத்திம உயரம் கொண்ட மரம். இதன் மரப்பட்டைகள், வேர் மற்றும் இலைகளின் சாரினாலான திரவம் பல நோய்களைத் தீர்க்க வல்லது. இதன் விதையின் பசையும் பலவிதங்களில் பயன்படுகிறது. இந்தியாவில் எங்கும் காணப்படும் இம்மரம் சிவஸ்தலங்களில் கண்டிப்பாக இருக்கும். இலைகள் மூன்று சிறு லைகளைக் கொண்ட வில்வதளமாக இருக்கும். “சில மதராஸ் மரங்கள்” – பக்கம் 105–106 பட்டர் வொர்த் 1911.

3. இவ்விடங்கள் பி.வி. ஜெகதீச அய்யரின் "தென்னிந்தியக் கோவில்கள்" புத்தகத்தில் நன்கு விளக்கப்பட்டுள்ளன.
4. இவ்விடங்கள் பி.வி. ஜெகதீச அய்யரின் "தென்னிந்தியக் கோவில்கள்" புத்தகத்தில் நன்கு விளக்கப்பட்டுள்ளன.
5. இவ்விடங்கள் பி.வி. ஜெகதீச அய்யரின் "தென்னிந்தியக் கோவில்கள்" புத்தகத்தில் நன்கு விளக்கப்பட்டுள்ளன.
6. மதராஸ் கல்வெட்டுக்கள் துறை – எண் 248/1907. (மதராஸ் அரசின் "மதராஸ் ராஜ்ஜியத்தின் கல்வெட்டுச் சொற்கள் "புத்தகத்தின் 2ம் பகுதி பக்கம் 1270).
7. மதராஸ் பிரசிடென்ஸியின் கல்வெட்டுச் சொற்கள் – மதராஸ் அரசின் புத்தகம் – எண் 1464 – பக்கம் 1425 பகுதி ||
8. மதராஸ் பிரசிடென்ஸியின் கல்வெட்டுச் சொற்கள் – மதராஸ் அரசின் புத்தகம் – எண் 1505, பக்கம் 1428 பகுதி ||

மாசி மகம்

மாக மாதத்தில் (தமிழில் மாசி; பிப்ரவரி – மார்ச்) மகநட்சத்திரம் உச்சத்தில் இருக்கும் நாளில் ஹிந்துக்கள் மாசி மகம் பண்டிகையைக் கொண்டாடுகிறார்கள். பொதுவாக இந்நாள் மாசிமாதத்தில் பௌர்ணமி தினத்தன்றுதான் கொண்டாடப்படுகிறது. மக நட்சத்திரத்தின் அதிபதியாக விளங்கும் தெய்வம் தேவர்களின் குருவாகக் கருதப்படும் பிருஹஸ்பதி ஆவார். எனவே முறையான பக்தி சிரத்தையுடன் இந்தப் பண்டிகைநாளில் அவரை வழிபடுவதன் மூலம் நாம் விரும்பும் வரங்களைப் பெற்று நலமுடன் வாழமுடியும்.

நாட்டில் உள்ள கோவில்களில், அந்தந்தக் கோவிலில் குடி கொண்டுள்ள தெய்வங்களைத் தரிசிப்பதற்கு மட்டுமின்றி, அங்கு நடைபெறும் வழிப்பாட்டில் தாங்களும் பங்குபெற்று இறையருளைப் பெறுவதற்காகவே மக்கள் கூட்டம் கூட்டமாகச் செல்கின்றனர்.

தஞ்சை மாவட்டத்தில் கும்பகோணத்தருகே உள்ள ஸ்வாமி மலையில்[1] மாசிமக நாளன்று, ஸ்ரீ சுப்ரமணியஸ்வாமியிடம் ஈஸ்வரன் மந்திரோபதேசம் பெற்றதாக ஒரு புராணக்கதை கூறுகிறது. இந்த ஸ்வாமிமலை காவிரி நதியின் வடக்குக்கரையில் உள்ளது; திருக்கோவில் அங்கே ஒரு சிறு மலைக்குன்றின்மீது உள்ளது.

ஜகன்மாதாவாகிய தேவி, நமது பூமியில், தக்ஷபிரஜாபதி எனும் அரசனின் மகளாக ஒரு வலம்புரிச் சங்கின் உருவத்தில் அவதரித்ததாகக் கூறப்படுகிறது. வலம்புரிச் சங்கு மிகவும் அரிதான தாகவும் அதை உடையவர்களுக்குப் பெரும் செல்வத்தை

அளிக்கும் எனவும் கருதப்படுகிறது. தக்ஷராஜா அலகாபாத் அருகேயுள்ள காலிந்தி எனும் புனிதமான இடத்தில் ஓடும் ஜமுனா நதியில் இந்த அற்புத அழகுடன் கூடிய ஒரு வலம்புரிச் சங்கைக் கண்டெடுத்தார். ஜமுனா நதி ஹிந்துக்களின் புண்ய நதியான கங்கையின் ஒருகிளை நதி. அரசன் அச்சங்கினைக் கையில் எடுத்த உடன் அது ஒரு அழகிய பெண் குழந்தையாக மாறியது. அரசன் அக்குழந்தையை தமது சொந்தக் குழந்தையாகப் போற்றி வளர்க்கும்படி தன் தேவியிடம் கொடுத்தான். இந்த தெய்வீகப் பரிசு அற்புதமான முறையில் அரசனுக்குக் கிடைத்தது மாசிமகம் நாளாகும். இதன் காரணமாக இந்நாள் விசேஷ சிறப்புடைய புனித நாளாகக் கொண்டாடப்படுகிறது.

இப்பண்டிகையைக் கொண்டாடுவதற்கு மிகவும் உகந்தது எனக் கருதப்படும் இடம் கும்பகோணத்தில்[2] உள்ள புனிதக் குளமாகிய மஹாமகக்குளம். இந்தியாவில் உள்ள கங்கை, யமுனை, கோதாவரி, சரஸ்வதி, நர்மதை, காவேரி, பயோஷ்னி, குமரி, சரயு ஆகிய ஒன்பது நதிகளும் புனிதநதிகளாகக் கொண்டாடப்படுகின்றன. மாசிமகத்தன்று இந்த நவநதிகளின் புண்ணிய நீரும் மஹாமகக்குளத்தில் இருப்பதாக ஐதீகம். எனவே இந்தியாவின் அனைத்து பாகங்களிலிருந்தும் பெருந்திரளான மக்கள் இங்கு வந்து புனிதநீராடி வழிபடுகின்றனர்.

மஹாமக குளத்தின் வடக்குக் கரையிலேயே அமைந்துள்ள விஸ்வநாதர் கோயிலில் புனிதநீராடிய மக்கள் வழிபடுகின்றனர்.

தஞ்சாவூர் நாயக்க மன்னர்களின் மந்திரியாக இருந்த கோவிஸ்தம்ப தீக்ஷிதர் ஆட்சி காலத்திலேயே இக்குளம் சிதிலமடைந்து இருந்தது. இவர்களது காலத்தில் மராமத்துப் பணிகள் மேற் கொள்ளப்பட்டதுடன் குளத்தின் கரைகளில் பதினாறு கோவில்கள் கட்டப்பட்டு உள்ளன.

பொதுவாக தனிமனிதர்கள் அன்பளிப்புகளை அளிப்பதும் தர்மஸ்தாபனங்களுக்கு பொருளுதவிகள் அளிப்பதும் நடை பெறுகிறது. இது தொடர்பான அசாதாரணமான சில முறைகளும் வழக்கத்தில் உள்ளன. இவற்றில் துலாபாரம்[3] எனப்படுவது குறிப் பிடத்தக்கது. இம்முறையில் தானம் செய்ய விழைபவர், ஒரு தராசில் அமர்ந்து தனது எடைக்குச் சமமான தங்கத்தையோ அல்லது வேறு பொருள்களையோ தகுதியுடைய ஏழைகளுக்குப் பகிர்ந்தளிக்கிறார். சில நேரங்களில் அவ்வாறு சேரும் தங்கம் கோவில்களின் புனருத்தாரணம் மற்றும் இதர தர்மகாரியங் களுக்காக பயன்படுத்தப்படுகிறது.

தஞ்சாவூரை ஆண்ட நாயக்க மன்னர்களில் ஒருவர் இம் முறையைப் பின்பற்றி, மஹாமக குளத்தின் சீரமைப்புப் பணிகள் மற்றும் குளக்கரைக் கோவில்களைக் கட்டுதல் ஆகியவற்றைச் செய்துள்ளார்.

மேற்கூறியவற்றை உறுதிசெய்யும் வகையில் மன்னரின் துலாபார நிகழ்ச்சி குளக்கரையில் கற்சிலையில் வடிக்கப் பட்டுள்ளது.

மேலே குறிப்பிடப்பட்டுள்ள புனிதத் தலங்கள் மட்டுமின்றி ராமேஸ்வரத்தில்[4] சேது எனும் ரத்னாகரா (இந்துமகா சமுத்திரம்) மற்றும் மஹோதாதி (வங்காளவிரிகுடா) கடல்கள் சந்திக்கும் இடத்திலும் வேதாரண்யத்திலும்[5] புனித நீராடல் விசேஷமானதாகக் கருதப்படுகிறது. காளஹஸ்தி[6]யில் உள்ள சுவர்ணமுகி நதியும் புனிதமானதாகக் கருதப்படுகிறது. மஹாமகத்தன்று இதில் புனித நீராடுவது விசேஷபலன்களை அளிக்கும் என நம்பப்படுகிறது.

மகநட்சத்திரம் ஒவ்வொரு மாதமும் வந்தபோதும் மாசி மாதத்தில் வரும் மகநட்சத்திர நாள் மிகுந்த முக்கியமானதாகக் கருதப்படுகிறது. கும்பகோணத்தில் பன்னிரண்டு ஆண்டுகளுக்கு ஒருமுறை[7] மகாமகநாளன்று கொண்டாடப்படும் உத்சவம் மிகமிக முக்கியத்துவம் வாய்ந்ததாகக் கருதப்படுகிறது; நாட்டின் பல்வேறு பாகங்களிலிருந்து மக்கள் அங்குகூடி, புனித நீராடி பண்டிகையை சிரத்தையுடன் கொண்டாடுகின்றனர். ஆயின் இந்த மஹாமகப் பண்டிகை கொண்டாடப்படும் ஆண்டு சில குறிப்பிட்ட விஷயங் களுக்கு மங்களகரமானதன்று எனக்கருதப்படுகிறது; குறிப்பாக அந்த ஆண்டு பொதுவாக விவாஹங்கள் நடத்தப்படுவதில்லை.

விஜயநகர அரசரான கிருஷ்ணதேவராயர், மஹாமகப்பண்டி கையை நேரில் காணவந்திருந்தார் என்பதற்கான கல்வெட்டு ஆதாரங்கள் உள்ளன; இவை செங்கல்பட்டு மாவட்டத்தில் நாகலாபுரம்[8] வேதநாராயணஸ்வாமி கோவிலின் வடக்கு கோபுர வாயிலில் உள்ளன. சக ஆண்டு 1445இல் (ஸ்வபானு ஆண்டு) அரசர் கும்பகோணம் மஹாமக உத்வசத்தைக் காணச் செல்லும் வழியில் அரகண்ட புரத்தில் (தற்போதைய நாகலாபுரம்) மேற்கூறிய கோவிலுக்குச் சென்றதாகக் கல்வெட்டில் காணப்படுகிறது. குற்றாலத்தில்[9] (தஞ்சாவூர் மாவட்டம்) உள்ள உத்தரவேதீஸ்வரர் கோவில் சன்னதியின் வடக்கு மதிற்சுவரில் உள்ள கல்வெட்டு எழுத்துக்கள், கிருஷ்ணதேவராயர் சக ஆண்டு 1440ல் (தாத்ரி வருடம்) மஹாமகப் பண்டிகையின் போது சோன்னவராரிவர் கோவிலுக்கு அளித்த தானம் பற்றிய விவரங்கள் உள்ளன.

திருநெடுங்கலம்[10] நெடுங்கலநாதஸ்வாமி கோவிலின் கணேசர் சன்னதி உள்ள மேற்குச் சுவற்றில், சோழ அரசர் ராஜராஜகேசரி வர்மன் (985 – 1013) மாசிமக பண்டிகையின்போது 7 நாட்கள் உத்வசத்தில் 550 சிவயோகிகளுக்கு உணவு அளிப்பதற்கென்று நிலதானம் செய்தது பற்றிய விவரங்கள் செதுக்கப்பட்டுள்ளன.

---

1. பி.வி. ஜெகதீச அய்யரின் “தென்னிந்தியக் கோவில்கள்” புத்தகத்தின் XII அத்தியாயம் காண்க.
2. பி.வி. ஜெகதீச அய்யரின் “தென்னிந்தியக் கோவில்கள் புத்தகத்தின் XII அத்தியாயம் காண்க
3. இந்திய தொல்பொருள் ஆய்வுக் கழகத்தின் 1912–13 வருடத்திய ஆண்டு அறிக்கையில் பக்கம் 142ஐக் காண்க.
4. பி.வி. ஜெகதீச அய்யரின் “தென்னிந்தியக் கோவில்கள்” புத்தகத்தின் XXX அத்தியாயம் காண்க
5. பி.வி. ஜெகதீக அய்யரின் “தென்னிந்தியக் கோவில்கள்” புத்தகத்தின் XXI அத்தியாயம் காண்க.
6. பி.வி. ஜெகதீச அய்யரின் “தென்னிந்தியக் கோவில்கள்” புத்தகத்தின் XXV அத்தியாயம் காண்க
7. காஷ்மீரில் கோடிஹாரில் உள்ள ஒரு ஊற்று 11 ஆண்டுகள் வற்றியிருக்கும் எனவும் குருகிரகம் சிம்மராசியில் பிரவேசிக்கையில் நீர் பிரவாகித்து வெளிவரும் எனவும் கூறப்படுகிறது. குருவின் இந்த நிலை, அதன் 12 வருட சுழற்சிகாலத்தை முடிப்பதைக் குறிக்கிறது. பக்கம் 224 – ஹிந்து பண்டிகைகள் மற்றும் விடுமுறைகள் – குப்தே, தாக்கரி, ஸ்பிங்க் கம்பெனி, 1919.
8. மதராஸ் கல்வெட்டுக்கள் துறையின் (மதராஸ் அரசால் வெளியிடப்பட்ட ஆண்டறிக்கை) 1904ஆம் ஆண்டின் குறிப்பு எண் 628; பக்கம் 399, பகுதி 1, மார்க்கண்டேய புராணம், M.N. தத், 1897.
9. மதராஸ் கல்வெட்டுக்கள் துறையின் 1907ஆம் ஆண்டின் குறிப்பு எண் 493; பக்கம்1306 பகுதி I பி.எம்.பி.
10. மதராஸ் கல்வெட்டுக்கள் துறையில் 1909ஆம் ஆண்டின் குறிப்பு எண் 687; பக்கம் 1579 பகுதி III பி.எம்.பி.

மஹா சிவராத்திரி

தமிழ் மாசிமாதம் (பிப்ரவரி – மார்ச்) தேய்பிறையில் 14வது நாளன்று இரவு மஹா சிவராத்திரி பண்டிகை கொண்டாடப் படுகிறது. ஹிந்து மும்மூர்த்திகளில் ஒருவரான பிரபஞ்சத்தின் அழிக்கும் அம்சத்தின் பிரதிநிதியாக உள்ள சிவபெருமானை வழிபடுவதற்கான விசேஷ பண்டிகை இது. பொதுவாக இரவு நேரத்தில், இத்தெய்வத்தின் பெண்மை அம்சத்தை வழிபடுவதும், பகல் நேரத்தில் தெய்வத்தின் ஆண்மை அம்சத்தை வழிபடுவதும் புனிதமானதாகவும் உகந்ததாகவும் கருதப்படுகிறது. ஆயின் இந்த குறிப்பிட்ட நாளில் சிவனை இரவு நேரத்தில் தான் வழிபட வேண்டும் எனும் நியதி கடைபிடிக்கப்பட்டு வருகிறது. இந்த மஹாசிவராத்திரி விரதத்தைக் கடைபிடிப்பதால், தெரிந்தோ தெரியாமலோ பக்தர்கள் செய்த பாவங்கள் அனைத்தும் நீங்கப் பெற்று, அவற்றின் விளைவுகளிலிருந்து பாதுகாக்கப்படுவார்கள் என நம்பப்படுகிறது. இந்த இரவு நான்கு ஜாமங்களாகப் (யாமங்கள் எனவும் கூறப்படுகிறது)பிரிக்கப்பட்டு நான்கு காலமும் பூஜைகள் செய்யப்படுகின்றன. பக்தர்கள் இரவு முழுவதும் விழித்திருந்து நான்கு கால பூஜைகளிலும் கலந்துகொண்டு சிவனை வழிபடு கின்றனர்.

ஒரு சமயம் உலகம் முழுவதும் பிரளயத்தால் அழிக்கப்பட்டது. அப்போது தனது கணவர் சிவபெருமானை பூஜித்த பார்வதிதேவி அவரிடம் பின்வருமாறு பிரார்த்தித்தாள், "ஜீவாத்மாக்கள், ஒரு மெழுகு உருண்டையில் மாட்டிக்கொண்டிருக்கும் தங்கத் துகள்கள்போன்று, அண்டவெளியில் பிரளயத்தின் நீண்டகால இரவுப் பொழுதில் அந்தரத்தில் தொங்கிக் கொண்டிருக்கின்றன. அவர்கள் மீண்டும் இயக்கம் பெறும்போது, நான் தற்போது

தங்களை வழிபடுவது போன்று வழிபட்டால், உங்களது நல்லாசிகள் அவர்களுக்குக் கிடைக்கவேண்டும்". பார்வதி தேவியின் பிரார்த்தனையை சிவன் ஏற்றார். பார்வதி தேவியால் குறிக்கப்பட்ட இந்தநாள், சிவபெருமானால் பிரளயம் ஏற்பட்ட அந்த நீண்ட இரவு, சாதாரண மக்களாகிய நாம் ஈஸ்வரனை பூஜிக்கும் மஹாசிவராத்திரி எனும் பெயர்கொண்ட திருநாளாகும்.

ஓராண்டில் ஐந்துவிதமான சிவராத்திரிகள் உண்டு. அவை மஹா சிவராத்திரி, யோக சிவராத்திரி, நித்ய சிவராத்திரி[2] பக்ஷ சிவராத்திரி மற்றும் மாதசிவராத்திரி எனப்படுபவை, மஹா சிவராத்திரியும் அது தோன்றிய வரலாறும் ஏற்கனவே விளக்கப் பட்டுள்ளன. நித்தியசிவராத்திரி என்பது சிவனின் தினசரி இரவாகும். பக்ஷ சிவராத்திரி, மற்றும் மாத சிவராத்திரி என்பவை முறையே 15 நாட்களுக்கொருமுறையும் மாதம் ஒருமுறையும் வரும் சிவனது இரவுகளாகும். யோக சிவராத்திரி என்பது யோகிகள் தமக்கென தமது தபோவலிமையால் ஏற்படுத்திக் கொள்வதாகும்.

சிவராத்திரி விரதத்தை அனுஷ்டிப்பவர்கள், முதல்நாள் பகற்பொழுதில் ஒருமுறை மட்டுமே உணவு உட்கொள்கின்றனர்; அன்று இரவு சுத்தமான இடத்தில் தூங்குகின்றனர். விரத நாளன்று அவர்கள் அதிகாலையில் எழுந்து காவிரி போன்ற புனித நதியில் நீராடி சிவன் கோயிலுக்கு தெய்வவழிபாடு செய்யச் செல்கின்றனர். விரதத்தை பக்தி சிரத்தையுடன் அனுஷ்டிக்க விழைவோர், சிவனைத் தாமரை மலர்களால் அர்ச்சித்து, பொங்கலை நிவேதமனாகப் படைத்து (பொங்கல் என்பது அரிசியும் பச்சைபயறும் கலந்து வேகவைத்துத் தயாரிப்பது) வழிபட வேண்டும் எனவும் பின்னர், முதல் ஜாமம் முடியும்வரை ரிக்வேத பாராயணம் செய்ய வேண்டும் எனவும் மறைநூல்கள் வலியுறுத்துகின்றன.

இரண்டாம் ஜாமத்தில் அவர்கள்[3] துளசி தளங்களைக் கொண்டு அர்ச்சித்து வழிபட்டு, பாயஸத்தை நிவேதனம் செய்து, அந்த ஜாமம் முடியும்வரை யஜுர் வேதபாராயணம் செய்ய வேண்டும்.

மூன்றாவது ஜாமத்தில் வில்வதளங்களைக் கொண்டு அர்ச்சித்து வழிபட்டு எள்பொடி கலந்த சாதத்தை நிவேதனம் செய்து, அந்த ஜாமம் முடியும் வரை சாமவேத பாராயணம் செய்யவேண்டும்.

இரவின் கடைசி ஜாமமான நான்காவது ஜாமத்தில் நீலோத்பல மலர்களைக் (செங்களிநீர் பூக்கள்) கொண்டு அர்ச்சித்து, எளிய

தூய உணவை நிவேதனம் செய்து பின்னர் அந்த ஜாமம் முடியும் வரை அதர்வண வேத பாராயணம் செய்யவேண்டும்.

சிவராத்திரி தினத்தன்று சிவபூஜை செய்வதன் முக்கியத்து வத்தை வலியுறுத்தும் புராணக்கதைகள் பின்வருமாறு:

ஒருசமயம் ஒரு வேடன் தன் குடும்பத்தினரின் உணவுக்குத் தேவைப்படும் மாமிசத்தைக் கொண்டுவர காட்டிற்கு வேட்டைக்குச் சென்றான். அவன் காட்டில் காலை முதல் இரவு வரை அங்கு மிங்கும் வேட்டைக்காக அலைந்தும் எந்த விலங்கும் சிக்கவில்லை. இரவு நேரமும் வந்துவிட்டது. ஒரு கொடிய மிருகம் வேடனைத் துரத்தி வந்தது. அதனிடமிருந்து தப்புவதற்காக அவன் சட்டென்று அருகிலிருந்த ஒரு வில்வமரத்தில் தாவி ஏறி உயரச் சென்றான். அந்த மிருகமும் அவன் எப்படியும் தூங்கிக் கீழேவிழுவான் அல்லது களைப்படைந்து கீழே வருவான் என எண்ணி மரத் தடியில் படுத்துவிட்டது. அங்குமிங்கும் சுற்றியலைந்ததால் களைப் புற்றிருந்த வேடன் எப்படியாவது அந்த விலங்கைத் துரத்த எண்ணி வில்வ இலைகளைக் கொத்தாகப் பறித்து அதன்மேல் எறிந்தான். அப்போதுதான் பெய்திருந்த மழைகாரணமாக இலைகளில் நீர் இருந்தது. வேடன் எறிந்த இலைகள் அருகிலிருந்த சிவலிங்கத்தின் மீது விழுந்தன. அந்த இரவு மஹாசிவராத்திரி தினமாக இருந்தது. வேடனும் காலை முதல் எந்த உணவும் உண்ணாமல் பட்டினியாக இருந்தான். மழைநீரில் நனைந்திருந்த வேடன் குளித்ததற்குச் சமமான நிலையில் வேறு இருந்தான். மொத்தத்தில் அவன் அப்படி எண்ணாவிட்டாலும், அவனது செயல் சிவபூஜை செய்ததற்கு ஒப்பானதாகிவிட்டது. இதன் காரணமாக அவன் சிவராத்திரி விரத பலனாகிய சொர்க்கத்தை அடைந்துவிட்டதாகக் கூறப்படுகிறது.

ஒருமுறை மிகுந்த கெட்ட குணங்களை உடைய ஒரு அந்தண இளைஞன் கொடிய செயல்கள் புரிந்தமைக்காக நாடுகடத்தப் பட்டான். ஒருநாள் அவன் காலை முதல் இரவு வரை உண்பதற்கு ஒன்றும் கிடைக்காமல் அலைந்து கொண்டிருந்தான். சூரிய அஸ்தமனத்திற்குப் பின் அவன் ஒரு சிவன் கோவிலைக் கண்ணுற்று அதனுள் நுழைந்தான். கோவில் அர்ச்சகர் தெய்வத்தின் முன்பு நிவேதனங்களை வைத்திருந்தார். இவன் உட்சென்றபோது அங்கு யாரும் இருக்கவில்லை. யாரும் இல்லை என்பதை உணர்ந்த இளைஞன் நிவேதனங்களை எடுத்துச் சென்று வெளியில் உண்ணலாம் என நினைத்தான். அங்கிருந்த எண்ணைவிளக்கு சரியாக எரியாததால் அதன் திரியைக் கிள்ளி சரிப்படுத்திக்

கொண்டிருந்தபோது, அங்கு வந்த அர்ச்சகர்கள், அவன் திருட்டைச் செய்வதற்கு முன்பே அவனைப் பிடித்துக் கொன்று விட்டனர். அவன் நேரடியாகச் சொர்க்கபதவி அடைந்து விட்டான். ஏனெனில் அவன் பட்டினிகிடந்த அந்நாள் சிவராத்திரி தினம்; அதுமட்டுமன்று, திரியைக் கிள்ளி சரிப்படுத்திய செயல் நிவேதனங் களை இறைவனுக்கு படைத்துவிட்டதற்குச் சமமானதாயிற்று.

மஹா சிவராத்திரி விரதத்தை அனுஷ்டிப்பதில் உள்ள அடிப்படைத் தத்துவம் "பிறப்பைத் தொடர்ந்து கண்டிப்பாக இறப்பு ஏற்படும், பகலைத் தொடர்ந்து இரவு ஏற்படும். பிரளயத்தைத் தொடர்ந்து அகில வாழ்வு மலரும்" போன்றவற்றைக் குறிக்கிறது. எனவே, வாழ்வின் ஒரு அம்சத்தை அனுபவித்து மகிழும் மக்கள், அதன் எதிர் அம்சத்தையும் மனதில் கொண்டு அதற்கேற்பத் தம்வாழ்வை முறைப்படுத்திக் கொள்ளவேண்டும். நாம் வெற்றிகளை அடையும் போது துள்ளி மகிழ்வதும் தோல்விகளை அடையும்போது மனமுடைந்து துவள்வதும் கூடாது; எப்போதுமே இறைவன் மீது நம்பிக்கை வைத்து வழிபடவேண்டும்.

மஹா சிவராத்திரி இரவில் ஈஸ்வரனை வழிபட விசேஷமான கோவில்கள் எனக் கருதப்படுபவை தஞ்சை மாவட்டத்தில் பாபநாசம் அருகே உள்ள திருவைக்காவூர் கோவில், தென்னாற்காடு மாவட்டம் ஓமம்புலியூர் வைத்தீஸ்வரர் கோவில், கர்னூல் மாவட்டத்தில் உள்ள ஸ்ரீசைலம்[4] கோவில் மற்றும் வடஆற்காடு மாவட்டத்தில் உள்ள காளஹஸ்தி கோவில்.

கர்னூல் மாவட்டத்தின் ஸ்ரீ சைலத்தில் உள்ள மல்லிகார்ஜுனர் கோவிலின் முகமண்டபத்தின் தெற்குப் பிரகாரத்தில் உள்ள ஒரு தூணில், கலி 4505 (சக 1326) தாரண ஆண்டு சிவராத்திரியன்று தேதியிடப்பட்ட விவரம்[5] ஒன்று உள்ளது. விஜயநகர அரசர் "வீரப்ராதப ஹரிஹர மஹாராயர் ||" அந்த மண்டபத்தை கோவிலுக்கு கட்டி அளித்துள்ளதாக அதிலிருந்து தெரிகிறது.

திருச்சி மாவட்டம் ரத்னகிரியில் உள்ள ரத்னசலேஸ்வரர் கோவிலின் மத்தியப் பகுதியின் மேற்குச் சுவற்றில், சோழ அரசர் ராஜராஜர் மூன்றாம் சிவராத்திரி பூஜைக்கான செலவுகளுக்காக 1000 காசுகள் தானமாக அளித்துள்ள விவரம்[6] பொறிக்கப் பட்டுள்ளது.

கோவை மாவட்டம் விஜயமங்கலத்தில் உள்ள நாகேஸ் வரஸ்வாமி கோவிலில், வீரராஜேந்திரன் எனும் அரசன் (1207 – 1252) தனது ஆட்சியின் 14வது வருடத்தில் சிவராத்திரியன்று

90 மாடவிளக்குகளையும் பொருளையும் அளித்ததாக தகவல்கள் பொறிக்கப்பட்டுள்ளன.[7]

கோவை மாவட்டம் சோழமாதேவியில் உள்ள தம்பிராட்டியம்மன் கோவிலில் நுழைவாயில் கதவு பொருத்தப்பட்டுள்ள தூணில், விக்ரமசோழ மன்னரின் அரசாட்சியின் 24ஆம் ஆண்டு (1005–45) அவர் கடப்பாடியில் (வீரசோழபுரம்) ராஜராஜ ஈஸ்வரம் – உடையார் திருக்கோவிலில் சிவராத்திரிப் பண்டிகை ஆண்டுதோறும் அனுஷ்டிக்கப்படவேண்டி பொருளுதவி செய்தது குறிப்பிடப்பட்டுள்ளது.[8]

---

1. ஜாமம் அல்லது யாமம் என்றால் கடிகாரம், காலத்தை அளப்பது எனப் பொருள். (சமஸ்கிருதத்தில் யாமா என்றால் இடம்பெயர்தல் ஆகும்.) ஒரு ஜாமம் அல்லது யாமத்தின் தோராயமான அளவு = ஒரு ஆங்கில மணிநேரம். யாமம் என்பது இரவு நேரத்தைக் குறிக்கப் பயன்படுத்தப் படுகிறது.
2. பக்ஷம் (இறகு என்பது பொருள்) என்பது சந்திரனின் 15 நாட்கள்.
3. துளசி காற்றைத் தூய்மைப்படுத்தும் ஒரு மூலிகைச் செடி. இது கொசுக்களை அழிக்க வல்லது. பி.வி. ஜெகதீச அய்யரின் தென்னிந்தியக் கோவில்கள் புத்தகம் காண்க.
4. பி.வி. ஜெகதீச அய்யரின் தென்னிந்தியக் கோவில்கள் அத்தியாயம் XXXIX காண்க.
5. மதராஸ் கல்வெட்டுக்கள் துறையின் ஆவணம் II/1915. நம்பர் 447 பக்கம் 952 பகுதி III, மதராஸ் பிரசிடென்சி கல்வெட்டு சாஸனங்கள்.
6. மதராஸ் கல்வெட்டுக்கள் துறையின் ஆவணம் 155/1914. நம்பர் 87, பக்கம் 1519, பகுதி III, மராஸ் பிரசிடென்சி கல்வெட்டு சாஸனங்கள்.
7. மதராஸ் கல்வெட்டுக்கள் துறையின் ஆவணம் 584/1905. நம்பர் 236, பக்கம் 544, பகுதி I மதராஸ் பிரசிடென்சி கல்வெட்டு சாஸனங்கள்.
8. மதராஸ் கல்வெட்டுக்கள் துறையின் ஆவணம் 242/1909. நம்பர் 490, பக்கம் 573, பகுதி I மதராஸ் பிரசிடென்சி கல்வெட்டு சாஸனங்கள்.

ஸ்ரீராம நவமி

ஸ்ரீராம நவமி என்பது ஹிந்துக்களால் சைத்ரமாதம் (சித்திரை) (மார்ச்–ஏப்ரல்) கொண்டாடப்படும் ஸ்ரீராமனின் பிறந்தநாளாகும். இந்நாள் வளர்பிறையின் 9வது நாளன்று புனர்வசு நட்சத்திரத்தில் வருகிறது. இந்தப் பண்டிகையைக் கொண்டாடுவதால் நமது பாபங்களெல்லாம் அழிக்கப்பட்டுவிடும் என நம்பப்படுகிறது. அனைத்துத் தரப்பு மக்களும் பொருட்செல்வம், நீண்ட ஆயுள், மகிழ்ச்சி மற்றும் ஞானம் ஆகியவற்றை அடைய இந்த விரதத்தை மேற்கொள்கின்றனர்.

ஹிந்து மும்மூர்த்திகளில் ஒருவரான ஸ்ரீ மஹாவிஷ்ணு பிரபஞ்சத்தைக் காத்து ரட்சிப்பவர்; இவர் தனது அவதாரங்களில்[1] ஒன்றான ஸ்ரீராம அவதாரத்தில், இராவணன் எனும் பத்து தலைகளைக் கொண்ட அசுரனைக் (அவன் மனிதர்களின் பத்து அஹங்காரங்களை ஒருங்கே கொண்டு விளங்கிய அசுரன்) கொல்வதற்காக பூமியில் அவதரித்தார். அஹங்காரத்தின் பிடியில் ஒருவன் இருக்கையில், நல்லவைகெட்டவை குறித்து பகுத்தறியும் அறியும் அவனது திறன் செயலற்று போகிறது. எனவே இராவணனின் அஹங்காரத்தைச் சுட்டெரிக்க கடவுளின் அருட்பார்வை அவன்மீது படவேண்டியதாயிற்று.

ஸ்ரீராமன் ரகுவம்சத்தின் சுடரொளியாய் அவதரித்தார். அவரது போற்றுதலுக்குரிய அவதாரம், அவரது இறைபக்தி மற்றும் குருபக்தி, பெற்றோரிடம் பக்தி, உண்மை மீது அவருக்கிருந்த திடமான நம்பிக்கை, துன்பங்களுக்கிடையில் அவர் காட்டிய பொறுமை, தாழ்ந்த உயிரினங்கள் மீதும் அவர் காட்டிய தயை, பல வர்ணத்தாரிடமும் அவர் காட்டிய மரியாதை, சகோதர

அன்பு, பெரியோர்களிடம் மரியாதை, குடிமக்களிடையே அவரது பிராபல்யம், நேர்மையான விவேகமான அரசியல், தம் தவறை உணர்ந்து வருந்துபவர்களை மன்னித்து ஏற்பது ஆகிய நற்குணங்களை விளக்குவதாக அமைந்தது, மேற்கூறிய நற்குணங்கள் அனைத்தும் அவரது ஆட்சியில் எப்போதும் நடைமுறையில் நிரூபிக்கப்பட்டன.

ஸ்ரீராமரின் கதை ராமாயணம் என அழைக்கப்படுகிறது. ஒவ்வொரு ஹிந்துவின் வீட்டிலும் குழந்தைகளைத் தூங்க வைக்கும் ஒரு பிரபலமான தாலாட்டுப்பாட்டு உண்டு. அதன் சாராம்சம், "ராமரின் பெயரைக் கூறினாலே பாவங்கள் அனைத்தும் நீங்கும் சீதாதேவியின் பெயரைக் கூறினாலே துன்பங்கள் மாயமாய் மறையும்" என்பதாகும்.

இந்த மஹாபுராணத்தின் நாயகன் ஸ்ரீராமரின் குணங்கள், உலகிற்கு ஒழுக்கவிதிகளைப் போதிக்கும் விதத்தில் அமைந்துள்ளன. ஒரு மகன் தனது பெற்றோருக்கு ஆற்றவேண்டிய கடமைகள் வலியுறுத்தப்பட்டுள்ளன; ஒரு மனைவி கணவனிடம் கொள்ள வேண்டிய ஆழ்ந்த அன்பு பற்றி தெளிவு படுத்தப்பட்டுள்ளது; சகோதர அன்பும் பாசமும் தெளிவாக விளக்கப்பட்டுள்ளன; மக்களுக்கான பொற்கால ஆட்சி எப்படியிருக்க வேண்டும் என்பது மன்னர்கள் உணரும் வகையில் சித்தரிக்கப்பட்டுள்ளது. இந்த மஹா காவியத்தை ஆழ்ந்த பக்தியுடனும், அதன் நாயகன் ஸ்ரீராமச்சந்திரர் பால் அன்பும் மரியாதையும் கொண்டு படிப்பவர்க்கு ஏற்படக்கூடிய நற்பலன்களாவன, குழந்தைப் பேறில்லாதவர்கள் குழந்தைகளை அடைவர். வறியவர்கள் செல்வம் பெறுவர். தாழ்நிலைக்குத் தள்ளப்பட்ட அரசர்கள் சீரும் சிறப்பும் பெற்று பேரரசர்களாவர்.

நம்நாட்டின் அனைத்து இடங்களிலும் கதைப்பாட்டாகப் பாடப்படுவரும் ஸ்ரீபக்தராமதாஸர் சரிதையில் அவர் வடுதலைப் பெற்றதைப் போன்று, சிறைப்பட்டவர்கள் விடுதலையடைவர். இவ்வுலக பந்தங்களில் சலிப்படைந்து விடுபட விரும்புவோர், ராமாயணத்தை பக்தி சிரத்தையுடன் படித்தால் ஆன்மீகப் பேரின்பம் அடைவர் எனவும் கூறப்பட்டுள்ளது.

ராமாயணம் ஆறு காண்டங்களாகப் பிரிக்கப்பட்டுள்ளது. அவை பாலகண்டம், அயோத்தியா காண்டம், ஆரண்ய காண்டம், கிஷ்கிந்தா காண்டம், சுந்தர காண்டம், யுத்த காண்டம் ஆகியவை.

இந்த காண்டங்களைப் பற்றிய சுருக்கமான விவரங்களை அறிந்துகொள்வோம்.

பாலகாண்டம்: ஸ்ரீராமரின் தந்தை தசரதர், தம் மனைவிகள் பெற்ற சாபத்திலிருந்து விடுபட்டு புத்ரபாக்கியம் அடைய புத்திரகாமேஷ்டி[2] யாகம் செய்கிறார். இதனால் அவருக்கு நான்கு புத்திரர்கள் பிறக்கின்றனர். அவர்கள் இளமைப்பருவம் அடைந்தபோது விஸ்வாமித்திர மஹரிஷி ராம, லக்ஷ்மணர்களைக் காட்டிற்குத் தன்னுடன் அழைத்து செல்ல தசரதரின் ஒப்புதல் பெறுகிறார். காட்டினுள் சென்று கொண்டிருக்கும்போது ராமன் தாடகை எனும் அசுரப் பெண்ணை வதம் செய்கிறார். பின்னர் மிதிலாபுரிக்குச் சென்று அங்கு சிவதனுசை வளைத்து, மிதிலை அரசர் ஜனகனின் மகளான சீதையை மணம் புரிகிறார். பின்னர் நடந்த நிகழ்வில் ஸ்ரீராமர், பரசுராமரின் வில்லை வளைத்து, கர்வபங்கம் செய்து, அவரிடமிருந்து அதனையே பரிசாகப் பெறுகிறார்.

இந்தக் காண்டம் ஸ்ரீராமரின் பராக்ரமம், மனிதர்கள் மீதான அன்பு, தீமைகளை அடியோடு களைதல், உண்மையை நேசித்தல், வில்வித்தை மற்றும் இதர யுத்த கலைகளைக் கற்பதில் பொறுமை ஆகியவற்றை விளக்குவதாக அமைந்துள்ளது.

அயோத்தியா காண்டம்: இதில் தசரதர் விவேகமிக்க திறமையான மந்திரிப்ரதானிகளைக் கொண்டிருந்ததும், அவர் வேட்டைக்குச் சென்ற சமயம் தவறுதலாக ஒரு ரிஷி குமாரனைக் கொன்றது பற்றியும் கூறப்பட்டுள்ளது. ரிஷியானவர் தசரதனும் புத்ர சோகத்தால் பீடிக்கப்பட்டு மரணமடைவார் என சபித்தார். இந்த சாபத்தின் விளைவாக ராமனும், சீதையும், லக்ஷ்மணனும் தசரதரது மனைவிகளுள் ஒருவளான கைகேயியினால் நாடுகடத்தப் பட்டதால் அயோத்தியைத் துறந்து காடு செல்லும் படியாயிற்று. காட்டில் ஸ்ருங்கபெரபுரா எனும் இடத்தின் மன்னன், வேடர்களின் தலைவன் குகனின் பரிச்சயம் கிடைக்கப்பெற்றனர். அவனது உதவியுடன் ஸ்ரீராமர் தனது மனைவி மற்றும் சகோதரனுடன் கங்கை ஆற்றைக் கடந்தார்.

பிறகு சித்ரகூடம் எனும் பர்வதத்தை அடைந்து அங்கு ஒரு பர்ணசாலை அமைத்து தனது மனைவி மற்றும் சகோதரனுடன் வசிக்கலானார்.

ஸ்ரீராமன் தனது அரசபதவியைத் துறந்து கானகம் வந்தது, தனது தந்தை தசரதர் கைகேயிக்கு அளித்த சத்தியத்தைக் காப்பதற்காகவே. முன்னதாக அரசர் கைகேயியின் புத்ரன் பரதனுக்கு ராஜ்ஜியத்தை அளிப்பதாக அவளிடம் வாக்களித்திருந்தார். தனது தாய்வழிப் பாட்டனார் வீட்டிலிருந்து அயோத்தி திரும்பிய பரதன், தனது அருமை சகோதரர்களையும் தாய்க்குச்

சமமான சீதையையும் நாடு கடத்தியதை அறிந்து தன் தாய்மீது மிகுந்த கோபமுற்றான். இதற்கிடையில் புத்ரசோகம் தாளாமல் தசரத மன்னர் உயிர்நீத்துவிட்டார். சோகமும் கோபமும் ஒருங்கே உற்ற பரதன் தனது தமையனைத் தேடிப் பிடித்து மீட்டுவந்து அயோத்தியின் அரியாசனத்தில் அமரச் செய்ய எண்ணி தானும் கானகம் சென்றான்.

தனது தந்தையின் மரணம் பற்றி பரதனிடமிருந்து அறிந்த ஸ்ரீராமன் மிகுந்த துக்கமடைந்து, தனது தந்தைக்குச் செய்ய வேண்டிய இறுதிச் சடங்குகளை சாஸ்திரங்களில் கூறியபடி செய்துமுடித்தார். அத்துடன் பரதனையும் சமாதானப்படுத்தி, தனது வனவாசம் முடிந்து தான் அயோத்தி திரும்பும்வரை ராஜ்ய பரிபாலனத்தை மேற்கொள்ளுமாறு கூறி திருப்பி அனுப்பினார். பரதன் ஸ்ரீராமனது பாதுகைகளை அரியாசனத்தில் வைத்து ஆட்சி செய்ய விரும்பியதால் அவரும் அவற்றைக் கொடுத்து அனுப்பினார். பரதன் ஸ்ரீ ராமரின் பிரதிநிதியாக இருந்து மட்டுமே அரசாட்சி செய்யவேண்டும் என்பதில் மிகவும் உறுதியாக இருந்தான்.

இந்த அத்தியாயத்தில் பிதாவாக்ய பரிபாலனம், ஆழ்ந்த சகோதர அன்பு, மிக உயர்ந்த மனம் ஆகிய ஸ்ரீராமரின் நற்குணங்கள் வெளிப்படுத்தப்பட்டுள்ளன.

போற்றுதற்குரிய இதர நிகழ்வுகளும் மிகவும் சீரியமுறையில் வெளிப்படுத்தப்பட்டுள்ளன. அவை தனது பேரன்புக்கு பாத்திரமான மகன்கள் மற்றும் மருமகளின் பிரிவால் தசரதர் உயிரிழத்தல்; தான் உயிரினும் மேலாக நேசிக்கும் கணவனுடன் எத்தகைய துன்பம் வந்தாலும் தைரியமாக உடன் இருக்க விழையும் மனைவியின் அச்சமற்ற பக்தி; தமையனிடம் லக்ஷ்மணன் கொண்டுள்ள உண்மையான ஆழ்ந்த சகோதர அன்பு ஆகியவையாகும். மிகவும் அரிதாகக் காணப்படும் இந்த நற்குணங்கள் மனிதகுலம் பின்பற்றி வாழவேண்டும் என்பதற்காக சித்தரிக்கப்பட்டுள்ளன.

ஆரண்ய காண்டம்: இந்த காண்டத்தில் சீதாதேவியார், ஸ்ரீராமரையும் லக்ஷ்மணரையும் தகுந்த காரணமின்றி அசுரர்களை வதம் செய்ய வேண்டாமெனக் கேட்டுக் கொள்கிறார். காரண மின்றி வதம் செய்வதால் பாவங்களை ஏற்க நேரிடும் என்பது அவரின் கருத்து.

சூர்ப்பனகை எனும் அசுரப் பெண், ராமரையும் லக்ஷ்மணரையும் தன்னை மணந்து கொள்ளுமாறு தொடர்ந்து தொந்தரவு செய்ததால்

கோபமுற்ற லக்ஷ்மணன், அவளை அவலட்சணப்படுத்தித் துரத்தி விடுகிறார். அசுரர்கள் சகோதரர்களினால் வதம் செய்யப்படு கின்றனர்.

ஒருநாள் ராவணன் சீதையை[3] லங்கைக்குக் கடத்திச் சென்று விடுகிறான். கடத்திச் செல்கையில் அவனைத் தடுத்து சீதையை மீட்கத் துணிந்த ஜடாயு எனும் தசரதரின் நண்பனை வெட்டிவிட்டு இராவணன் சென்றுவிடுகிறான். சீதையைத் தேடி அலைந்த ஸ்ரீராமர் ஜடாயுப் பறவையைக் காண்கிறார். ஜடாயு, ராவணன் சீதையைத் தூக்கிச்சென்ற திசையைக் காட்டிவிட்டு உயிர்துறக்கிறார்.

தனது தந்தையின் நண்பரின் உடலுக்குச் செய்யவேண்டிய ஈமக்கிரியைகளைச் செய்த பின்னர், ஜடாயு காட்டிய தென் திசையில் லங்கையை நோக்கி ஸ்ரீராமர் செல்கிறார்.

இந்த அத்தியாயம், ஸ்ரீராமரின் தவத்தின் மீதான பேரன்பு, பெரியோர்களிடம் கொண்ட மரியாதை, காமத்தையும் தீயவற்றையும் அடியோடு அழிக்கும் எண்ணம் ஆகியவற்றை வலியுறுத்தும் வண்ணம் உள்ளது.

கிஷ்கிந்தா காண்டம்: இந்தக் காண்டத்தில் ஸ்ரீராமர் பம்பா சரஸில் தங்கியிருந்தத, வானரசேனைத் தலைவன் வாலியை வதம் செய்தது, அதற்குமுன் ஹனுமானைச் சந்தித்து அதன்மூலம் வாலியின் சகோதரன் சுக்ரீவனின் நட்பைப் பெற்றது ஆகியவை விளக்கப்பட்டுள்ளன.

சீதையைத் தேடிக் கண்டுபிடிக்கும் பொருட்டு ஹனுமனை ஸ்ரீராமர் அனுப்பினார். சீதையைக் கண்டவுடன் தனது அடை யாளத்தை நிரூபிப்பதற்காக ஹனுமன் ஸ்ரீராமரது கணையாழியை தன்னுடன் எடுத்துச் சென்றார்.

இக்காண்டத்தில் ஒரு நம்பிக்கையுள்ள உண்மையான தூதன் எப்படிச் செயல்படவேண்டும் என்பது ஹனுமனின் பக்திபூர்வமான செயல்பாடு மூலம் விளக்கப்பட்டுள்ளது. அத்துடன், சீதையின் தீவிர துக்கம், அவளது கடவுள் நம்பிக்கை, தனது கணவர் மீது கொண்ட தூய அன்பு ஆகியவையும் மிக அழகாகச் சித்தரிக்கப் பட்டுள்ளன.

சுந்தரகாண்டம்: இக்காண்டத்தில் ஹனுமன் கடலைத் தாண்டிச் சென்று லங்கையை அடைந்தது முதல் சீதாபிராட்டி யாரைச் சந்தித்து, திரும்பிவந்து ஸ்ரீராமரிடம் விவரங்களைக் கூறுவது வரை அடங்கியுள்ளன. ஹனுமன் கடலைத்தாண்டும்

போது, இடையில் அவர் இளைப்பாறுவதற்காக மைனாக பர்வதம் கடலினடியிலிருந்து மேலெழும்பி வருகிறது. முன்பொருசமயம் மலைகள் அங்குமிங்கும் பறந்து சென்று பல இடங்களுக்கும் சேதம் விளை வித்ததைத் தடுக்கும் பொருட்டு இந்திரன் அவற்றின் சிறகுகளை வெட்டி வீழ்த்தியபோது, ஹனுமானின் தந்தை வாயு மைனாக பர்வதத்தை இந்திரனிடமிருந்து காத்ததற்கு பிரதி உபகாரமாக மைனாக மலை செயல்பட்டதாகக் கூறப்படுகிறது. ஹனுமன் லங்கையை அடைந்து சீதையை அசோகவனத்தில் காண்கிறார். ஸ்ரீராமரின் கணையாழியை சீதையிடம் கொடுத்து ஆறுதல் வார்த்தைகளைக் கூறி தைரியப் படுத்தி அவரது சூடாமணியைப் பெற்றுக்கொண்டு திரும்புகிறார். ஹனுமன் லங்கையை விட்டு திரும்புமுன் ராவணன் தன்னை அவமதித்ததற்காக அசோக வனத்தை அழித்து லங்கையை தீக்கிரையாக்கினார். பின்னர் ஸ்ரீராமரிடம் திரும்பி வந்து அன்னையின் சூடாமணியைத் தந்து சீதையைக் கண்ட விவரங்களை எடுத்தரைக்கிறார்.

யுத்த காண்டம்: இந்த காண்டத்தில் கடல்மீது பாலம் அமைத்து ஸ்ரீராமர் தனது படைகளுடன் லங்கையை வந்தடைந்தது, ராவணனுடைய சகோதரர் விபீஷணனைச் சந்தித்து அவனை நண்பனாக ஏற்றது, இறுதியாக ராவணனையும் அவனது பராக்கிரம சேனையையும் அழித்தது ஆகியவை சித்தரிக்கப் பட்டுள்ளன.

விபீஷணனை லங்கைக்கு அரசனாக முடி சூட்டிய பின்னர், ஸ்ரீராமர் புஷ்பக விமானம் மூலம் அயோத்தி திரும்புகிறார். மட்டற்ற மகிழ்ச்சியடைந்த மக்கள் அவரை அன்புடன் வரவேற் கின்றனர். அயோத்தி மன்னராக ஸ்ரீராமருக்கு பட்டாபிஷேகம் செய்யப்படுகிறது.

இக்காண்டத்தில் அந்நாளைய யுத்த ஏற்பாடுகள் பற்றிய விளக்கங்களைக் காணலாம்.

இராமாயணத்தின் நாயகனும் சூரியவம்சத் திலகமுமான ஸ்ரீராமர், தான் லங்கையிலும் இதர இடங்களிலும் பல்லாயிரக் கணக்கானவர்களை வதம் செய்ததால் ஏற்பட்ட பாபத்தைத் தொலைக்கும் நோக்கத்துடன், ராமேஸ்வரத்தில்[4] சிவலிங்கம் ஒன்றினை பிரதிஷ்டை செய்து வழிபட்டார்.

ஸ்ரீரங்கம்[5] ரங்கநாத ஸ்வாமி கோவிலின் இரு மேற்குபுற பிரகாரங்களில் உள்ள சுவற்றில், சாக ஆண்டு 1400 (மன்மத ஆண்டு), வீரப்பிரதாப ராயரின் ஆட்சி காலத்தில் பாலய்யதேவ

மகாராஜவானவர் ஸ்ரீராம நவமி கொண்டாட்டங்களுக்காக ஒரு கிராமத்தையே காணிக்கையாக எழுதிவைத்துள்ள விவரங்கள் பொறிக்கப்பட்டுள்ளன.

செங்கல்பட்டு மாவட்டம் உரகடம்[6] எனும் இடத்தில் உள்ள கோதண்ட ராமஸ்வாமி கோவிலின் வடக்குவாசலில், ஸ்ரீமுக ஆண்டு வைகாசி 28ஆம் நாளன்று, ஸ்ரீராமநவமி கொண்டாடும் பொருட்டு அதே இடத்தில் உள்ள ரகுநாத பெருமாள் கோவிலுக்கு நிலம் காணிக்கையாக அளிக்கப்பட்ட விவரங்கள் பொறிக்கப் பட்டுள்ளன.

1. பி.வி. ஜெகதீச அய்யரின் தென்னிந்தியக் கோவில்கள் புத்தகத்தில் விஷ்ணுவின் அவதாரங்களும் அவை சார்ந்த கோவில்களும் விளக்கப் பட்டுள்ளன.
2. சமஸ்கிருதத்தில் யஜ் என்றால் துறத்தல் எனப்பொருள். மதராஸ் பிரசிடென்ஸியின் அட்மினிஸ்டிரேஷன் மானுவல் – 1027 பக்கம் காண்க.
3. சமஸ்கிருதத்தில் சிம்ஹலா. சிம்ஹலா என்ற பெயரிலேயே புத்த எழுத்தாளர்களால் அழைக்கப்பட்டது. சிங்கத்தின் இருப்பிடம் எனப் பொருள் கொண்ட இப்பெயர் மருவி சிங்காலீஸ் எனப்பட்டது. சில புராணங்களில் சிலோன், ரத்ன த்வீபம் அதாவது ரத்தினக் கற்கள் கொண்ட தீவு எனக் குறிப்பிடப்பட்டுள்ளது. சமஸ்கிருதப் பெயரான லங்கா என்பதும் அழகிய இடம் என்பதையே குறிக்கிறது. பக்கம் 153, மதராஸ் பிரசிடென்ஸியின் மானுவல் – பக்கம் 153 – பகுதி III,1893 காண்க.
4. பி.வி. ஜெகதீச அய்யரின் தென்னிந்தியக் கோவில்கள் புத்தகத்தில் அத்தியாயம் XXXஇல் தெளிவாக விளக்கப்பட்டுள்ளது.
5. மதராஸ் பிரசிடென்ஸி கல்வெட்டுக்கள் – 1919, 491வது பொருள், பக்கம் 1571ஐக் காணவும்.
6. மதராஸ் கல்வெட்டுத் துறையின் ஆவணம் – எண் 250/1913; பக்கம் 351 பகுதி 1 மதராஸ் பிரசிடென்ஸி கல்வெட்டுக்கள் – 1919

பங்குனி உத்திரம்

தமிழில் பங்குனி என அழைக்கப்படும் பால்குண மாதத்தின் (மார்ச் – ஏப்ரல்) பௌர்ணமியன்று பங்குனி உத்திரம் பண்டிகை கொண்டாடப்படுகிறது. சந்திரன் அப்போது உத்திரநட்சத்திரத்தில் இருக்கும். எனவே இத்தினம் சிவனை வணங்குவதற்கு விசேஷ தினமாகக் கருதப்படுகிறது.

இதேநாளில் மீனாக்ஷிதேவியானவள் சுந்தரேசப்பெருமானை மதுரையில் மணம் முடித்ததால், இப்பண்டிகை கல்யாணவிரதம் என்றும் அழைக்கப்படுகிறது.

ஆடிமாதத்தில் (ஜூலை – ஆகஸ்ட்) பூர நட்சத்திரத்தில் மதுரையில் ஒரு புனித யாகத்தீயிலிருந்து தேவி மீனாக்ஷி[1] தோன்றியவர். அவர் மதுரையை ஆட்சி செய்து வந்தார். ஒரு சமயம் கிழக்குதிசையிலிருந்து துவங்கி உலகத்தை வலமாக வரும் யாத்திரையை மேற்கொண்டார். இந்த யாத்திரையை வடகிழக்கில் முடிக்கையில் சிவபெருமான் அவருக்கு ஆசிகள் கூறி தான் மதுரை நகருக்கு வந்து அவரை மணமுடிப்பதாக வாக்களித்தார்.

மதுரையை வந்தடைந்த மீனாக்ஷி தேவி, சிவபெருமான் வரும் நாளை எதிர்நோக்கி ஆவலுடன் காத்திருந்தார்.

சிவபெருமான், தான் வாக்களித்திருந்தபடி ஆடிப்பூர தினத்தன்று – அது ஒரு திங்கட்கிழமை – மீனாக்ஷி தேவியின் அரண்மனையில் சுந்தரேசன் எனும் பெயருடையவராக வந்து அவரை மணந்தார். அப்போதிலிருந்து ஆண்டுதோறும் இந்நாள் மதுரையில் மட்டுமின்றி நாட்டின் பல பாகங்களிலும் ஒரு பண்டிகையாகக் கொண்டாடப்பட்டு வருகிறது.

பங்குனி உத்திர நாள், குளிர்காலம் முடிந்து கோடைகாலம் துவங்கும் நாளாக உள்ளது.

இந்த விரதத்தை மேற்கொள்வது முக்கியத்துவம் வாய்ந்தது என பின்வரும் கதை மக்களுக்கு வலியுறுத்துகிறது.

க்ருத யுகத்தில் ராகு எனும் பெயர்கொண்ட நற்குணங்கள் நிறைந்த ஒரு பக்திமான் தனது நாட்டை மிகவும் சிறப்பாக ஆண்டுவந்தான். அவனது ஆட்சிகாலத்தில் பஞ்சமும் நோயும் இல்லாதிருந்தது; அத்துடன் அகாலமரணங்கள் சம்பவிக்காமல் இருந்தது. அவனது நாட்டில் மானவதர்ம சாஸ்திரங்களில் கூறப்பட்டுள்ள (மனுஸ்ம்ருதி) விதிமுறைகள் துளியும் மீறப்படாமல் பின்பற்றப்பட்டன.

நீண்டகாலமாக மக்கள் மிகுந்த திருப்தியுடன் மகிழ்ச்சியாக வாழ்ந்து வந்த போதிலும் ஒருமுறை மக்கள் அமைதியிழந்து வருந்தும் சூழ்நிலை உருவாயிற்று. துந்தா எனும் ஒரு ராக்ஷசி மக்களின் வீடுகளுக்கு வந்து அவர்களது குழந்தைகளைத் துன்புறுத்தி பல்வேறு விதங்களில் தொல்லை கொடுக்கலானாள். இதனைத் தாங்கமுடியாமல் மக்கள் ராகுவிடம் உதவி கோரினர்.

அரசன் செய்வதறியாது நாரதமுனிவரை[2] அணுகி அவரது ஆலோசனையைக் கேட்டான். நாரதர் மன்னனையும் மக்களையும் இந்த பங்குனி உத்திர விரதத்தை மேற்கொள்ளப் பணித்தார். இந்த விரதத்தை மேற்கொண்டதால் ராக்ஷசியின் தொல்லை அறவே நீக்கப்பட்டது மட்டுமின்றி, மக்கள் மேலும் சுபிட்சமாக மகிழ்ச்சியுடன் வாழமுடிந்தது.

இப்பண்டிகை முக்கியமாகக் கொண்டாடப்படும் கோவில்கள் மதுரை, தஞ்சை மாவட்டத்தில் திருவாரூர் வேதாரண்யம் மற்றும் காஞ்சீபுரம், திருநெல்வேலி கோவை மாவட்டத்தில் உள்ள பேரூர் ஆகியவையாகும்.

காஞ்சீபுரத்தில் உள்ள கோவிலில் இந்நாளைக் கொண்டாடு வதன் விசேஷம் பற்றி பின்வரும் புராணக்கதை விவரிக்கின்றது.

ஒரு சமயம் சிவனின் தேவியான பார்வதி, தனது சக்தியால் சிவனின் கண்கள் மூடியேயிருக்கும்படிச் செய்துவிட்டாள். இதன் விளைவாக பிரபஞ்சம் முழுவதும் அந்தகாரத்தில் மூழ்கியது. பார்வதி, சிவன்தேவி எனும் தனது நிலையை உடன் இழக்க நேரிட்டது. தனது கௌரவத்தை நிலைநாட்ட, பார்வதிதேவி காஞ்சீபுரத்தில் இந்த பங்குனி உத்திரநாளில் ஒரு மாமரத்தின்

கீழ் அமர்ந்து சிவனைக்குறித்து தவம் செய்தாள். சிவபெருமானும் அவளது தவத்தை ஏற்று அவள் முன் தோன்றி ஆசீர்வதித்து பழைய நிலையைத் திரும்ப அருளினார்.

இந்தப் பண்டிகை நாளில் ஹிந்துக்கள் "காம தஹனம் நாள்" எனும் பண்டிகையையும் கொண்டாடுகின்றனர். இந்தியக் காதல் தேவன், மன்மதன் ஒரு குறிப்பிட்ட நிகழ்வில் சிவனது கோபத்துக்கு ஆளாகி எரித்து சாம்பலாக்கப்பட்டுவிட்டார். அதுபற்றிய கதையே பின்வருவது.

ஒரு சமயம் சிவனின் தேவி ஒரு யாகத்தில் பங்கேற்பதற்காக தனது தந்தையின் வீட்டிற்குச் சென்றிருந்தாள். சிவபெருமான் அப்போது மோனத் தவத்தில் இருந்தார். தேவர்கள் தாரகாசுரன் எனும் அரக்கனின் தொல்லைகளைத் தாங்கமுடியாமல், மன்மதனைக் கொண்டு சிவனின் தவத்தைக் கலைத்து, தாரகா சுரனின் கொடிய செயல்பற்றிக்கூறித் தீர்வு காண எண்ணினர்.

தேவர்களால் தூண்டப்பட்ட மன்மதனும் இறைவனது உறங்கிக் கிடக்கும் ஆசைகளைத் தட்டி எழுப்ப தனது மலர்க் கணைகளை அவர்மீது தொடுத்தான்.

மன்மதனின் இச்செய்கையால் மிகுந்த கோபம் அடைந்த சிவபெருமான் தனது மூன்றாவது கண்ணாகிய நெற்றிக் கண்ணால் அவனை எரித்து சாம்பலாக்கி விட்டார். இதன்காரணமாக "உடலில்லாதவன்" எனும் பொருள் கொண்ட அனங்கா எனும் பெயரை மன்மதன் அடைந்தான்.

மன்மதனின் மனைவி[3] ரதி (இந்திய வீனஸ் – காதல் தேவதை) தனது கணவனை இழந்த துன்பத்தால் பெரிதும் பீடிக்கப் பட்டு விஷ்ணுவிடம் சென்று உதவி கோரினாள். அவர் ரதியை, கிருஷ்ணா நதிக்கும் ராமேஸ்வரம் தீவிற்கும் இடையில் உள்ள தண்டகா எனும் காடுகளில் உள்ள[4] காமராசவல்லி" எனும் சிவன் கோவிலின் எதிரே உள்ள சுந்தர தீர்த்தத்திற்குச் சென்று, சிவனை சாந்தப்படுத்துவதற்கான பலி கொடுத்து பூஜிக்குமாறு பணித்தார்.

ரதிதேவியும் அவர்கூறியபடியே செய்து 40 நாட்கள் கடும் தவம் மேற்கொண்டாள்.

அவளது தவத்தால் திருப்தியுற்ற சிவன், மன்மதனை அவளுக்குத் திருப்பி அளித்தார்; ஆயின் ரதியைத் தவிர மற்றவர் கண்ணுக்கு அவன் தெரியாதவாறு செய்துவிட்டார். காமதஹனம்

விரதத்தை அனங்கனை கௌரவிப்பதற்காக அனுஷ்டிப்போருக்கு தாம்பத்திய இன்பம் பெருகும் எனவும் சிவன் அருளினார்.

அந்நாளில் இந்த விரதம் மன்னன் உள்ளிட்ட அனைவராலும் அனுஷ்டிக்கப்பட்டாலும், காலப்போக்கில் தாழ்ந்த இன ஹிந்துக்கள் மட்டுமே இதனை அனுசரிக்கின்றனர்.

திருச்சி மாவட்டம் காமரசவல்லி கோவிலில் சிவனிடம் பிரார்த்திக்கும் ரதிதேவியின்[5] வெண்கலச் சிலை ஒன்று உள்ளது.

சென்னை திருவல்லிக்கேணி பார்த்தசாரதி திருக்கோவிலில் கருவறையில் திரும்பப் பிறந்த மன்தனைக் குறிக்கும் உருவம் கல்லில் செதுக்கப்பட்டுள்ளதைக் காணலாம்.

காஞ்சீபுரம் ஏகாம்பரேஸ்வரர் கோவிலின் குளக்கரையருகே மேற்கூறிய சம்பவங்கள் அனைத்தும் ஒரு காட்சியாக கற்களில் செதுக்கிவைக்கப்பட்டுள்ளன.

சென்னை அருகே திருவொற்றியூரில்[6] உள்ள ஆதிபுரீஸ்வரர் கோவிலின் இரண்டாவது பிரகாரத்தில், ராஜகேசரி வர்மன் எனப்படும் திரிபுவனசக்ரவர்த்தி ராஜாதிராஜ தேவன் (1172–1184) தனது ஆட்சிகாலத்தின் 9வதுஆண்டு இக்கோவிலில் பங்குனி உத்திர தினத்தன்று வந்து வழிபட்டதாக குறிப்புகள் காணப் படுகின்றன.

---

1. இது சுந்தரேஸ்வரரின் 64 லீலைகளில் நான்காவதாகும். பி.வி. ஜெகதீச அய்யரின் தென்னிந்தியக் கோவில்கள் புத்தகம் காண்க.
2. பி.வி. ஜெகதீச அய்யரின் தென்னிந்தியக் கோவில்கள் புத்தகம் காண்க.
3. ரதிதேவி உயர்ந்த உடைகளையும் நகைகளையும் அணிந்த இளமையான அழகான வீணை வாசிக்கும் பெண்ணாகவும் சித்தரிக்கப்பட்டுள்ளாள். காமதேவன் எட்டு கரங்களை உடைய இளைஞனாகவும், இன்பம், பாசம், ஆசை மற்றும் பலம் ஆகியவற்றைக் குறிக்கும் நான்கு தேவதைகளால் சூழப்பட்டவனாகவும், சங்கு, தாமரை, 5 அம்புகளுடன் வில், மகரக்கொடி (மகரம் என்பது மீனும் ஆடும் இணைந்த உருவம், கடல் விலங்கு) ஆகியவற்றைக் கொண்டவனாகவும் இருப்பான் – (ஹிந்து முஸ்லீம் பண்டிகைகள் புத்தகம் 1904, பக்கம் 18)
4. பி.வி. ஜெகதீச அய்யரின் தென்னிந்தியக் கோவில்கள் புத்தகத்தின் XVIஆம் அத்தியாயம் காண்க.
5. பி.வி. ஜெகதீச அய்யரின் தென்னிந்தியக் கோவில்கள் புத்தகம் காண்க.
6. மதராஸ் கல்வெட்டுத் துறையின் ஆவண எண் 371/1911; பக்கம் 432, பகுதி I மதராஸ் பிரசிடென்சியின் கல்வெட்டு எழுத்துக்கள், 1919

சைத்ர விஷு
(இந்துக்களின் புத்தாண்டு)

ஹிந்துக்களின் புத்தாண்டு சைத்ர அல்லது சித்திரை மாதத்தின் முதல் நாளன்று துவங்குகிறது. இதனால் இதனை சைத்ரவிஷு எனவும் அழைக்கிறார்கள். இந்த நாளில் சூரியன் மேஷ ராசியில் பிரவேசிப்பதால் மிகவும் விசேஷமான நாளாகக் கருதப்படுகிறது. இந்த நாளை விஷு புண்ணிய காலம்[1] என அழைக்கிறார்கள்.

ஹிந்துக்களின் வருடம் சித்திரையிலிருந்து, அதாவது சூரியன் மேஷராசியில் பிரவேசிக்கும் நாளிலிருந்து துவங்குவதற்குக் காரணம் – செம்மறியாடு மேஷராசியின் சின்னம் – பிரபஞ்ச மூலாதார விஞ்ஞானத்தின் தத்துவார்த்தம் எனப்படுகிறது. செம்மறியாட்டுக்கு சமஸ்கிருதத்தில் "பிறக்காத ஒன்று" எனப் பொருள்படும் அஜா என்பதாகும். எனவே இந்த குறிப்பிட்ட ராசியின் சின்னம் எல்லாவற்றுக்கும் முடிவான காரணமாக விளங்குவதால் இந்தமாதம் (சித்திரை) ஆண்டின் முதல்மாதமாக ஏற்கப்பட்டுள்ளது.

தொன்றுதொட்டே ஒரு இலட்சிய வாழ்க்கை என ஹிந்துக் களால் கருதப்படுவது, தியாகங்கள் நிறைந்ததும் மதம் சார்ந்தவற்றை உரிய முறையில் அனுஷ்டிப்பதுவுமேயாகும். எனவே குறிப்பிட்ட சடங்குகள் அல்லது விழாக்களை மேற்கொள்ள அவற்றுக்குரிய சரியான நேரத்தை அறிவது மிகவும் முக்கியத்துவம் பெறுகிறது. இந்த விவரங்கள் பஞ்சாங்கம் என அழைக்கப்படும் ஹிந்து நாட் காட்டிகளில் துல்லியமாக ஒவ்வொரு ஆண்டும் வெளியிடப் படுகின்றன.

பண்டைய நாட்களில் புத்தகங்கள் அரிதாக வெளிவந்துள்ளன; கிராமப்புற மக்களுக்கு பனைஓலைச் சுவடிகள்[2] கிடைப்பதும் அவ்வளவு எளிதாக இருக்கவில்லை; கிராமங்களில் தலைமைப் புரோகிதரிடம் மட்டும் இந்த முக்கியமான கையெழுத்துப் பிரதிகள் இருந்தன. ஒரு குறிப்பிட்ட பண்டிகை அல்லது விரதம் வரும் நாளைப்பற்றி மக்களுக்கு அறிவிப்பது அவரது முக்கிய கடமையாக இருந்தது, ஆயின் வருட ஆரம்பத்திலேயே பல்வேறு கிரகங்களின் நிலைகள், அவற்றால் மனிதர்களுக்கும் விலங்கு களுக்கும் தாவரங்களுக்கும் ஏற்படக்கூடிய தாக்கம் ஆகியவற்றை அறிய மக்கள் பெரிதும் விரும்பினர். அத்துடன் கிரகநிலைகள் பருவமழை முறையாகப் பெய்ய உதவுமா என்பது பற்றியும் அறிய விரும்பினர். இதன் விளைவாகவே, சோதிடக் கலை மூலம் கிரகநிலைகளின் தாக்கத்தால் பூமியில் ஏற்படக்கூடியவற்றை கணக்கிட்டு, முன்கூட்டியே அறியும் வழக்கம் அமலுக்கு வந்தது.

சித்திரை மாதத்தில் பொதுவாகவே பகற்பொழுதுகள் வெப்ப மாகவும் புழுக்கமாகவும் இருக்கும். இம்மாதத்தில் ஒரே இடத்தில் பலர் கூடும்போது இந்த வெப்ப நிலையைத் தணித்துக் கொள்ள குளிர்பானங்களும் கைவிசிறிகளும் அளிப்பது வழக்கத்திற்கு வந்தது.

இந்தப் பண்டிகை நாளன்று மக்கள் வேப்பம் பூவை[3] வறுத்து அல்லது கருகச்செய்து நீரில் கலந்து சர்க்கரை சேர்த்து உட்கொள் கின்றனர். இந்தத் தயாரிப்பிற்கு பல மருத்துவ குணங்கள் உண்டு; வேப்பம் பூ இந்த பருவத்திற்குரியது என்பதால் வரப்போகும் பருவத்தின் முன்னோடியாகக் கருதப்படுகிறது.

இந்தப் பழக்கத்திற்கு ஒரு உயர்ந்த தத்துவ முக்கியத்துவமும் உண்டு. வேப்பமரம் கசப்பிற்கு அடையாளமானது. கசப்பான பூக்கள் ஜீவன்களுக்காகப் பூக்கிறது. இதனை முடிந்தவரை ஏற்று உண்ணுதல், புதிய வருடத்தில் ஏற்படும் நிகழ்வுகளை ஒவ்வொரு வரும் சந்தோஷமாக ஏற்கவேண்டும் என்பதைக் குறிக்கிறது.

தென்னிந்தியாவில் தமிழர்கள் சூரியனின் நகர்தலின் அடிப்படையில் தங்கள் புதுவருட தினத்தைக் கணக்கிடுகின்றனர். இது சமஇரவு சமபகலான நாளைக்கொண்ட வானியல் ஆண்டாகும். தெலுங்கு மற்றும் கன்னட மக்கள் சந்திரனின் நகர்தல் அல்லது சந்திர – சூரியர்களின் நகர்தலின் அடிப்படையில் கணக்கிடும் புதுவருட தினம் தமிழ் வருடப் பிறப்பிற்குச் சில தினங்களுக்கு முன்னரே வருகிறது.

மேற்குக் கடற்கரை மலையாளிகள் கொல்லம் ஆண்டு என அழைக்கப்படும் விவசாய ஆண்டைப் பின்பற்றுகிறார்கள். இலையுதிர்காலத்தின் சமஇரவு – சமபகல் நாளில் சூரியன் பிரவேசிப்பதை (செப்டம்பர் மாதம்) புத்தாண்டு துவக்கநாளாகக் கொண்டாடுகின்றனர். மேற்குக் கடற்கரையின் இப்பகுதியில் ஆண்டொன்றுக்கு சுமார் 9 மாதங்கள் கனமழை பொழிகிறது.

ஒவ்வொரு மாதத்தின் முதல் நாளும், மங்களகரமானதாகக் கருதப்படினும் சைத்ர விஷு, துலாரவி, உத்திராயணம் மற்றும் தக்ஷிணாயனம் ஆகியவை மிகுந்த முக்கியத்துவம் பெறுகின்றன.

சூரிய ஆண்டு சூரியன் மேஷராசியில் பிரவேசிப்பதுடன் துவங்குகிறது. இதர மாதங்களின் முதல்நாள் சூரியன் இதர ராசிகளில் பிரவேசிக்கும் நாட்களில் அமைகின்றன.

சூரிய ஆண்டுகள் கலியுகத்தில் பதிவு செய்யப்பட்டுள்ளன. இந்த வருடங்களிலிருந்து 3101ஐக் கழிப்பதன் மூலம் கிருத்துவ ஆண்டுகள் பெறப்படுகின்றன. அதாவது கிருத்துவ ஆண்டுடன் 3101ஐக் கூட்டிப் பெறும் எண்ணிக்கை கலியுகம் பிறந்தபின் கடந்த ஆண்டுகளைக் குறிக்கும். (உதாரணம் : 2011 கிபி+3101 = 5112 ஆண்டுகள் கலியுகம் பிறந்து ஆகியுள்ளன) விக்ரம வருடங்களுடன் 3044ஐக் கூட்டினாலும், [4]சக ஆண்டுகளுடன் 3179ஐக் கூட்டினாலும் கலியுகம் பிறந்த பின் கடந்த வருடங்களின் எண்ணிக்கையைக் காட்டும்.

சந்திராயணம் எனும் சந்திர மாதம் – இது சூர்யாயணம் எனப்படும் சூரிய மாதங்களிலிருந்து வேறுபட்டது – ஒரு பௌர்ணமி நாளிலிருந்து அடுத்த பௌர்ணமி நாள் வரையிலானது. இது மாதத்தின் வளர்பிறை துவக்கத்திலிருந்து கணக்கிடப்பட்டாலும் பௌர்ணமி நிகழும் சூரிய மாதத்தின் பெயரையே பெறுகிறது.

ஒவ்வொரு மாதமும் இரண்டுபாதியாக பக்ஷங்கள் என அழைக்கப்படுகின்றன. ஒவ்வொரு பக்ஷமும் 15 நாட்களைக் கொண்டது. சுக்லபக்ஷம் சந்திரனின் வளர்பிறை நாட்களையும் கிருஷ்ண பக்ஷம் சந்திரனின் தேய்பிறை நாட்களையும் கொண்டவை.

இந்த பக்ஷங்கள் ஒவ்வொன்றும் 15 திதிகளைக் கொண்டவை. ஒரு திதி என்பது சந்திரன், சூரியனிலிருந்து மேற்குமுகமாக ராசியின் 12 டிகிரிகள் விலகுவதற்கு ஆகும் நேரமாகும்.

சூரியன் மற்றும் சந்திரனின் உண்மையான இயக்கம் அவற்றின் சுற்றுப் பாதைகளில் அவற்றின் நிலைகளைப் பொறுத்து மாறுவதால், ஒரு திதியின் நேரமும் அதற்கேற்ப மாறுபடும்.

இந்த 15 திதிகளுக்கும் பெயர்கள் கொடுக்கப்பட்டுள்ளன; வளர்பிறையின் 15வது திதி பௌர்ணமி திதி என்றும் தேய்பிறையின் 15வது திதி அமாவாஸ்ய திதி எனவும் அழைக்கப்படுகின்றன. உண்மையில் பௌர்ணமியும் அமாவாசையும் வளர்பிறை 15 நாட்களின் முடிவையும் தேய்பிறையின் 15 நாட்களின் முடிவையும் குறிக்கின்றன.

சைத்ர விஷூ நாளில் அதாவது வளர்பிறையின் முதல்நாளன்று தான் பிரும்மா தனது சிருஷ்டியைத் துவக்கியதாகவும் கூறப் படுகிறது. எனவே இந்நாள் யுகம் துவங்கியநாள் எனும் பொருளில் யுகாதி என்றும் அழைக்கப்படுகிறது.

ராமாயணத்தின் நாயகனான ஸ்ரீராமச்சந்திர மூர்த்தி, ராவணன் போன்ற ராக்ஷசர்களை அழித்த பின்னர் வெற்றிகரமாக அயோத்தி மாநகருக்குத் திரும்பி பட்டாபிஷேகம் செய்துவைக்கப்பட்ட நாள் என்பதால் சைத்ர விஷு நாள் மேலும் முக்கியத்துவம் பெற்றுள்ளது.

ஹிந்துக்களின் 60 வருடங்கள் கொண்ட சுழற்சி எப்படி ஏற்பட்டது என்பது குறித்த ஒரு புராணக்கதையும் உண்டு.

நாரதமுனிவர் ஒருசமயம் உலக இன்பங்களைப் பற்றிய ஆசை கொண்டதால் இந்த அநித்ய உலகில் ஒரு பெண்ணாகப் பிறக்கும்படி ஆயிற்று. அப்போது அவருக்கு 60 குழந்தைகள் பிறந்தனவாம். இந்த அறுபது குழந்தைகளிலிருந்து ஹிந்துக்களின் 60 வருட சுழற்சிமுறை துவங்கியதாக அறிகிறோம்.

ஹிந்துக்கள் ராசிகளின் 12 குறிகள் சூரிய குடும்ப அமைப்பில் 12 கிரகங்களைக் குறிப்பதாக நம்புகின்றனர். இந்த கிரகங்களும் சைதன்யத்தின் மையங்களும் காலபுருஷர்[5] என அழைக்கப்படும் அகிலத்தின் தெய்வத்தினுள் அடக்கம் எனக் கருதப்படுகிறது. கிரகங்கள் அவரது தலை, முகம், மார்பகம், வயிறு, தொப்பிள், அடிவயிறு, பிறப்புறுப்புகள், கண்கள், பற்கள், முழங்கால், கணுக்கால் மற்றும் பாதங்களாக உள்ளன.

இந்திய நாட்காட்டி பஞ்சாங்கம் என அழைக்கப்படுவதன் காரணம் அது ஐந்து அங்கங்களைக் கொண்டுள்ளது; அவை 1. திதி 2. வாரம் 3. நட்சத்திரம், 4. யோகம் மற்றும் 5. கரணம். க்ஷேமத்தை விரும்பும் மனிதர் திதியில் தன் கவனத்தைச் செலுத்துகிறார். நீண்ட ஆயுளை விரும்புபவர் வாரத்தின் நாட்களைப் பற்றி முழுவதுமாக அறிந்து நடக்கிறார். நட்சத்திரங்கள் பாவங்களை நிவர்த்தி செய்திடவும் யோகம் நோய்களிலிருந்து

காத்துக்கொள்ளவும் பயன்படுகின்றன. கரணம் என்பது காரிய சித்தியைக் கொடுக்கும் எனக் கருதப்படுகிறது.

எனவே கிரகநிலைகளை சரிவர அறிந்து கொள்வது அவற்றைக் கட்டுப்படுத்துவதற்கு மிகவும் அவசியமாகிறது. இதனைக் குறிக்கும் வகையில் உள்ள ஒரு பழமொழி. "விவேகிகள் நட்சத்திரங்களை ஆள்கின்றனர்" இது தொடர்பான கதையே பின்வருவது.[6]

ஒருசமயம் தேவலோகப் பிரும்மச்சாரியான நாரத முனிவர் புனித கங்கையில் நீராடும்போது ஒரு மீன் ஜோடி உடலுறவு இன்பத்தில் திளைத்திருந்ததைக் கண்டார். அவரது உணர்ச்சிகள் தூண்டப்பட்டு தானும் மணவாழ்வை அனுபவிக்க விரும்பினார். ஒரு குடும்பத்தினால் உண்டாகும் மகிழ்ச்சி, குழந்தைகள் விளையாடுவதைக் காணும் இன்பம், மற்றும் இது போன்ற பலவித வாழ்க்கை நிகழ்வுகளால் ஏற்படும் மகிழ்ச்சிகளால் கவரப்பட்டு, என்றும் இளமைமாறாத இந்த பிரும்மச்சாரி தன்னிலை தடுமாறினார். அவர் தனது பிரும்மச்சரியத்தைக் கைவிட்டு குடும்ப வாழ்வை மேற்கொள்ள முடிவு செய்தார். தனக்கு யார் பெண் கொடுப்பார் என்றும் தன்னிடம் திருமணச் செலவிற்கான செல்வம் இல்லையே என்றும் எண்ணினார். இதற்கு என்ன செய்யலாம் என்று யோசித்தவர், *16108* மனைவி களைக் கொண்ட துவாரகாபுரி மன்னர், ஸ்ரீ கிருஷ்ணரை நாடிச் செல்வதே சாலச் சிறந்தது என முடிவு செய்தார். துவாரகாபுரி மன்னர் தன் மனைவிகளுள் ஒருவரை தமக்களிக்கக்கூடும்; அதனால் அவருக்கு பெரும் இழப்பு ஒன்றும் ஏற்படாது எனவும் எண்ணினார். அதுமட்டுமின்றி அவர் மிகப்பெரும் செல்வம் படைத்தவர் என்பதால் திருமணச் செலவையும் அவரே ஏற்கலாம் எனவும் எண்ணினார். இந்த முறையற்ற எண்ணமே அந்த மாமுனிவரின் புனிதத்தன்மையை ஓரளவு குறைத்துவிட்டது. ஸ்ரீகிருஷ்ணர் தனது பக்தர்களின் ஆசைகளைத் தீர்க்கவேண்டியது தனது கடமை எனக் கருதினார்; அதுவும் நாரதர் அவரது உன்னத பக்தராயிற்றே! எனவே சர்வ வியாபியாக விளங்கும் விஷ்ணு ஒரு சிறுதந்திரத்தைக் கையாண்டார். நாரதரின் தவறான வேண்டு கோளினால் கோபமடையவில்லை. தனது மனைவிகளின் எண்ணிக்கை மற்றும் தன்னால் அவர்களை தினசரி சந்திக்க இயலாது எனும் எண்ணம் ஆகியவற்றை மனதில் கொண்டு நாரதர் இப்படிப்பட்ட வேண்டுகோளை விடுத்துள்ளார் என்பதை அறிந்து கொண்ட விஷ்ணு, அவரை தனது மனைவிகள் வசிக்கும் இல்லங்களுக்குச் சென்று பார்த்து, எங்கு தான் இல்லையோ

அந்த பெண்மணியை தேர்ந்தெடுக்கும் படிக்கூறினார். பாவம் நாரதர்! அவர் தனது இயல்புநிலையில் இல்லை. விஷ்ணு கூறியதை அப்படியே ஏற்று வீடுவீடாகச் சென்றார். அவர் சென்ற ஒவ்வொரு வீட்டிலும் கிருஷ்ணர் தனது மனைவி குழந்தைகளுடன் பலவாறு மகிழ்ந்திருந்ததைக் கண்டார். எப்போதும் குதூகலம், எப்போதும் மகிழ்ச்சி என திருமணமானவர் இருப்பதைக் கண்ட நாரதரின் ஆசைகள் மேலும் அதிகமாயின. அவரது பிரார்த்தனை நேரம் வந்தபோதும் அவர் எப்படி ஒரு மனைவியை அடைவது எனும் எண்ணத்திலேயே திளைத்திருந்தார். நாரதர் என்றும் தவறாது நீராடி தனது பிரார்த்தனையைச் செய்யும் வழக்கமுடையவராதலால் அன்றும் தன்னையறியாமலேயே குளிப்பதற்காக கங்கைநதிக்குச் சென்றார். நதியில் முழுக்குப் போடுகையில் மீண்டும் ஸ்ரீ கிருஷ்ணரிடம் சென்று மனைவி பற்றிப் பேசவேண்டும் என்று எண்ணினார். என்ன ஆச்சரியம்! நீரில் மூழ்கி எழுந்தபோது அவரே ஒரு பெண்ணாக மாறிவிட்டிருந்தார்! நதிக்கரைக்கு வந்து தனது ஈரத்துணிகளை மாற்ற முனைந்தபோது ஒரு உயரமான பருத்த அழகான சன்யாசி அவளை வலியவந்து அழைத்தார். அவர் அவளை பலவந்தமாகப்பிடித்து தனது குடிலுக்குக் கூட்டி வந்து கட்டாயக்கல்யாணம் செய்து கொண்டார். பின் ஒவ்வொரு வருடமும் ஒரு குழந்தை என 60 குழந்தைகளைப் பெற்றாள் (பெண் நாரதர்). கவலையால் பீடிக்கப்பட்டும், வலுவிழந்து சோர்ந்து, குழந்தைகளால் பெரும் அவதியுற்றும் போன அவள், 60வது வருட முடிவில் இந்த சோகத்திலிருந்து விடுதலை அளிக்கும்படி மனமார இறைவனைப் பிரார்த்தித்தாள். பிறப்பிறப்பற்ற நித்ய புருஷரான நாரதருக்கு விரைவில் விடுதலை கிடைத்து, சன்னியாசிக் கணவர் மறைந்து, அவரது இடத்தில் விஷ்ணுவானவர் தனது நான்கு கைகளில் சங்கு, சக்ரம், கதை, தாமரையுடன் காட்சி யளித்தார். விஷ்ணு நாரதரை நோக்கி, "பெண்ணே, உனது விருப்பங்கள் என்ன? அவை பூர்த்தி செய்யப்படும்" எனக்கூறினார். பெண்ணாக இருந்த நாரதர் இறைவனைப் பார்த்து பிரமித்துப் போய் தன் கண்ணீரைத் துடைத்துக்கொண்டு, "இறைவனே, எனது விருப்பம் உமக்குத் தெரியும். நான் ஒரு முட்டாளாகிப்போய் மணவாழ்க்கை என்பது மலர்படுக்கைபோன்று இன்பமயமானது என எண்ணிவிட்டேன். என்னை மன்னித்து காத்தருளுங்கள்" என்றார்.

"எழுந்திருங்கள் நாரதரே" இது இறைவனின் பதில். ஆம் இளமைமிக்க நாரதர் தம்புருவைச் சுமந்த பழைய நாரதமுனியாகக் காட்சியளித்தார். இறைவன் அவரைத் தழுவிக்கொண்டு இன்னமும் என்ன ஆசை உள்ளது எனக்கேட்டார். அப்போது

60 மகன்களும் நாரதரைச் (தங்கள் தாயார்) சூழ்ந்து கொண்டு உணவுக்காக அலைந்தனர். நாரதர் அவர்களை அமைதிப் படுத்துமாறு இறைவனை வேண்டினார். இறைவனும் ஒவ்வொரு வரும் இவ்வுலகை ஒருவருடம் ஆண்டு அனுபவிக்க அருளினார். இதன் காரணமாகவே ஹிந்துக்களின் 60 ஆண்டு சுழற்சியில் ஒவ்வொரு ஆண்டும் ஒரு பெயருடன் விளங்குகிறது. இந்த சுழற்சியின் இறுதியில் கபிலசஷ்டி எனப்படும் "நாரதர் பெண்ணாக இருந்ததிலிருந்து இயல்பான நிலைக்கு மாறிய புனிதநாள்" வருகிறது.

பெண் நாரதராகிய "நாரதியின்" அறுபது பிள்ளைகளின் பின்வரும் பெயர்களால் அறுபது ஆண்டு சுழற்சியில் இன்றளவும் ஒவ்வொரு ஆண்டும் அழைக்கப்படுகிறது.

பிரபவ, விபவ, சுக்ல, பிரமோதூத, பிரஜாபதி, ஆங்கீர, ஸ்ரீமுக, பவ, யுவ, தாது, ஈஸ்வர, வெகுதான்ய, பிரமாதி, விக்கிரம, விஷு, சித்ரபானு, சுபான, தாரண, பார்த்திப, விய, ஸ்ர்வஜித்து, சர்வதாரி, விரோதி, விக்ருதி, கர, நந்தன, விஜய, ஜய, மன்மத, துர்முகி, ஏவிளம்பி, விளம்பி, விகாரி, சார்வரி, பிலவ, சுபகிருது, சோபகிருது, குரோதி, விசுவாவசு, பராபவ, பிலவங்க, கீலக, சௌமிய, சாதாரண, விரோதிகிருது, பரிதாபி, பிரமாதீச, ஆனந்த, ராக்ஷஸ, நள, பிங்கள, காளயுக்தி, சித்தார்த்தி, ரௌத்திரி, துன்மதி, துந்துபி, ருத்ரோத்காரி, ரக்தாக்ஷி, குரோதன, அக்ஷய.

---

1. நல்லநேரம் – சில குறிப்பிட்ட நட்சத்திரங்களின் சேர்க்கையால் புனிதமாகக் கருதப்படுவது
2. காஜங் என்றால் பதப்படுத்தப்பட்ட பனை ஓலை என்று பொருள். இவற்றின்மீது இரும்பு எழுத்தாணி கொண்டு கணக்குகளும் பிறவும் எழுதப்பட்டன. (பக்கம் 113 – மதராஸ் பிரசிடென்ஸியின் நிர்வாக புத்தகம் பகுதி 3, 1893)
3. மெலியா அஸாடிராச்டா : மெலியா என்பது கிரேக்கச் சொல். பக்கங்கள் 33, 34 – மரங்கள், செடிகள் மற்றும் மூலிகைச் செடிகள், ஹிக்கின்பாதம் அன்ட் கம்பெனி – 1866 காண்க :

   ஒரு பெண்மணி, தனது கணவர் வியாபார சம்பந்தமாக வெளியூர் செல்ல முடிவு செய்தபோது அவன் சீக்கிரம் வீடு திரும்பவேண்டும் என எண்ணி, ஒரு மருத்துவரிடம் அதற்கான ஆலோசனையைக் கேட்டாள். அவர் அவளிடம், அவளது கணவர் பிரயாணம் செய்யும் போது தினமும் இரவில் புளியமரத்தடியில் தூங்கவேண்டும் எனவும், திரும்பிவரும்போது தினமும் இரவில் வேப்பமரத்தடியில் தூங்க வேண்டுமெனவும், அப்படிச் செய்தால் சீக்கிரம் திரும்பிவிடுவார் எனவும் கூறினார்.

சித்ரா பௌர்ணமி

ஹிந்துப் பண்டிகை சித்ரா பௌர்ணமி, சித்திரைமாதம் (ஏப்ரல் – மே) பௌர்ணமி தினத்தன்று அனுஷ்டிக்கப்படுகிறது. அன்று சித்திரை நட்சத்திரம் ஆட்சி புரிகிறது. இந்நாள் யமதர்மனின் கணக்காளர் சித்ரகுப்தனை'த் திருப்திப்படுத்துவதற்காகக் கொண்டாடப்படுகிறது. சித்ரகுப்தன் மனிதர்களின் பாவ புண்ணியங்களைப் பதிவு செய்து, அவர்கள் இறந்தபின்னர், அதற்கேற்றவாறு தண்டனைகள் அல்லது நன்மைகளை அடைய வழி செய்வார்.

சித்ரகுப்தன் மற்றும் அவரது செயல்பாடுகள் மிகவும் கற்பனையான உண்மை. அதற்கான விளக்கங்கள் பின்வருமாறு:

சித்ரகுப்தர் எனும் பெயர், சித்திரங்களை சேகரிப்பவர் எனப் பொருள் கொண்டது. எனவே யமனின் கணக்காளராகிய இவருக்கு இப்பெயர் மிகவும் பொருத்தமானதே என்பது தெரிகிறது.

நவீன கால பதிவு செய்யும் கருவிகள், ஒரு மனிதன் இறந்துவிட்ட போதிலும், அவனது பதிவு செய்யப்பட்ட குரலைப் பாதுகாத்து எப்போது வேண்டுமானாலும் கேட்கமுடியும் என்பதை நிரூபிக்கின்றன. இதனையே விரிவுபடுத்திப்பார்க்கையில், ஒருவரது எண்ணங்கள், உணர்வுகள் மற்றும் அவரது வாழ்வில் அவர் மேற்கொண்ட செயல்பாடுகள் ஆகியவற்றை மீண்டும் கொண்டுவரக்கூடிய சாத்தியக்கூறுகள், உள்ளன என்பதை நாம் காணலாம். அதனைச் செய்வதற்கான உரிய வழிமுறைகள் தெரிந்திருக்க வேண்டும். உண்மையில் இயற்கையில் ஒவ்வொரு தனிமனிதரது வாழ்வின் ஒவ்வொரு நிகழ்வும் – மனரீதியான, உணர்ச்சிபூர்வமான மற்றும் உடல் சார்ந்தவைகள் – விண்வெளியில் உள்ள ஒரு மெல்லிய பிளாஸ்டிக் போன்ற பொருளில் பதிவு

செய்யப்பட்டு விடுகின்றன. இவையனைத்தும் அவை உருவாகும் மையத்துடன் இணைக்கப்பட்டவை. இத்தகைய நிகழ்வுகளின் மொத்தமே இந்த அகிலத்தின் கணக்கேட்டில், ஒவ்வொரு ஜீவனின் கணக்கு எனப்படுகிறது. ஒரு தனிமனிதரின் பிறப்பு / இறப்பு நேரத்தில் இந்தக்கணக்கில் புதியதாக சில கணக்குகள் கூட்டப் படுகின்றன அல்லது சில கணக்குகள் கழிக்கப்படுகின்றன. இந்த எற்பாட்டைக் கட்டுப்படுத்தும் தெய்வாம்சம் யமன் என அழைக்கப்படும் மரணத்தின் தெய்வம். இவரது கணக்காளர் சித்ரகுப்தன் அகிலத்தின் மேற்கூறிய கணக்குப் பதிவேட்டைக் குறிப்பவர்.

இந்த மாதத்தில் சூரியன் தனது உச்ச பிரகாசத்துடன் விளங்குகிறது; சூரியனின் ஒளியைப் பிரதிபலிக்கும் சந்திரனும் அவ்வாறே நன்கு பிரகாசிக்கிறது. எனவே இந்நாள் மனிதகுலத்தின் சந்தோஷத்திற்கு உகந்தநாள் எனப்படுகிறது. அத்துடன் சித்ரா பௌர்ணமி தினம் வியாழன், சனி அல்லது ஞாயிற்றுக்கிழமைகளில் வந்தால் கூடுதல் விசேஷமானது எனக் கருதப்படுகிறது.

இப்பண்டிகையை மதுரையில் கொண்டாடுவதன் முக்கியத்து வத்தை விளக்குவதே பின்வரும் புராணக்கதை.

தேவலோக அரசனான இந்திரன் தனக்குரிய மரியாதையை அளிக்கவில்லை என்பதால் தேவர்களின் குரு பிரகஸ்பதி தனது பணியைத் துறந்துவிட்டார். குருவின் ஆலோசனைகளின்றி செயல் பட்டதால் இந்திரன் தனது தவறுகளால் பெரும் பாவத்திற்கு ஆளாகினான். சிறிது காலத்திற்குப்பின் சமாதானமடைந்த பிரகஸ்பதி தனது பணிக்குத் திரும்பினார். அவர் இந்திரனை மன்னித்து, பல புனித இடங்களுக்குச் செல்வதன் மூலம் அவனது பாவங்களைக் கழுவிவிடலாம் என ஆலோசனை கூறினார். அவ்வாறே நடந்து கொண்ட இந்திரன் ஒரு காட்டில் இருந்தபோது தனது பாவங்கள் அனைத்தும் நீங்கிவிட்டதை உணர்ந்தான். இந்த சந்தோஷமான தனது நிலைக்குக் காரணத்தை தேடியபோது, ஒரு குளத்தருகே சிவலிங்கம் ஒன்றைக் கண்ணுற்றான். அந்த லிங்கத்திலிருந்து வெளிவரும் ஒளிதான் இதற்குக் காரணமென உறுதியுடன் நம்பிய அவன், உடன் தேவலோக கட்டிடக்கலைஞர் விஸ்வகர்மாவின் உதவியுடன் அங்கு லிங்கத்திற்கு ஒரு மிகச்சிறந்த ஆலயத்தை உருவாக்கினான். அருகிலேயே சிவனின் தேவியான ஈஸ்வரிக்கும் ஒரு கோவிலை அமைத்தான்.

பின் ஈஸ்வரனையும் ஈஸ்வரியையும் பூஜிக்க எண்ணியபோது அதற்கான புஷ்பங்கள் இல்லை என உணர்ந்தான். உடன்

ஈஸ்வரனையும் ஈஸ்வரியையும் குறித்துப் பிரார்த்திக்க, என்னே ஆச்சரியம், அக்குளத்தின் பரப்பில் அழகிய தங்கமயமான அல்லிப்பூக்கள் தோன்றின. இந்திரன் வழிபட்ட இந்நாள் சித்ரா பௌர்ணமி தினமாக இருந்ததால் இப்பண்டிகை மதுரையில் சிறப்பாகக் கொண்டாடப்படுகிறது. இன்றளவும் இந்திரன் சித்ரா பௌர்ணமி தினத்தன்று மதுரைக்கு வந்து ஈஸ்வரனையும் ஈஸ்வரியையும் வழிபடுவதாக நம்பப்படுகிறது.

திருநெல்வேலி மாவட்டத்தில் உள்ள குற்றால மலைகளிலிருந்து உற்பத்தியாகி வரும் சித்ராநதி இந்தப் புனிதநாளில் முதலில் தோன்றியதாகக் கூறப்படுகிறது. எனவே இந்த நதியில் சித்ரா பௌர்ணமியன்று புனித நீராடுவது விசேஷ பலன்களை அளிக்கும் என நம்பப்படுகிறது.

காஞ்சீபுரத்தில் மரணத்தின் தெய்வமாகிய யமனின் கணக் காளரான சித்ரகுப்தனுக்கு ஒரு விசேஷமான கோவில் உள்ளது. கருவறையில் உள்ள மூலவரும் உலோகத்தால் வார்க்கப்பட்ட உற்சவமூர்த்தியும் ஒரே மாதியாக ஒரு கையில் ஓலைச்சுவடி களையும் மற்றொரு கையில் எழுத்தாணியையும் கொண்டு விளங்கு கின்றனர். அவர் மனிதர்களின் பாவ புண்ணியக் கணக்குகளை எழுதிவைத்து, தனது பிரபு யமன், அதற்குரிய சொர்கவாசம் அல்லது நரகவாசத்தை அம்மனிதர்களின் இறப்பிற்குப்பின்னர் அளிப்பதற்காக உதவுகிறார்.

[3]திருச்சி மலைக்குகையின் மேற்புறத்தூண் ஒன்றில், சோழ அரசர் ராஜகேசரிவர்மன் (985–1013) தனது ஆட்சியின் 16வது வருடத்தில், 9 நாட்கள் சித்திரைத்திருவிழாவின் போது பிராமணர்கள் மற்றும் பக்தர்களுக்கு உணவு அளிக்கும் பொருட்டு நிலங்களைத் தானமாக அளித்துள்ளது பற்றிய விவரங்கள் செதுக்கப்பட்டுள்ளன.

திருச்சி மாவட்டம் திருநெடுங்குளம்[4] என்ற ஊரில் உள்ள நெடுங்குளநாதஸ்வாமி கோயிலில் ஸ்ரீகணேசரின் சந்நிதியின் மேற்குபுறச் சுவற்றில் அதே சோழ அரசர் 550 சிவயோகிகளுக்கு சித்திரைத்திருவிழாவின்போது உணவு அளிப்பதற்காக நிலம் அளித்துள்ளது பற்றிய விவரங்களும் உள்ளன.

---

1. பி.வி. ஜெகதீச அய்யரின் தென்னிந்தியக் கோவில்கள் புத்தகம் காண்க.
2. மதுரை சுந்தரேஸ்வர பெருமானின் 64 லீலைகளில் இதுவும் ஒன்று. பி.வி. ஜெகதீச அய்யரின் தென்னிந்தியக் கோவில்கள் புத்தகத்தில் மேலும் விளக்கங்களைக் காணலாம்.

3. மதராஸ் கல்வெட்டுக்கள் துறையின் ஆவணம் எண். 412/1904. பக்கங்கள் 1602, 1603, மதராஸ் பிரசிடென்ஸி கல்வெட்டு விவரங்கள், 1919.
4. மதராஸ் கல்வெட்டுக்கள் துறையின் ஆவணங்கள் எண். 687/1909. பக்கம் 1579, மதராஸ் பிரசிடென்சி. கல்வெட்டு விவரங்கள், 1919.

வைகாசி விசாகம்

வைகாசி மாதம்[1] (வைசாகம் எனவும் அழைக்கப்படுகிறது – மே–ஜூன் மாதங்கள்) விசாக நட்சத்திரக்கூட்டம் ஆளுகை புரியும் நாளில் வைகாசிவிசாகப் பண்டிகை அனுஷ்டிக்கப்படுகிறது. இது ஒரு பௌர்ணமிதினம்; தர்மபுத்திரர் (யமன்), மரணத்தின் கடவுள் இந்நாளில் பூஜிக்கப்படுகிறார். இதேநாளில் ஸ்ரீ சுப்ரமணியக் கடவுள் இவ்வுலகில் அவதரித்தார் என்பதால் இந்நாள்இரட்டைச் சிறப்புடையதாகக் கொண்டாடப்படுகிறது.

சதுர்தசி தினம் என்பது அமாவாசை அல்லது பௌர்ணமி தினத்திலிருந்து 14வது நாளாகும். தேய்பிறையில் (கிருஷ்ண பட்சம்) வரும் சதுர்தசிதினம் செவ்வாய்கிழமையில் வந்தால் அது தர்மபுத்திரரை வழிபட மிகவும் உகந்தநாளாகக் கருதப் படுகிறது; இந்நாளில் தருமபுத்திரை பூஜித்தால் உடல் நோய்கள் நீங்கிவிடும் என்பது நம்பிக்கை.

தர்மராஜர் அல்லது தருமபுத்திரர் பூமியின் எண்திசைக் காவலர்களுள் (திக்பாலகர்கள்) ஒருவர். இவர் தெற்குத்திசைப் பகுதியையும், இந்திரன் கிழக்குதிசைப் பகுதியையும், அக்னி தென்கிழக்குப் பகுதியையும், நிருருதி தென்மேற்குப் பகுதியையும், வருணன் மேற்குப் பகுதியையும், வாயு வடகிழக்குப் பகுதியையும் காத்து வருகின்றனர். இவ்வாறு பூமியின் எண்திசைப் பகுதிகளும் திக்பாலகர்களால் காத்து ரட்சிக்கப்பட்டு வருகின்றன.

இந்திரனது வாகனம் பால்வெண்மை நிறமுடைய ஐராவதம் எனும் யானையாகும். அவர் ஹிந்துக்களின் மும்மூர்த்திகளைத் தவிர மற்ற அனைத்து தெய்வங்களையும் தனது கட்டுப்பாட்டிற்குள் வைத்துள்ளார்.

அக்னியின் வாகனம் ஆடு, அவர் சொர்கத்தில் உள்ள மற்ற தெய்வங்களுக்கு அளிக்கப்படும் படையல்களை எடுத்துச் செல்வதாகவும், தட்ப வெப்பத்தை ஏற்படுத்துபவராகவும், மனித குலத்திற்கு நல்லாசிகளை வழங்குபவராகவும் கூறப்படுகிறது.

மரணத்தின் தெய்வமாகிய யமன் அல்லது தர்மராஜர் எருமையை வாகனமாகக் கொண்டவர். அவர் ஜீவன்களின் செயல்பாடுகளை மதிப்பிட்டு அவர்களின் இறப்பிற்குப்பின், மதிப்பீட்டிற்கு ஏற்றவாறு தண்டனைகள் அல்லது நற்பலன்களை அளிக்கிறார்; சொர்க்கம் அல்லது நரகத்திற்கு அனுப்புகிறார். அவருக்கு இப்பணியில் கணக்கராக சித்ரகுப்தர் விளங்குகிறார்.

அசுரனை வாகனமாகக் கொண்ட நிருருதி, அசுரர்களின் தலைவர். தெய்வங்களைத் திருப்திப்படுத்துவதற்காக மக்கள் செய்யும் யாகங்கள், பலிகளுக்கு ஏற்ப அவர்களுக்கு நன்மைகளை அளிப்பது இவரது வேலை.

வருணர் மழைக்கு அதிபதியாக உள்ளவர். அவரது வாகனம் ஒரு கடல் மிருகம். கருப்புமானை வாகனமாகக் கொண்ட வாயு காற்றின் அதிபதி; அவர் நறுமணம் மற்றும் துர்நாற்றங்களை எங்கும் பரப்புகிறார்.

குபேரர் குதிரையை வாகனமாகக் கொண்டவர். அவர் தன்னை பூஜிப்பவர்களுக்கு பலவிதமான செல்வங்களை அள்ளிக் கொடுப்பவர்.

ஈசானர் காளைமாட்டை வாகனமாகக் கொண்டவர். அவர் பொதுவாகவே அழிக்கும் சக்தியைக் கொண்டவர்.

வைகாசிமாதம் மிகவும் வெப்பமான, நாட்களைக் கொண்டது. இந்த மாதத்தில் குளம் குட்டைகள் வறண்டு போகின்றன; செடிகள் காய்ந்து போகின்றன. எனவே, ஏழை, எளியோருக்கு பண்டைய மகான்கள் இம்மாதத்தில் தயிர்சாதம் மற்றும் குளிர்பானங்களைத் தயாரித்து அளிப்பது போன்ற நற்செயல்களைச் செய்வதால், அவர்களின் குழந்தைகள் தீர்காயுசுடன் வாழ்வார்கள், பெண்கள் மலடு நீங்கப் பெறுவர் பல்வேறு வியாதிகள் நீங்கும், மொத்தத்தில் மிகப்பெரிய நன்மைகள் உண்டாகும் என வலியுறுத்தியுள்ளனர். மேலும் குடைகள், விசிறிகள், காலணிகளைத் தானம் செய்வதும், செடி கொடி மரங்களுக்கு நீர் ஊற்றுவதும் (குறிப்பாகத் துளசிச் செடி, அஸ்வத்தமரம்) மிக உயர்ந்த ஆன்மீகச் செயல்களாகப் போற்றப்படுகின்றன. இத்தகைய நியதிகளை ஏற்படுத்தியுள்ள பண்டைய முனிவர்கள், மனிதகுலத்தின் ஒட்டுமொத்த நன்மையை மனதில் கொண்டே இதனைச் செய்திருக்க வேண்டும்.

மேற்கண்ட தானதருமங்கள் செய்வதற்குச் சில இடங்கள் மிகவும் உகந்தவையாகக் கருதப்படுகின்றன. தஞ்சாவூர் மாவட்டம், கும்பகோணம் அருகே உள்ள ஸ்வாமிமலை[2] இத்தகைய தலங்களில் ஒன்று. இது பற்றிய ஒரு புராணகதை பின் வருமாறு உள்ளது.

அரிகேசன் எனும் அசுரன் இந்திரனுக்கு மிகவும் தொல்லை கொடுத்து வந்தான். என்ன செய்தும் அந்த அசுரனை அழிக்க முடியவில்லை. செய்வதறியாமல் மிகுந்த துன்பத்துடன் இந்திரன் பல புண்ணிய ஸ்தலங்களுக்கும் சென்றான். ஸ்வாமிமலையை அடைந்து அங்கிருந்த தெய்வத்தை பூஜித்து வணங்கியவுடன், அவன் அந்த அசுரனை அழித்து தனது ராஜ்ஜியத்தை மீட்க தேவையான வலிமையைப் பெற்றான்.

தஞ்சை அருகே உள்ள திருமழுவடியில் வைகாசி விசாகத்தை அனுஷ்டிப்பது மிகவும் விசேஷமானதாகக் கருதப்படுகிறது. இங்கு ஒரு சமயம் சிவபெருமான் இப்பண்டிகை தினத்தன்று மழுவை ஏந்தித் தாண்டவமாடினராம். மேலும் இத்தலத்தில் தான் சிவனின் வாகனமாகிய புனிதகாளை வைகாசிவிசாகத்தன்று அவதரித்ததாகவும் கூறப்படுகிறது.

திருநெல்வேலி மாவட்டம் ஆழ்வார்திருநகரி இப்பண்டிகையை அனுஷ்டிப்பதற்கு மற்றொரு சிறந்த ஸ்தலமாகும். இவ்விடத்தில் ஒரு சமயம் பிரபலமான நம்மாழ்வார்[3] எனும் வைணவ முனிவர் வாழ்ந்து வந்தார். அவர் ஹிந்துக்களின் புனிதமான வேதங்களைத் தமிழில் பாடி அருளியிருக்கிறார். இவர் வைகாசி விசாகதினத்தன்று இவ்விடத்தில் பிறந்ததால் இப்பண்டிகையை இங்கு கொண்டாடுவது மிகவும் விசேஷமானதாகக் கருதப்படுகிறது.

விஜயநகரம்[4] சிம்மாசலத்தில் உள்ள மலைக்கோவிலில் விஷ்ணுவின் அவதாரமான நரசிம்ஹரின் சிலை உள்ளது. வருடத்தின் அனைத்து நாட்களிலும் சந்தனக் காப்புடனேயே விளங்கும் இவ்வுருவம், வைகாசி விசாகத்தன்று மட்டும் அப்படியின்றி நேரடியாகக் காட்சியளிக்கிறது. இதனால் அவரது உருவைக்காண பக்தர்கள் வைகாசி விசாகத்தன்று பெரும் திரளாக இவ்விடத்திற்கு வருகின்றனர்.

தஞ்சை பெரிய கோவிலின் வடக்குப் பிரகாரத்தின் வெளிச்சு வற்றில், சோழ மன்னன் ராஜேந்திர தேவன் (1050-63) வைகாசி விசாகப் பண்டிகையை முன்னிட்டு "ராஜராஜேஸ்வர நாடகத்தை" நடத்தும் கலைஞர்களுக்கு சன்மானமாக "நெல்" அளிப்பதற்கான ஏற்பாடுகளைச் செய்திருந்த விவரங்கள்[5] பொறிக்கப்பட்டுள்ளன.

ரத்னகிரியில்[6] உள்ள ரத்னாசலேஸ்வரர் கோவிலின் வடக்கு பிரகாரத்தில், திரிபுவனச்சக்ரவர்த்தி கோனேறுமேல்கொண்டான் எனும் அரசன் வைகாசித் திருநாள் கொண்டாட்டங்களுக்கு நிலம் அளித்த விவரங்கள் பொறிக்கப்பட்டுள்ளன.

1. இந்த மாதத்தின் முக்கியத்துவம் ரோமானியர்களுக்கு பிப்ரவரி மாதத்தின் மீதான முக்கியத்தும் போன்றது. நுமாவால் ஃபெப்ரஸ் எனும் "சடங்குகள் மூலம் தூய்மைப்படுத்தும்" கடவுளிடம் காட்டப்பட்ட அர்ப்பணிப்பும் அதன்பயனாக "டை மேன்ஸ்" தெய்வத்திற்கு செலுத்தப்பட வேண்டிய காணிக்கைகளும் முறையாகச் செலுத்தப்பட்டு நகரம் தூய்மைப்படுத்தப் படுகிறது. பிப்ரவரி எனும் பெயர் தூய்மைப்படுத்தப்பட்டது எனும் பொருள் கொண்ட ஃபெப்ருவர் எனும் சொல்லிலிருந்து பெறப்பட்டதாகக் கூறப்படுகிறது. ரோமானியர்களின் ஃபெராலியா எனும் சடங்கும் ஹிந்துக்களின் ஸ்ரார்தம் என்பதும் பித்ருக்களை குறித்து செய்யப்படும் வழிபாடாகும். இத்தகைய சடங்குகளில் காணப்படும் ஒற்றுமை திடீரென ஏற்பட்டிருக்க முடியாது. இவற்றுக்கு ஒரு பொது ஆதாரம் இருந்திக்க வேண்டும் என்பதில் சந்தேகம் கிடையாது. பக்கம் 27, 28 – ஹிந்து, முக்கமதியர்களின் பண்டிகைகள், ஜான் முர்டோக், 1904.
2. பி.வி. ஜெகதீச அய்யரின் தென்னிந்தியக் கோவில்கள் புத்தகம் காண்க.
3. பி.வி. ஜெகதீச அய்யரின் தென்னிந்தியக் கோவில்கள் புத்தகத்தில் மேலும் விவரங்களைக் காணலாம்.
4. பி.வி. ஜெகதீச அய்யரின் தென்னிந்தியக் கோவில்கள் – அத்தியாயம் XL11 காண்க.
5. மதராஸ் கல்வெட்டுக்கள் துறை ஆவணம் எண் 55/ 1893; பக்கம் 1408, பகுதி II மதராஸ்பிரசிடென்ஸி கல்வெட்டு எழுத்துக்கள் / 1919.
6. மதராஸ் கல்வெட்டுக்கள் துறை ஆவணம் எண் 171 1914, பக்கம் 1520, பகுதி III மதராஸ் பிரசிடென்சி கல்வெட்டு எழுத்துக்கள் 1919.

ஆடிப்பூரம்

ஆடிப்பூரம் பண்டிகை தென்னிந்தியாவின் அனைத்து ஹிந்துக் கோவில்களிலும் ஆடிமாதத்தில் (ஆஷாட மாதம்; ஜூலை - ஆகஸ்ட்) பூரநட்சத்திரம் உச்சத்தில் உள்ள போது கொண்டாடப் படுகிறது. இப்பண்டிகை, பக்தர்களை ஆசீர்வதிப்பதற்காக பூவுலகம் வந்ததாகக் கூறப்படும் சக்திதேவியைத் திருப்தியடையச் செய்யும் பொருட்டு அனுஷ்டிக்கப்படுகிறது. மக்கள் தங்களுக்கும் தங்களைச் சேர்ந்தவர்களுக்கும் நன்மைகளும் மகிழ்ச்சியும் உண்டாகவேண்டும் எனக்கருதி தேவியை இந்நாளில் வழிபடுகின்றனர்.

இப்பண்டிகை நாள் வெள்ளிக்கிழமைகளில் வந்தால் அது மிகவும் ஸ்ரேஷ்டமானதாகக் கருதப்பட்டு விசேஷ பூஜைகள் செய்யப்படுகின்றன.

பிரபஞ்சத்தில் எட்டு நிதிகள் அல்லது சக்திகள் (இயற்கைச் சக்திகள்) இருப்பதாகவும், ஹிந்துக் கடவுளான சக்திதேவி அவற்றைக் கட்டுப்படுத்துவதாகவும் கூறப்படுகிறது. இந்த சக்திகளைப்பற்றி அறிந்து கொள்வதன் மூலம் "அஷ்ட மஹா சித்திகள்" என ஹிந்து வழக்கில் அழைக்கப்படும் இந்த எட்டு சக்திகளை அடையமுடியும். இந்த சக்திகளாவன: 1) அனிமா - கூடுவிட்டுக் கூடு பாயும் கலை, 2) மஹிமா - ஒருவரது உடலின் அளவை அதிகப்படுத்தும் கலை. 3) கருணா - சிறிய பொருட் களையும் மிக கனமுள்ளவையாக ஆக்கும் கலை 4) லகிமா - மிகவும் எடையுள்ள பெரிய பொருட்களை எளிதில் தூக்கும் கலை, 5) ப்ராப்தி - பிரும்மாவின் சொர்க்கத்தினுள் சிறுதுளை மூலம், செல்லும் கலை, 6) ப்ரகாம்யா - நுண் பொருட்களால் ஆன பல்வேறு உலகங்களில் நுழைந்து, அவற்றிலிருந்து தேவைப்

படும் அனைத்துப் பொருட்களையும் சேகரித்து, பல பொருட்களின் இடங்களை உறுதிசெய்யும் கலை 7) ஈசத்வம் – உலகினைப் படைத்தல், காத்தல், அழித்தல் மற்றும் கிரகங்களை அடிபணியச் செய்யும் கலை 8) வசித்வம் – இந்திரன் முதலான தேவர்கள் உள்ளிட்ட படைக்கப்பட்ட உயிர்கள் அனைத்தையும் தனக்கு அடிபணியச் செய்யும் கலை.

இந்த எட்டு நிதிகளும்[1] அவற்றின் குணங்களுக்கேற்ப எட்டு வித்தியாமான பெயர்களால் அழைக்கப்படுகின்றன. பத்மம் எனும் நிதியின் தேவதை லக்ஷ்மி; இந்நிதியை அடைவோர் யுத்தக்கலையில் பராக்கிரம சாலிகளாக விளங்குவதுடன் பெரும் செல்வத்திற்கு அதிபதியாக விளங்குவார்கள்.

மஹாபத்மா என அழைக்கப்படும் நிதி, பிரபஞ்சத்தில் உள்ள அனைத்து விலையுயர்ந்த ரத்தினங்களின் அதிபதியாக்கும். இது யோகியின் குணநலன்களைக் கொண்டோருக்கான ஒன்றாகும்.

மகரம் எனும் நிதி ஒருவரது குணங்களை உருவாக்குகிறது. அவர் யுத்த செயல்பாடுகளில் வெற்றிகரமாகச் செயல்பட்டு அரசரின் நன்மதிப்பைப் பெறுவார்.

கசபா எனும் நிதி ஒருவரை வணிகச் செயல்களில் மிகவும் வெற்றிகரமாகச் செயல்பட உதவும்; அவர் அனைவரின் நன் மதிப்பையும் பெறுவார்.

முகந்தா எனும் நிதி ஒருவரைக் கலைகளை ரசிப்பவராகச் செய்யும்.

நந்தா எனும் நிதி ஒருவருக்கு நல்ல தானிய மகசூலை அளித்து அவரது தேவைகள் நன்கு பூர்த்தியாகச் செய்யும்.

நிலா எனும் நிதி அனைத்து இன்பங்களையும் அளிக்கும்.

சங்கா எனும் நிதி இறை அறிதலையும் அதன் விளைவாக நிரந்தரமான பேரின்பத்தையும் அளிக்கும். பத்ம நிதியின் மூலம் உலக இன்பங்கள் கிடைக்கையில், சங்க நிதி இறையறிதலையும் அதன் விளைவான பேரின்பத்தையும் அளிக்கும்.

இந்த இரு நிதிகளும் மற்றநிதிகளைக் கட்டுப்படுத்துபவை யாதலால், இவ்விரண்டை மட்டுமே குறிக்கும் வகையில் கோவில் வாயில்களில் கல்லில் செதுக்கிவைக்கப்பட்டுள்ளன.

"அஷ்ட சித்தி மண்டபம்" எனும் மண்டபத்தில் (மதுரையில் உள்ளது) இந்த அஷ்ட சித்திகளைக் குறிக்கும் கற்சிலைகள் உள்ளன.

இதற்குக் காரணம், மதுரை கோவிலில் குடிகொண்டிருக்கும் ஸ்ரீசுந்தரேஸ்வரர், ஒரு சமயம் இந்த அஷ்ட மஹாசக்திகளையும் உலகமக்களுக்கு வெளிப்படுத்திக் காட்டியுள்ளார் என்பதாகும். இந்த நிகழ்வின் விவரங்கள் ஹாலாஸ்ய மஹாஸ்மியம் எனப்படும் திருவிளையாடல் புராணம் எனும் நூலில் விளக்கமாகக் கொடுக்கப் பட்டுள்ளன. ஸ்ரீசுந்தரேஸ்வரர் நிகழ்த்திய 64[2] அற்புதங்கள் இந்நூலில் விளக்கப்பட்டுள்ளன.

ஒரு புராணக்கதையின்படி, பிரபஞ்சத்தின் அன்னை ஆடிப் பூரத்தன்று, மிகவும் அற்புதமான முறையில் மனித உருக் கொண்டாள். பெரியாழ்வார்[3] எனும் திருநாமம் கொண்ட ஒரு வைணவ முனிவர் குழந்தை பாக்கியம் இல்லாதிருந்தார். அவர் லக்ஷ்மி தேவியை குழந்தைச் செல்வம் பெறவேண்டிப் பிரார்த்தித்தார். அவரது பிரார்த்தனை பின்வரும் முறையில் பூர்த்தியாயிற்று. ஆழ்வார் ஒருநாள் தனது வயலில் உழுதுகொண்டிருந்த கலப்பையின் கீழ் ஒரு பெண் குழந்தையைக் கண்டார். இந்த அரிய குழந்தையுடன் அவர் வீட்டிற்கு விரைந்து சென்று அதை தனது மனைவியிடம் கொடுத்தார். இருவரும் அக்குழந்தைக்கு ஆண்டாள் எனப்பெயர் சூட்டி மகிழ்ந்தனர். பின்னர் குழந்தை ஆண்டாள் வளர்ந்து பெரியவளானதும் ஸ்ரீரங்கம் கோவிலில் குடி கொண்டுள்ள ஸ்ரீரங்கநாதர் அவளைத் தனது தேவியாக ஏற்றுக் கொண்டார்.

மதுரை, ஸ்ரீவில்லிப்புத்தூர், திருநெல்வேலி, வேதாரண்யம், நாகப்பட்டினம், ஜம்புகேஸ்வரம், திருவாடி, கும்பகோணம், திருவிடைமருதூர், மாயவரம், ஸ்ரீவாஞ்சியம் மற்றும் திருவண் ணாமலை கோவில்களில் இப்பண்டிகை மிக்க விமரிசையாகக் கொண்டாடப்பட்டு வருகிறது. சிதம்பரம் கோவிலில் பூரம் பண்டிகை ஆடிமாதத்தில் கொண்டாடப்படுவதில்லை; ஐப்பசி மாதத்தில் (நவம்பர்) கொண்டாடப்படுகிறது. இது சற்றே விசித்திரமானது. கோவிலின் மேற்கு கோபுரத்தில் சகஆண்டு 1517 தேதியிட்ட கல்வெட்டில்[4] இது குறித்த விவரங்களைக் காணலாம்.

அனைத்துப் பண்டிகைகளும் ஆண்டுக்கு ஒருமுறை மட்டும் கொண்டாடப்படுவது குறிப்பிடத்தக்கது; எந்தப் பண்டிகையும் இருமுறை கொண்டாடப்படுவதில்லை. முக்கியமான பண்டிகைகள் அனைத்தும் நாட்டின் பல்வேறு பாகங்களிலும் ஒரே சமயத்தில் தான் கொண்டாடப்படுகின்றன. ஹிந்துக்களின் மதம்சார்ந்த பண்டிகைகள் பொதுவாகவே நட்சத்திரங்கள் மற்றும் கிரகங்களின்

நிலைகளுடன் தொடர்புள்ளவை. எனவே உரிய பலன்களைப் பெறுவதற்கு இவற்றை சரியான நாளில் சரியான நேரத்தில் தான் கொண்டாட வேண்டும். எனவே இவைபற்றிய விவரங்கள் மிகவும் துல்லியமாக பஞ்சாங்கங்களில் வானியலாளர்களால் ஒவ்வொரு ஆண்டும் வெளியிடப்படுகின்றன.

காலப்போக்கில் பஞ்சாங்கம் தயாரிப்பதில் சிலவித்தியாசங்கள் தோன்றியுள்ளன. சிலர் சூரியனின் இடம்பெயர்தலை மையமாகக் கொண்டனர்; வேறு சிலர் பூமியின் இடம்பெயர்தலை தங்கள் கணக்கிடுதலுக்கு மையமாகக் கொண்டனர். இதனால் பண்டிகைகளை அனுஷ்டிப்பதில் சிறு சிறு நேர வித்தியாசங்கள் தோன்றின. ஆயின் இப்பண்டிகைகளைக் கொண்டாடுவதன் மையக்கருத்து எப்போதும் ஒன்றாகவே உள்ளது. அதில் எந்த கருத்து வேற்றுமையும் ஒருபோதும் கிடையாது.

ஒரு நாட்டின் நலனுக்கு, குறிப்பிட்ட எண்ணிக்கையில் பண்டிகைகளைக் கொண்டாடுவது மிகவும் அவசியம் என வேதங்களும் ஆகமங்களும் வலியுறுத்துகின்றன. இது ஹிந்துக்களின் வெவ்வேறு பிரிவினரிடையே சற்றே மாறுபடுகிறது. தஞ்சை மாவட்டம் திருவாரூர் தியாகராஜர் கோவிலின் இரண்டாவது பிரகாரத்தில், ஒவ்வொரு ஆண்டும் 56 பண்டிகைகள் கொண்டாடப்படவேண்டும் என பொறிக்கப்பட்டுள்ளது[5].

---

1. மார்க்கண்டேய புராணம் (M.N தத் 1897) அத்தியாயம் LXVIII பக்கம் 288-291.
2. பி.வி. ஜெகதீச அய்யரின் "தென்னிந்தியக் கோவில்கள்" புத்தகம் காண்க.
3. பி.வி. ஜெகதீச அய்யரின் "தென்னிந்தியக் கோவில்கள்" புத்தகம் காண்க.
4. மதராஸ் கல்வெட்டுக்கள் துறை ஆவணம் எண் 360/1913; பக்கம் 147 பகுதி I மதராஸ் பிரசிடென்சியின் கல்வெட்டு எழுத்துக்கள் / 1919.
5. மதராஸ் பிரசிடென்சியின் கல்வெட்டு எழுத்துக்கள் / 1919, எண் 269/1901; பகுதி I பக்கம் 1349.

வியாச பூஜை

ஆடிமாதத்தில் (ஆஷாடமாதம்; ஜூலை – ஆகஸ்ட்) பௌர்ணமி தினத்தன்று உலகமக்களின் நலன் கருதி வியாச பூஜை செய்யப்படுகிறது. இந்த பூஜை பொதுவாக முற்றும் துறந்த முனிவர்கள் மற்றும் சன்னியாசிகளால் உலக க்ஷேமத்திற்காக செய்யப்படுகிறது. துறத்தல் என்பது எவர்பாலும், எதன்மீதும் ஆசைகள், விருப்பு வெறுப்புகள் மற்றும் பொறுப்புகளற்ற நிலையைக் குறிக்கிறது. மாறாக உலக வாழ்வில் ஈடுபட்டுள்ளவர்களுக்கு குடும்பப் பிணைப்புகள் மற்றும் பொறுப்புகள் உண்டு. சந்நியாசிகள் மனித குலம் முழுமைக்கும் நலன் ஏற்படவேண்டும் எனும் பிணைப்பை ஏற்படுத்தாத பொறுப்புடன் மட்டுமே நடந்து கொள்வார்கள். எனவே மஹாபாரதம் எனும் மகாகாவியத்தை எழுதிய வியாச பகவானை பூஜிப்பதன் மூலம் மனிதகுலம் தழைக்க வேண்டுகின்றனர்.

முற்றும் துறந்த முனிபுங்கவர்கள் குறிப்பாக வியாசமுனிவரை ஏன் வழிபட வேண்டும் எனும் கேள்வி எழக்கூடும். ஹிந்துக்களின் மதகுரு ஸ்ரேஷ்டரான ஆதி சங்கரர், வியாசமுனிவரின் மறு பிறப்பே என நம்பப்படுவதால், வியாசமுனிவரை வழிபடுதல் சாலச்சிறந்ததாகப் பெறப்படுகிறது. வியாசரை வழிபடுதல் ஆதி சங்கரரை வழிபடுவதாகும்; அவ்வாறே ஆதிசங்கரரை வழிபடுதல் வியாசரை வழிபடுவதாகும் என அறிஞர்கள் கூறுகின்றனர். எப்படியாயினும் ஆதிசங்கரரை குருவாக ஏற்று நடக்கும் சந்நியாசிகள் தமது குருவைப் பூஜித்தாகவேண்டும்; வியாச பூஜை தினத்தன்று வியாசரை பூஜிப்பது குருபூஜை செய்த பலனை அளிக்கும்.

வியாசபூஜையை அனுஷ்டிக்கும் முறை அனைவரும் அறிய வேண்டிய ஒன்று. ஒரு புதிய துணியை விரித்து அதன்மீது

அரிசியைப் பரப்பி, எலுமிச்சம் பழங்களை வைத்து ஆதிசங்கரரையும் அவரது நான்கு பிரதான சீடர்களையும் பூஜிக்கின்றனர். பூஜை முடிந்த பின்னர் இந்த அரிசி மக்களுக்குப் பிரசாதமாக விநியோகிக்கப்படுகிறது. மக்கள் இதனை தம் வீட்டில் உள்ள அரிசியுடன் கலந்துகொள்கின்றனர். இந்த பூஜாமுறையின் முக்கியத்துவம் என்ன என்பது பற்றிப் பார்ப்போம்.

செல்வத்துக்கு அதிபதியாகிய லக்ஷ்மி தேவி அரிசியிலும் புதுத் துணிகளிலும் வாசம் கொண்டிருப்பதாகக் கூறப்படுகிறது. விசேஷ நாட்களில் நெல் அல்லது அரிசியைப் பரப்பி லக்ஷ்மி தேவியைப் பிரார்த்திக்கிறார்கள். அரிசி நமது முக்கிய உணவு என்பது இங்கு குறிப்பிடத்தக்கது. மேலும் பெரியவர்கள் அல்லது அரசர்களைக் காணச் செல்லும் போது ஒன்று அல்லது இரண்டு எலுமிச்சம் பழங்களை அவர்களிடம் கொடுத்து நமது தேவை களைத் தெரிவிப்பது தொன்றுதொட்ட ஒரு வழக்கமாக உள்ளது. எனவே எலுமிச்சம்பழம் வெற்றியைக் குறிக்கும் ஒன்றாகக் கருதப்படுகிறது.

எந்த ஒரு பண்டிகையைக் கொண்டாடுவதற்கும் நமக்குப் பணம் தேவை. அது லக்ஷ்மிதேவியால் அருளப்படுகிறது. நமது செயல்பாடுகள் அனைத்தும் வெற்றிபெற நாம் எலுமிச்சம் பழங்களை வைத்துப் பிரார்த்திக்கிறோம். எனவே இந்த பூஜை முறை, சந்நியாசிகள் தாம் மேற்கொள்ளும் முயற்சிகள் வெற்றி யடைய லக்ஷ்மிதேவியையும் விஷ்ணுவையும் பிரார்த்தித்து அவர்களது ஆசியைப் பெறுவதற்காக ஏற்பட்டிருக்க வேண்டும்.

தஞ்சை மாவட்டத்தில் கும்பகோணம்[1] மைசூர் மாகாணத்தில் சிருங்கேரி[2] ஆகிய இரு தென்னிந்திய நகரங்களில் ஸ்ரீசங்கராச்சாரியாரின் நினைவாக வியாசபூஜை வெகு விமரிசையாக ஒவ்வொரு ஆண்டும் செய்யப்பட்டு வருகிறது. பெருந்திரளான மக்கள் இவ்விடங்களில் கூடி, பூஜையில் கலந்து கொண்டு வியாசரின் ஆசிகளைப் பெறுகின்றனர்.

சிருங்கேரியில் வித்யாசங்கரரின் கோவிலின் மத்தியில்[3] ஒரு பெரிய கூடம் உள்ளது. அது 12 தூண்களால் தாங்கப்பட்டுள்ளது. சூரிய மாதங்களில் ஒவ்வொரு மாதமும் சூரிய ஒளி ஒரு தூணின் மீது விழும்படியாக இவை வடிவமைத்து எழுப்பப்பட்டுள்ளன. ஹிந்து யோகிகளாக ஆக முயன்றுவருவோருக்கு இது ஒரு பிரமிப்பூட்டும் புதிராகவும், யோகப்பாதையில் வெகுவாக முன்னேறி விட்ட யோகிகளுக்கு பாராட்டி அதிசயப்படும் ஒன்றாகவும் உள்ளது.

வியாச பூஜை என்பது முழுவதுமாக ஆதிசங்கரரை மூலமாகக் கொண்ட பூஜை என்பதால் அவரது வாழ்க்கையைப் பற்றி சுருக்கமாக அறிந்து கொள்வோம். அவர் ஒரு மாமுனிவராகவும் சமூகமாற்றங்களுக்கு வித்திட்டவராகவும் போற்றப்படுகிறார். சிலர் அவர் மும்மூர்த்திகளில் ஒருவரான சிவனின் அவதாரம் எனவும் கூறுகிறார்கள். அவர் மலபாரில் ஆல்வாய் நதி (சூர்ணி நதி எனவும் அழைக்கப்படுகிறது)க் கரையில் அமைந்துள்ள காலடி எனும் ஊரில் அவதரித்தார். இந்த மகா புருஷர் அவதரித்த நாள் வைசாகமாதம் புனர்வசு நட்சத்திரம் கூடிய சுபதினமாகும். இந்த தெய்வக் குழந்தை உலகிலேயே மிக உன்னத ஆன்மீக குருவாக வளர்ந்து நமக்கெல்லாம் நல்வழிகாட்டிய மாமுனிவராகியது.

தென்னிந்தியாவின் ஹிந்து மத வரலாற்றில் போற்றுதலுக்குரிய நாட்களில் ஒன்றாகக் கருதப்படும் வைசாக மாதம் அமாவாசையை அடுத்த 5வது நாளில் நற்குண தம்பதியான சிவகுரு – ஆர்யாம் பாளுக்கு மகனாக ஆதிசங்கரர் அவதரித்தார். இந்நாள் சங்கர ஜயந்தி நாளாகக் கொண்டாடப்படுகிறது.

அவரது வேதாந்த வார்த்திக விளக்கங்கள் இதர மதகுருமார் களின் கடுமையான விமர்சனங்களை வெற்றிகரமாக எதிர் கொண்டன. உண்மையில் அவரது பல்வேறு விளக்கங்கள் மற்றவர்களது தாக்குதல்களால் பாதிப்படையாமல், இன்றளவும் வேதாந்த தத்துவங்களை மக்களுக்கு அளித்து நல்வழிப்படுத்து கின்றன என்பது குறிப்பிடத்தக்கது.

ஸ்ரீசங்கரரின் ஆன்மீகப் பாதையைத் துவக்கி வைத்தவர் ஸ்ரீகோவிந்த பகவத்பாதர். அதன்பிறகு அவர் இந்தியா முழுவதும் சுற்றுப்பயணம் மேற்கொண்டு, புதிய சில மதக் குழுக்களின் துர்போதனைகளால் குழப்பமடைந்திருந்த மக்களின் மனதில் ஹிந்துமதம் பற்றிய தெளிவான விளக்கங்களை அளித்து ஹிந்து மதம் தழைக்கச் செய்தார்.

வேதாந்த தத்துவத்தில் மூன்றுவித மார்கங்கள் முக்கிய மானவையாக உள்ளன. அவை அத்வைதம், த்வைதம் மற்றும் விசிஷ்டாத்வைதம். இவற்றில் அத்வைத மார்க்கம் ஆதிசங்கரரால் போதிக்கப்பட்டதாகும். மற்றவை மத்வாச்சாரியார் மற்றும் ராமானுஜாச்சாரியரால் உருவாக்கப்பட்டவை.

மிகச் சுருக்கமாகக் கூறின் சங்கராச்சாரியாரின் அத்வைத தத்துவம் கூறுவது : மெய்ப்பொருள் ஒன்றேதான்; அது நிர்குணப் பூரணத்வம் எனும் பிரும்மம். ஜீவன்களின் மீது போடப் பட்டிருக்கும் பொருண்மை அடுக்குகளால் ஏற்படுத்தப்பட்ட

வரையறைகள் நீங்கப்பெறும்போது, ஜீவனுக்கும் பிரும்மத்திற்கும் இடையே உள்ள பிரிவு உணர்வு மறைந்து போகிறது; சுதந்திர மடைந்த ஜீவன் (இப்படிக் கூறுவதே பிரித்துக் கூறுவதற்கு ஒப்பாகும்) பிரும்மத்துடன் ஐக்கியமாகிறது.

மாத்வர்களின் தத்துவமான த்வைதத்தின்படி, சைதன்யமும் ஜீவனும் ஒன்றானதாக இருக்கமுடியாது எனவும் உன்னதப் பேருண்மையிலிருந்து பிரிந்தே ஜீவன்கள் இருக்கமுடியும் எனவும் கூறப்படுகிறது. இந்தப் பிரிவு உணர்வில் பல்வேறு நிலைகள் இருக்கக்கூடும் எனவும் கூறப்படுகிறது.

விசிஷ்டாத்வைதத்தைப் பின்பற்றுபவர்கள், சைதன்யம் அல்லது முழுமைப்பொருள் வேற்றுமைகளால் ஆன ஒரு தனி அடையாளம் என்றும் ஜீவன் அல்லது ஆத்மா சர்வவியாபியான கடவுளுடன் பேரானந்தத்தைப் பகிர்ந்து கொண்டாலும், அது வேறுபட்டதாகவும் கடவுளின் ஒரு நுண்ணிய அம்சமாகவும் உள்ளது என்றும் கூறுகிறார்கள்.

ஸ்ரீ சங்கரருக்குப் பல சீடர்கள் இருந்தபோதும், அவர்களில் பத்மபாதர், ஹஸ்தமாலகர், தோடகர் மற்றும் மந்தனமிஸ்ரர் ஆகியோர் முக்கியமானவர்களாகக் கருதப்படுகின்றனர். ஸ்ரீசங்கரர் பிரயாகை மற்றும் வாரணாசிக்குச் சென்றதாகவும், இறுதியாக சிவனின் இருப்பிடமாகக் கருதப்படும் கைலாயத்திற்குச் சென்று அங்கிருந்து ஐந்து ஸ்படிக லிங்கங்களைக் கொண்டுவந்ததாகவும் கூறப்படுகிறது. இந்த லிங்கங்கள் பற்றிய விளக்கங்கள்: போக லிங்கம் – வழிபடுவோருக்கு அனைத்து உலக இன்பங்களையும் அளிக்கக் கூடியது; முக்திலிங்கம் – வழிபடும் பக்தர்களுக்கு ஜனன – மரண சுழற்சியிலிருந்து விடுதலை அளிக்க வல்லது; வர லிங்கம் – அனைத்து வரங்களையும் அளிக்க வல்லது; யோகலிங்கம் – ஜீவனும் ஈஸ்வரனும் ஐக்கியமாகும் போது உண்டாகும் பேரானந்தத்தை அளிக்கவல்லது; மோக்ஷ லிங்கம் – ஆத்மாவின் பிறவி உரிமை எனப்படும் மகோன்னதமான பேரானந்தத்தை அளிக்கவல்லது.

தற்போது இந்த லிங்கங்கள் ஐந்தும் முறையே சிருங்கேரி, கேதாரக்ஷேத்ரம், நேபால், கும்பகோணம் மற்றும் சிதம்பரம் ஆகிய இடங்களில் உள்ளன. சிருங்கேரியில் சங்கரருடைய மடம் சாரதாபீடம் என அழைக்கப்படுகிறது. இதற்குக் காரணம், கற்றலின் தெய்வமாகிய சரஸ்வதி இவ்விடத்தின் கருவறையில் ஸ்ரீ சங்கரரால் பிரதிஷ்டை செய்யப்பட்டு, மக்களின் க்ஷேமத்திற்காக அருள்பாலித்துக் கொண்டிருப்பதே.

ஸ்ரீ சங்கரர் தென்னிந்தியாவில் பல கோவில்களைத் தேர்ந் தெடுத்து அருள்பாலிக்கும் மையங்களாக உருவாக்கியுள்ளார். இதனால் இத்திருக்கோவில்களுக்குச் சென்று வழிபட்டுத் திரும்பு வோர், இக்கோவில்களெங்கும் பரவிக்கிடக்கும் அற்புத சக்திகளால் பயனடைந்து மனத்திருப்தியடைவதாகக் கூறப்படுகிறது.

ஸ்ரீசங்கரர் பகவத் கீதை, வியாச சூத்ரங்கள் மற்றும் உபநிஷத்துக் களுக்கு பாஷ்யம் அல்லது விளக்கவுரைகளை எழுதியுள்ளார். இவை எளிதில் அறிந்துகொள்ள முடியாத நுண் கருத்துக்கள் குறித்து மாணவர்கள் விளக்கமாக அறிந்து கொள்ள பெரிதும் உதவுகின்றன. ஸ்ரீ சங்கரரிடம் ஸ்ரோதாக்கள் மற்றும் ஸ்மார்த்தர்கள் எனும் இரண்டு வகைச் சீடர்கள் இந்ததாகத் தெரிகிறது. முன்னவர்கள் புதிதாகச் சேர்ந்த சாத்வீகமாகப் பாடங்களைச் செவிமடுப்பவர்கள்; பின்னவர்கள் அவரது பயிற்சியில் நல்ல முன்னேற்றம் கண்ட சீடர்கள். இவர்களுக்கு பிரும்மவித்யை பற்றிய அரிய பயிற்சி அளிக்கப்பட்டது. தற்போதைய ஸ்மார்த்தர்கள் பண்டைய ஸ்மார்த்தர் பிரிவுச் சீடர்களைப் பின்பற்றி கற்பவர்கள். ஸ்ரோதாக்கள் தங்கள் பயிற்சியில் முன்னேறி குறிப்பிட்ட காலத்திற்குப் பின் ஸ்மார்த்தர்களாவர்.

ஸ்ருதி எனும் சொல் "ஸ்ரு" – கேட்பது என்பதையும் ஸ்ம்ருதி எனும் சொல் "ஸம்ரு" – ஞாபகத்தில் வைப்பது என்பதையும் ஆதாரமாகக் கொண்டவை. இவற்றின் அடிப்படையில்தான் ஹிந்துக்களின் ஸ்ருதிகளும் ஸம்ருதிகளும் ஏற்பட்டுள்ளன.

ஸ்ரீசங்கரர் வடநாட்டில் பத்ரிநாத், கேதார்நாத், நேபால், அயோத்யா, த்வாரகா, மற்றும் கோகுலம் ஆகிய இடங்களுக்குச் சென்றுள்ளார். தென்னிந்தியாவில் அவர் ஜம்புகேஸ்வரம்[4], திருப்பதி[5] மற்றும் காஞ்சிபுரம் ஆகிய இடங்களுக்குச் சென்றுள்ளார். காஞ்சீபுரத்தில் அவர் நகரத்தை ஸ்ரீசக்ரவடிவில்[6], கோவிலை மையமாக வைத்து வடிவமைத்தார்.

1. காஞ்சீபுரத்தில் தான் இந்தப் பீடம் முதலில் நிறுவப்பட்டது. பின்னர் தஞ்சாவூரின் மராத்திய அரசர்களால் இது கும்பகோணத்திற்கு மாற்றப்பட்டது. இதுபற்றிய தகவல்கள் பி.வி. ஜெகதீச அய்யரின் தென்னிந்தியக் கோவில்கள் புத்தகத்தில் உள்ளன.

2. இந்த இடம் பற்றிய விளக்கங்களை பி.வி. ஜெகதீச அய்யரின் தென்னிந்தியக் கோவில்கள் புத்தகம், அத்தியாயம் XLIIIல் காணலாம்.
3. பி.வி. ஜெகதீச அய்யரின் தென்னிந்தியக் கோவில்கள் புத்தகம் காண்க.
4. பி.வி. ஜெகதீச அய்யரின் தென்னிந்தியக் கோவில்கள் அத்தியாயம் XXV
5. பி.வி. ஜெகதீச அய்யரின் தென்னிந்தியக் கோவில்கள் அத்தியாயம் XXXV
6. பி.வி. ஜெகதீச அய்யரின் தென்னிந்தியக் கோவில்கள் அத்தியாயம் II

ஆவணி மூலம்

ஆவணி மாதத்தில் (பத்ரபதா மாதம், ஆகஸ்ட் – செப்டம்பர்) ஆவணி மூலம் நாள் வருகிறது. இந்த மாதமும் இந்த குறிப்பிட்ட தினமும் நிர்ரிதி எனும் ஒரு அசுரனின் ஆளுகைக்குட்பட்டவை.

இந்தப் பிரபஞ்சத்தில், ஜீவனை முக்திக்கு இட்டுச் செல்லும் விதத்திலும், அதற்கு நேர்மாறாக தடைக்கல்லாகச் செயல்படும் விதத்திலும் இரு சக்திகள் இருப்பதாக ஹிந்துக்கள் நம்புகின்றனர். இந்தப் பிரபஞ்சம் துல்லியமான நீதியால் ஆளப்பட்டு வருவதால், சில நேரங்கள் ஒரு சக்தியின் ஆளுகையிலும், சில நேரங்கள் மற்றொரு சக்தியின் ஆளுகையிலும் உள்ளதாகக் கருதப்படுகிறது. இரவு 12 மணிமுதல் அதிகாலை 4 மணிவரையிலான நேரம் ஆன்மீக வளர்ச்சிக்கு எதிரான சக்திகளின் ஆதிக்கம் நிறைந்ததாகக் கருதப்படுகிறது. ஆவணி மாதம் நிர்ரிதி எனும் அசுரனின் ஆதிக்கத்தில் இருப்பதால், ஜீவன்களின் ஆன்மீக வளர்ச்சிக்கு தடையாக இருக்கக்கூடிய அசுர[1] குணங்கள் மேலோங்கி இருக்கும். எனவே இம்மாதத்தில் மனிதர்களை ஆன்மீக ரீதியான வாழ்வை மேற்கொண்டு, அசுர சக்திகளின் தாக்கத்திலிருந்து காத்துக் கொள்ளும்படி பண்டைய குருமார்கள் அறிவுறுத்துகின்றனர்.

இதன் முக்கியத்துவத்தைக் குறிக்கும் புராணக் கதை ஒன்று உள்ளது.

ஒருசமயம் மதுரையில் அரிமாதவ பாண்டியன் எனும் அரசன் ஆட்சிபுரிந்து வந்தான். அவனது ஆட்சிகாலத்தில்[2] மிகப்பெரிய வறட்சி ஏற்பட்டு வைகை நதி முற்றிலுமாக நெடுங்காலம் வறண்டு கிடந்தது.

தேவர்களின் கடவுளான இந்திரன் மதுரை அரசனின்பால் அதிருப்தியடைந்ததால் அவனது ராஜ்யத்தில் வறட்சியை ஏற்படுத்தியதாக நம்பப்படுகிறது. ஒரு நாள் திடீரென்று, மிகக் குறுகிய காலத்திற்கு பெரும்மழை கொட்டியாதால் வைகையில் சிறிதளவு வெள்ளப் பெருக்கு ஏற்பட்டது.

மன்னன் அரிமாதவன் இந்த சந்தர்ப்பத்தைப் பயன்படுத்தி வைகைநதியின் ஒரு துளி நீர் கூடக் கடலில் சென்று விழாமல் தடுத்துக் காக்க விரும்பினான். நதியில் குறுக்கே அணை கட்டினால் தான் இதனை சாதிக்க முடியும் என உணர்ந்த அரசன், மதுரை மக்களனைவரையும் அழைத்து அணையின் சிறுசிறு பகுதிகளை ஒவ்வொருவரும் கட்டுமாறு பணித்தான்.

அவ்வூரில் பிட்டு செய்து விற்று ஜீவனம் நடத்திக் கொண்டிருந்த ஒரு கிழவிக்கும், கட்டுவதற்கான ஒரு சிறு பகுதி பிரித்தளிக்கப்பட்டது. அவள் மதுரைத் தெய்வமாக அருள் பாலிக்கும் ஸ்ரீசுந்தரேஸ்வரின் உண்மையான ஒரு பக்தையாக இருந்து வந்தாள்.

அரசு அதிகாரிகள் அவளை அழைத்து, அவளுக்கு அளிக்கப் பட்ட பகுதியை உரிய நேரத்தில் செய்து முடித்தாக வேண்டும் எனவும் இல்லையேல் கடும் தண்டனைக்கு ஆளாகநேரிடும் எனவும் பயமுறுத்தினர். பணியாட்கள் கிடைப்பது மிகவும் கஷ்டமாகிவிட்ட நிலையில் கிழவி செய்வதறியாது திகைத்தாள். இறுதியாக தனது ஒரே புகலிடமான இறைவனிடம் தன்னைக் காத்தருள வேண்டி பிரார்த்தித்தாள்.

உடன், தலையில் ஒரு கூடையையும் கையில் மண் வெட்டியையும் சுமந்து ஸ்ரீ சுந்தரேஸ்வரர் தொழிலாளி வேடத்தில் தனது அருமை பக்தையின் துயர்தீர்க்க ஓடோடிவந்தார். தனது இல்லத்தின் வாயிலில் வந்து நின்ற, இறைவனை நோக்கி இறைவனை, தனக்களிக்கப்பட்டிருக்கும் அணையின் சிறுப்பணியை மாலைக்குள் முடித்துத்தருமாறு கேட்டுக் கொண்டாள். அந்தத் தொழிலாளிக்குக் கொடுப்பதற்கு அவளிடம் பணம் ஏதுமில்லை. அவனும் தனக்குப் பசியாற ஏதாவது உணவு தந்தால் போதுமெனக் கேட்டுக் கொண்டான். அவன் அவளுக்கு அளிக்கப்பட்டிருந்த பகுதியை கட்டிமுடிப்பது என்றும், அவனுக்கு களைப்புண்டாகி பசி எடுக்கும் போதெல்லாம் கிழவி புட்டுப் பணியாரம் அளிப்பது என்றும் ஒப்பந்தம் செய்து கொள்ளப்பட்டது.

முதலில் தனது பசியை ஆற்றிக்கொள்ள புட்டுப் பணியாரத்தை உண்டுவிட்டு, பிற்பாடு பசி எடுக்கும்போது உண்பதற்கும், தேவையான அளவு கட்டிக்கொண்டு வேலை செய்யப் புறப்பட்டான். அவன் பணியாற்ற வேண்டிய பகுதிக்கு வந்தபின் வேலை செய்வதற்குப் பதிலாக கடுமையாக உழைத்துக் கொண்டிருந்த மற்ற தொரிலாளிகளுக்கு தன்னிடமிருந்த உணவைப் பகிர்ந்து கொடுத்தான். பின் அவர்களுடன் பலவித உரையாடல் களில் ஈடுபட்டான். இதனால் அணைக் கட்டும்பணி விரைவாகச் செயல்படாமல் தாமதமாக நடந்தது.

அங்கிருந்த அதிகாரிகள் அவனைக் கடுமையாக எச்சரித்து தண்டனைகள் பற்றிக் கூறியும் எந்த பலனும் ஏற்பட வில்லை. அவன் வேலை செய்யாமலிருந்தான்; ஆயின் தன்னால் எதனையும் செய்யமுடியும் என மார்தட்டினான். அடிக்கடி கிழவியின் வீட்டிற்குச் சென்று தான் மிகவும் களைத்திருப்பதாகக் கூறி மேலும் மேலும் புட்டு உணவைப் பெற்றுவந்து அங்கிருந்த மற்ற தொழிலாளர்களுக்குக் கொடுத்தான்.

சூரியன் மறைந்த சமயம் கிழவியின் பகுதியைத் தவிர மற்ற அனைவரும் தத்தம் பகுதிகளைக் கட்டிமுடித்திருந்தனர். தேங்க ஆரம்பித்த ஆற்றுநீர், கட்டப்படாமலிருந்த கிழவியின் பகுதி வழியாக கடலுக்குள் சென்று கொண்டிருந்தது. அதுமட்டுமின்றி அடுத்திருந்த பகுதிகளும் நீரின் ஓட்டத்தால் அரிக்கப்பட்டு இடைவெளி பெரிதாகிக் கொண்டே சென்றது.

அந்தநேரம் மன்னன் அணைகட்டும்பணியைக் காண குதிரையில் அங்கு வந்துசேர்ந்தான். ஆற்று நீர் இடைவெளி வழியாக வேகமாக வெளியேறிக் கொண்டிருந்ததைக் கண்டு கோபமுற்ற மன்னன் அது யாருடைய பகுதி எனக்கேட்டான். அதிகாரிகள் தலையில் கூடையுடனும் கையில் மண் வெட்டி யுடனும் சோம்பலாக நடை பயின்று கொண்டிருந்த கிழவியின் வேலையாளைச் சுட்டிக் காட்டினர். உடன் அவனை தன்னருகே வரச்சொல்லிய மன்னன் தனது கைப்பிரம்பினால் அவன் முதுகில் அடித்தான். என்ன ஆச்சரியம்! அங்கிருந்த அனைவரும், உலக மக்கள் அனைவருமே தத்தம் முதுகில் அடிவாங்கியது போல் வலியால் துடித்தனர். ஸ்ரீசுந்தரேஸ்வரரை அடித்ததன் மூலம், மன்னன் தனக்குமட்டமின்றி, உலக ஜீவராசிகள் அனைத்திற்கும்

தண்டனை அளித்தவனானான். அனைத்து ஜீவன்களிலும் உள்ளுறைபவர் அந்த இறைவனன்றோ?

கிழவியின் சார்பில் பணியாற்றிய அவன் தன் முதுகில் அடிவாங்கியவுடன் தனது கையிலிருந்த மண்வெட்டியிலிருந்த சிறிதளவு மண்ணை எடுத்து அந்த இடைவெளியில் போட்டவுடன் இடைவெளி மூடப்பட்டு அணைநீர் வெளியேறுவது தடுக்கப் பட்டுவிட்டது.

குழப்பமும் பேராச்சரியமும் அடைந்த மன்னன், அந்த வேலைக்காரன் செய்த அற்புதச் செயலால் வாயடைத்து நின்றான். தனது இயல்பு நிலைக்குத் திரும்பிய மன்னன் அவனை அங்கு காணாமல் மேலும் திகைப்புக்குள்ளானான். நகரெங்கும் தேடியும் அவனைக் கண்டுபிடிக்க முடியவில்லை; எப்படி மறைந்தான் எனவும் தெரியவில்லை.

தடுமாறி நின்ற மன்னன், அத்தருணத்தில் ஏற்பட்ட தனது உள்ளுணர்வு மூலமும் அதனை உறுதி செய்யும் வகையில் தான் செவிமடுத்த அசரீரிவாக்கு மூலமும், தான் தண்டித்த அந்த மனிதன், தான் வணங்கி வழிபடும் ஸ்ரீ சுந்தரேஸ்வரக் கடவுளே என்பதை ஐயமறப் புரிந்து கொண்டான். இதற்கான காரணம், ஆவுடையார்திருக்கோவிலின் திருப்பணிக்காக அரசு பணத்தைச் செலவுசெய்துவிட்ட காரணத்திற்காக, சரியான விவரங்களை அறிந்து கொள்ளாமல், தனது மந்திரியாக இருந்த மாணிக்க வாசகரைத் தண்டித்ததே என்பதையும் புரிந்துகொண்ட மன்னன், இறைவன் தனக்கு இதன்மூலம் ஒரு படிப்பினையை அளித்து விட்டான் எனத் தெளிந்தான்.

புட்டு உணவை விற்றுப் பிழைத்த கிழவிக்கு இறைவனுடன் அவனைறியாமலேயே ஏற்பட்ட நேரடித் தொடர்பு, அவளை மேலும் மேலும் இறைவனிடம் ஈர்த்து இறுதியில் இறையுடன் இரண்டற ஐக்கியமாக்கியது.

மேற்கூறிய சம்பவம் நிகழ்ந்தது ஆவணி மூலம் நாளில் என்பதால் இத்தினம் முக்கியத்துவம் பெறுகிறது[3].

இப்பண்டிகை நாடு முழுவதும் பரவலாக அனுஷ்டிக்கப் பட்டாலும், சம்பவம் நிகழ்ந்த மதுரையில் மிகவும் விமரிசையாகக் கொண்டாடப்படுகிறது. தங்கக் கூடை மற்றும் தங்க மண்

வெட்டியுடன்[4] ஸ்ரீசுந்தரேஸ்வரர் வைகையாற்றின் கரையிலிருந்து ஊர்வலமாகக் கோவிலுக்கு எடுத்துச் செல்லப்படுவது இப் பண்டிகையின் சிறப்பு அம்சம். ஏராளமான பக்தர்கள் கூடியிருந்து இறைவனின் இத்திருக்கோலத்தைக் கண்டு வணங்கி மகிழ்கின்றனர்.

1. கிரேக்கர்களின் டைடான்களைப் போன்று ராக்ஷஸசர்கள் தேவர்களுடன் யுத்தம் செய்தனர்.
2. ஹாலாஸ்ய மஹிமை (தமிழில் திருவிளையாடல் புராணம்) 61வது கதை. இப்புராணம் ஸ்ரீ சுந்தரேஸ்வரரின் 64 திருவிளையாடல்களை வர்ணிக்கிறது. பி.வி. ஜெகதீச அய்யரின் தென்னிந்தியக் கோவில்கள் புத்தகம் காண்க.
3. தென்னிந்திய மாவட்டங்களில் இப்பண்டிகை கொண்டாடப்படுவதைப் பற்றியும் இது தெரிவிக்கிறது.
4. மதுரையில் குடிகொண்டுள்ள ஸ்ரீ சுந்தரேஸ்வரரின் திருவாபரணங்களில் இவையும் அடங்கும். பி.வி. ஜெகதீச அய்யரின் தென்னிந்தியக் கோவில்கள் புத்தகம் காண்க.

வரலக்ஷ்மி விரதம்

ஆஷாடமாதம் என அழைக்கப்படும் ஆடி மாதத்தில் (ஜூலை - ஆகஸ்ட்) வளர்பிறையின் கடைசி வெள்ளிக்கிழமையன்று வரலக்ஷ்மி விரதம் அனுஷ்டிக்கப்படுகிறது. இது, ஹிந்து மும்மூர்த்திகளில் ஒருவரான விஷ்ணுவின் தேவியாகிய ஸ்ரீலக்ஷ்மியின் அருளைப் பெறுவதற்காக அனுஷ்டிக்கப்படுகிறது. விஷ்ணு எனும் திருநாமம், எங்கும் வியாபித்திருப்பவர் எனும் பொருளில் அமைந்ததாகும். அவரது தேவியான லக்ஷ்மி, எங்கும் எதிலும் உள்ள சக்திகளைக் குறிப்பவராக வணங்கப்படுகிறாள். எட்டுவித சக்திகளை நாம் அறிந்துள்ளோம். அவை ஸ்ரீ (செல்வம்), பூ (பூமி), சரஸ்வதி (கல்வி), ப்ரீதி (அன்பு), கீர்த்தி (புகழ்), சாந்தி (அமைதி), துஷ்டி (இன்பம்), புஷ்டி (வலிமை).

இந்த சக்திகள் ஒவ்வொன்றும் ஒரு லக்ஷ்மியாகக் கருதப் படுவதால் இந்த எட்டு சக்திகளும் அஷ்டலக்ஷ்மிகள்[1] என ஹிந்துக்களால் அழைக்கப்படுகின்றன. ஸ்ரீவிஷ்ணுவை, அஷ்ட லக்ஷ்மிபதியாக, அதாவது எட்டு சக்திகளின் இருப்பிடமாகப் போற்றுகிறார்கள். உண்மையில், காத்தலின் பிரதிநிதியாக உள்ள ஸ்ரீ விஷ்ணு தன்னிலிருந்து இச்சக்திகளை வெளிப்படுத்துகிறார். சாதாரண மக்களால் அருவமாக உள்ள இவற்றை அறிந்து கொள்வது கடினம் என்பதால், இவற்றுக்கு உருவங்களை அளித்து அஷ்டலக்ஷ்மிகளாக வணங்கும்படி அமைக்கப்பட்டுள்ளது. உடல் ஆரோக்கியம், செல்வம் மற்றும் வளமை இந்த சக்திகளின் முறையான இணைப்பால் ஏற்படுவதால் இச்செல்வங்களை அடைய விரும்புவோர் லக்ஷ்மியை வழிபடுகின்றனர். லக்ஷ்மி தேவி ஒரு பெண். எனவே அவள் பெண்களுக்கு உடனடியாக அனுக்ரஹம் புரிவாள். எனவேதான் வரலக்ஷ்மி விரதம், லக்ஷ்மி

தேவியின் அருள் வேண்டி பெண்களால் அவர் அவர் குடும்ப நலன் கருதி அனுஷ்டிக்கப்படுகிறது.

இந்த விரதத்தை ஆஷாடமாதத்தில் பௌர்ணமியன்றோ அல்லது அதற்கு முன்னர் வரும் வெள்ளிக்கிழமையிலோ கொண்டாடுவதன் முக்கியத்துவம் குறித்த புராணக்கதை பின்வருவது.

ஒரு சமயம் பார்வதியும் பரமேஸ்வரனும் சதுரங்க² விளையாட்டில் ஈடுபட்டிருந்தனர். பார்வதி ஒவ்வொரு ஆட்டத்தையும் ஜெயித்துக்கொண்டே இருந்தபோதிலும் சிவன் வேண்டுமென்றே அவளை எரிச்சலூட்டும் விதத்தில் தானே வெற்றிபெற்றுவருவதாகக் கூறிக்கொண்டே இருந்தார். எனவே பார்வதி ஒரு நடுவர் வேண்டுமெனக் கேட்க, சிவன் தனது படைப்புகளில் ஒன்றான சித்ரநேமியை அதற்கென பணித்தார். சிவனின் கூட்டாளியான அவனும் ஞாயமற்ற முறையில், சிவனையே வெற்றிபெற்றவராகக் கூறினான். இது பார்வதியை கோபத்திற்குள்ளாக்கியது; சித்ரநேமி தனது கடமையில் செய்த அநீதிக்குத் தண்டனையாக அவன் ஒரு தொழுநோயாளியாக வேண்டும் என சபித்து விட்டாள். சித்ரநேமி உடன் பார்வதியின் காலில் விழுந்து மன்னிக்கும்படி கெஞ்சினான். சிவனும் அவனுக்குச் சாதகமாக பார்வதியிடம் எடுத்துரைத்தார். சற்றே கோபம் தணிந்த பார்வதி, அவன் வரலக்ஷ்மி விரதத்தை அனுஷ்டித்தால் குணமடையலாம் என சாபத்தை மாற்றினாள். இதனை ஏற்று, வரலக்ஷ்மி விரதத்தை அனுஷ்டித்தவுடன் அந்த பயங்கரநோயிலிருந்து சித்ரநேமி விடுபட்டார் எனக் கூறப்படுகிறது.

வரலக்ஷ்மி விரதம் எப்படித்துவங்கியது என்பது ஆர்வமூட்டும் ஒன்றாகும். ஒருசமயம் மகதநாட்டில் (பீஹார்) குந்தினபுரா எனும் நகரில் வாழ்ந்து வந்த சர்மதி எனும் பெயர் கொண்ட நற்குண ஸ்திரீயின் கனவில் ஸ்ரீலக்ஷ்மி தோன்றி, சர்மதி தனது குழந்தைகள் மீது கொண்ட கடமையுணர்வுடன் கூடிய அன்பினைக் கண்டு மிகுந்த திருப்தியடைவதாகக் கூறினாள். சர்மதி துயில் எழுந்தவுடன் குளித்து, லக்ஷ்மியைப் பிரார்த்தித்து வணங்கினாள். அக்கம்பக்கத்திலிருந்த பெண்டிர்கள் அவளது கனவையும் பூஜையையும் கேள்வியுற்று தாங்களும் லக்ஷ்மிதேவியின் அருளுக்குப் பாத்திரமாக எண்ணி பூஜைகளைச் செய்ய ஆரம்பித்தனர். இப்பழக்கம் கொஞ்சம் கொஞ்சமாக நாடுமுழுதும் பரவி வரலக்ஷ்மி பூஜையாக பரிமளித்தது.

ஒவ்வொரு தெய்வத்திற்கும் குறிப்பிட்ட சில மரங்கள் மற்றும் இலைகள் பூஜிப்பதற்கு விசேஷமானவையாகக் கருதப்படுகின்றன.

வில்வ இலைகள் சிவ பூஜைக்கும், துளசி தளங்கள் விஷ்ணு பூஜைக்கும் மிகவும் சிறந்தவையாகக் கருதப்படுகின்றன. அருகம்புல் என்று தமிழிலும், தூர்வா புல்[3] என சமஸ்கிருதத்திலும் ஹைரலிப்புல் என கன்னடத்திலும் அழைக்கப்படும் புல்வகை லக்ஷ்மி பூஜைக்கு உகந்ததாகக் கூறப்படுகிறது.

எனவே மக்கள் இதனை வரலக்ஷ்மிவிரத பூஜைக்காகச் சேகரிக்கின்றனர். பழங்கால ரசவாதிகள் வெண்மைநிற துளசியைக் கொண்டு பல தாழ்ந்தரக உலோகங்களைத் தங்கமாக மாற்றலாம் என நம்பினர். இந்த உண்மை, ஒருகால் லக்ஷ்மிதேவியுடன் துளசியை இணைத்துக் கூறுவதற்குக் காரணமாக இருந்திருக்கலாம். எப்படியாயினும் துளசிச் செடியின் வேர்களிலிருந்து தயாரிக்கப்படும் கஷாயம், யோகா பயிற்சிகளால் உடலில் ஏற்படும் வெப்பத்தைத் தனிக்கவல்லது எனும் உண்மையை மறுக்கமுடியாது.

வளமையும் வறுமையும் ஒன்றுக்கொன்று முரண்பட்டவை, எதிர்மறையானவை. லக்ஷ்மியின் நேர் எதிரான அவலக்ஷ்மி[4] வறுமை மற்றும் கஷ்டங்களின் பிரதிநிதியாவாள். அவலக்ஷ்மியை லக்ஷ்மியின் அக்கா எனக் கூறுவார்கள். இதன் பொருள் வறுமை, துன்பம் ஆகியவை வளமையின் மூத்த சகோதரி என்பதாகும். புராணங்களில் கூறப்பட்டுள்ளபடி தேவர்களும் அசுரர்களும் இணைந்து பாற்கடலைக் கடைந்தபோது, முதலில் ஆலகால விஷம் (அவலக்ஷ்மி) முதலில் வெளிவந்தது என்றும் அதன்பிறகே லக்ஷ்மி அதாவது அமிர்தம் வெளிவந்தது எனவும் அறிவோம். இதில் ஒரு தத்துவார்த்த உண்மை பொதிந்து உள்ளது. துன்பம் என்பது இல்லாவிடில் இன்பம் என்பது இருக்கமுடியாது. சூரியனின் வெப்பத்தை அனுபவித்தவர்களுக்கே நிழலின் அருமை தெரியும். பசி இன்றி உணவைச் சுவைத்து உண்ண முடியாது. இவ்வாறே துன்பங்களை அனுபவித்தவனாலேயே வளமையின் இன்பங்களை அனுபவிக்கமுடியும்; வளமையான நேரத்தில் அவனால், முன்பு தான் அனுபவித்த துன்பகாலத்தையும் தற்போதைய நிலையையும் ஒப்பிட்டுப் பார்ப்பது சாத்தியமாகிறது; தான் அனுபவிக்கும் இன்பங்களின் மதிப்பை உணரமுடிகிறது. எனவேதான் துன்பம் என்பது வளமை அல்லது இன்பத்தின் மூத்த சகோதரி எனப்படுகிறது.

பண்டைய நாளில் மக்கள் அவலக்ஷ்மியையும் பூஜித்து வந்தனர். பின்னர் அவலக்ஷ்மி தங்களது பூஜையால் திருப்தியடைந்து தனது குணத்தை வெளிப்படுத்திவிடுவாளோ எனப் பயந்து அதனைக் கைவிட்டனர் எனத் தெரிகிறது.

அவலக்ஷ்மி தெய்வத்திற்கு "கபில பத்னி" என்ற பெயரும் உண்டு. மற்ற யாரும் அவளை மணக்க முன்வராததால் கபிலர் எனும் முனிவர் அவளை மணந்துகொண்டார். அவலக்ஷ்மி அரச மரத்தில் வாசம் செய்பவள் எனக் கூறப்படுவதால் மக்கள் அம்மரத்தைத் தொடுவதற்கும் அஞ்சுகின்றனர். ஆயின் சனிக் கிழமைகளில் லக்ஷ்மி தன் சகோதரியைக் காணவருவதால் அவளும் அந்த நாட்களில் அரசமரத்தில் இருப்பதாகவும் அதனால் மக்கள் பாதுகாக்கப்படுவார்கள் எனவும் நம்பப்படுகிறது.

மஹாலக்ஷ்மிக்கென்று மைசூரில் தொட்டகட்டவல்லி மற்றும் மஹாராஷ்டிராவில் கோலாப்பூர் ஆகிய இடங்களில் பிரத்யேகமாகக் கோவில்கள் உள்ளன.

தஞ்சாவூர் அருகே உள்ள திருவடி[5], வைத்தீஸ்வரன்கோவில் அருகே உள்ள திருநின்றியூர், திருவாரூர்[6] அருகே உள்ள திருத் தெங்கூர் மற்றும் ராமனாதபுரம் மாவட்டம் திருப்பத்தூர் ஆகிய இடங்களில் லக்ஷ்மி தேவியானவள் சிவனை வழிபட்ட தாகவும் அதன் காரணமாக இத்தலங்கள் வரலக்ஷ்மி பூஜைக்கு மிகவும் உகந்த இடங்களாகவும் கருதப்படுகின்றன.

---

1. "தென்னிந்தியக் கடவுள்கள், தேவிகள்" புத்தகம் – ராவ்பகதூர் கிருஷ்ண சாஸ்திரிகள், பக்கம் 187, 189 மதராஸ் அரசு 1916இல் விளக்கங்களைக் காணலாம்.
2. சமஸ்கிருதத்தில் சதுரங்கம் (சதுர் – நான்கு; அங்கம் – பங்கேற்பாளர்)
3. இது மிகவும் சாதாரணமாக எங்கும் வளரும் புல்வகை, கால்நடைகளுக்கு நல்ல தீவனமாகப் பயன்படுகிறது. புல்தரைகளை அமைக்க மிகவும் உகந்தது. "மரங்கள், செடிகள், மூலிகைச் செடிகள்" எனும் ஹிக்கின்பாதம்ஸ் 1866 புத்தகம் காண்க. இது மண் அரிப்பைத் தடுக்கவல்லது. இதன் மீது உருளைகளை உருட்டினாலும் மக்கள் தொடர்ந்து நடந்தாலும் இது மேலும் தீவிரமாக வளர்கிறது; தரையும் கெட்டிப்படுகிறது; இதர களைச்செடிகள் நீக்கப்படுகின்றன. அனைத்து இடங்களிலும் எல்லா வானிலைகளிலும் வளரக்கூடியது.
4. தென்னிந்தியக் கடவுள்கள், தேவிகள் புத்தகம், படம் 135, விளக்கப் பக்கம் 216–217. எழுதியவர் ராவ்பகதூர் கிருஷ்ண சாஸ்திரிகள், மதராஸ் அரசு, 1916 அத்துடன், "ஹிந்து சிற்பக்கட்டுரைகள்" – டி.ஏ. கோபிநாத ராவ், "லா பிரின்டிங் ஹவுஸ்", சென்னை 1914 – 1916, பக்கம் 363, பகுதி I பகுதி II
5. தென்னிந்தியக் கோவில்கள் பி.வி. ஜெகதீச அய்யர் அத்தியாயம் XVIII
6. தென்னிந்தியக் கோவில்கள் பி.வி. ஜெகதீச அய்யர் அத்தியாயம் XIX

உபாகர்மம்

முதலில் முட்டையாக பிறந்து பிறகு பறவையாக வெளிவரும் த்விஜா என்ற பறவை, "இருமுறை பிறந்தது" என்றும் கூறுவதுண்டு. இவ்வாறே ஒரு பிராமணனும், முதலில் சாதாரணப் பிறவியாகவும், பின்னர் பெற்றோரால் குடும்ப குருவின் வழிகாட்டுதலுடன் செய்து வைக்கப்படும் உநயனத்தால் அவன் ஆன்மீகப் பிறவி எடுப்பதாலும் "த்விஜா" என்று அழைக்கப்படுகிறான்.

உபநயனத்திற்கு மிக ஆழ்ந்த ஆன்மீக முக்கியத்துவம் உள்ளது. சாதாரணக் கண்களால் இந்த பௌதீக உலகின் அனைத்துப் பொருட்களையும் மனிதர்களால் பார்க்க முடிகிறது. ஆயின் ஹிந்துக்கள் 14 லோகங்கள்[1] அல்லது தலங்கள் இருப்பதாக நம்புகிறார்கள். ஒவ்வொரு லோகமும் நமது பூமியைப் போன்றே உணர்வுள்ளவற்றையும், தாதுக்கள், தாவரங்கள் மற்றும் விலங்கு களையும் கொண்டது.

இந்த 14 லோகங்கள் பூலோகம், புவர்லோகம், சுவர்லோகம், மஹர்லோகம், ஜனர் லோகம், தபர் லோகம், சத்ய லோகம், பிரும்மலோகம், பித்ருலோகம், சேமலோகம், இந்திரலோகம், கந்தர்வலோகம், ராக்ஷச லோகம் மற்றும் யக்ஷ லோகம் எனப்படுவன.

தலா எனும் சொல்லால் குறிப்பிடப்பட்ட இவை, அதல, விதல, சுதல, கரதல, ரசதல, மஹதல, பதல என்னும் ஏழு பெயர்களாலும் அறியப்படுகின்றன.

மனிதனின் முடிவும் முக்கிய நோக்கமும் தனது உணர்வு நிலையை இந்த உலகங்கள் ஒவ்வொன்றிலும், இப்பூமியில்

செயலாற்றுவது போலவே உயிர்ப்பித்து செயலாற்றுவதாகும். இப்பூமியில் நமது வாழ்வின் மிக முக்கிய லட்சியமே இதுதான் எனக் கூறப்படுகிறது.

உபநயனம் என்ற சொல்லின் பொருள் “கூடுதலான கண்” என்பதாகும். வழக்கமான இவ்வுலக வாழ்க்கைக்கு அப்பால் உள்ள உயர் உலகங்களைப் பற்றி அறிய உதவும் வகையில் குரு ஞானக்கண்ணைத் திறந்து வைக்கிறார். உண்மையில் இந்த விழாவை ஸ்ரீ கிருஷ்ணர் போர்க்களத்தில் அர்ச்சுனனுக்கு நடத்தினார். ஒரு இளைஞன் ஆழ்ந்து தன்னை ஈடுபடுத்திக் கொள்வதன் மூலம், இந்தப் புதிய பார்வையின் மூலம் பல விஷயங்களைக் கற்று வளர்ச்சிபெற்று ஆன்மீக வெற்றி பெறுகிறான்.

பிராமணர் அணிந்து கொண்டிருக்கும் பூணூல்[2], அவரது நுண்ணுடலிலிருந்து ஆன்மீக ஒளியைப் பரப்புவதைக் குறிக்கும் ஆன்மீக சக்திகளின் அடையாளமாகும். மின்சார பல்பினுள் இருக்கும் ஃபிலமெண்ட் (Filament) எனும் ஒளிரும் கம்பிச் சுருளை இதற்கு உவமையாகக் கூறலாம். பூணூலின்[3] நூல்கள் அவனது சப்த உடல்களில், பொருண்மையின் சப்த உலகங்களில் இருப்பதைப் போன்ற அக்னி நூல்களாகும்.

ஹிந்து தர்மசாஸ்திர விதிகளின்படி சம்பாதிப்பவைகளில் ஒரு குறிப்பிட்ட பாகம் தர்மமாகக் கொடுக்கப்பட வேண்டும். பிராமணர்கள் சம்பாதிப்பது ஆன்மீக சக்திகளை மட்டுமே. இதுவே பூணூலால் காட்டப்படுகிறது. எனவே இந்த தெய்வீக பூணூல்களை விநியோகம் செய்வதன் மூலம் அவர்கள் தாங்கள் அடைந்த ஆன்மீக சக்திகளில் ஒரு பகுதியை அளிப்பதாகக் கருதப்படுகிறது. அவர்கள் தொடர்ந்து ஆண்டுதோறும் உபாகர் மாவைச் செய்து இச்சக்தியைப் பெருக்கிக் கொள்கின்றனர்.

யஜுர்வேதத்தைப் பின்பற்றும் ஹிந்துக்கள், ஸ்ராவண மாதத்தில் (ஆவணி மாதம்; ஆகஸ்ட் – செப்டம்பர்) குறையற்ற பௌர்ணமி தினத்தன்று உபாகர்மாவை அனுஷ்டிக்கின்றனர். ஆவணி மாதப் பௌர்ணமி தினம் குறைகளுடன் இருந்தால் புரட்டாசி மாதப் பௌர்ணமி தினத்தன்று உபாகர்மம் அனுசரிக் கப்படுகிறது (செப்டம்பர் – அக்டோபர்). இத்தினமும் குறைகளுட னிருந்தால் ஆடிமாதப் பௌர்ணமி தினம் (ஜூலை – ஆகஸ்ட்) அனுசரிக்கப்படுகிறது.

ரிக்வேதத்தைப் பின்பற்றுபவர்கள் ஆவணிமாதம் ஸ்ராவண நட்சத்திரம் ஏறு முகமாக இருக்கையில் உபாகர்மம் செய்கின்றனர்.

சாமவேதக்காரர்கள் ஆவணி மாதத்திலேயே ஹஸ்த நட்சத்திரமும் பஞ்சமி திதியும் கூடிய தினத்தன்று உபாகர்மம் செய்கின்றனர்.

உபாகர்மத்தன்று வேதத்தை ஓதுவது மிகவும் பலனளிக்கும் எனப்படுகிறது. எள்ளும் நீரும் கொண்டு தர்ப்பணம் செய்வது, வேதங்களைப் பாதுகாத்து பிந்தைய தலைமுறைகளுக்கு அளித்த முனிவர்களுக்கும் பித்ருக்களுக்கும் திருப்தியளிக்கும் எனக் கருதப்படுகிறது. வேதங்கள் நம்மை நமது வாழ்க்கையில் வழிநடத்திச் செல்பவை.

வேதங்கள் ஈஸ்வரனை, சிவபெருமானை பல தலங்களில் வழிபட்டதாகக் கூறப்படுகிறது. அவற்றுள் மிக முக்கியமானவை தஞ்சை மாவட்டத்தில் உள்ள [4]வேதாரண்யம் கோவில், திருவழுந்தூர், செங்கல்பட்டு மாவட்டத்தில் உள்ள திருக்கழுக்குன்றம்[5], தஞ்சை அருகே உள்ள திருவேடிக்குடி மற்றும் சீர்காழி அருகே உள்ள திருப்பனைவாசம் ஆகியவை.

காஞ்சிபுரம் அருகே உள்ள திருவொற்றியூர் எனும் இடத்தில் கடவுளால் நேரடியாக முனிவர்களுக்கு வேதங்கள் அருளப்பட்டன எனக்கூறப்படுகிறது. ராமநாதபுரம் அருகே உள்ள உத்தரகோச மங்கை எனும் இடத்தில் வேதங்களின் இரகசியங்களை ஈஸ்வரன் தேவிக்கு விளக்கியதாகவும் கூறப்படுகிறது. இறைவன், மாயவரம் அருகே உள்ள திருத்துருத்தி எனும் தலத்தில், ஒரு பிரும்மச்சாரி இளைஞன் உருவில் வேதங்களைப் பாராயணம் செய்ததாகக் கூறப்படுகிறது.

---

1. சமஸ்கிருதத்தில் "லஸ் = உலகைக் காண்பது; இவை பொதுவாக உயிரினங்களின் பலவகைகளுக்கு அளிக்கப்பட்ட ஏழு மேல் உலகங்களைக் குறிப்பவை. பக்கங்கள் 435, 436 மதராஸ் பிரசிடென்சி அட்மினிஸ்டிரேஷன் மானுவல் பகுதி 111, 1893.

2. பூணூல் யக்ஞோபவீதம் என அழைக்கப்படுகிறது; யக்ஞம், தியாகம், உபவீதம் = நூல், என்பது சம்ஸ்கிருதம். இவை மூன்று பஞ்சு நூல்களால் ஆனவை; ஒவ்வொரு நூலும் மூன்று அல்லது 9 மெல்லிய நூல்களால் ஆனவை. பஞ்சு நேரடியாக பிராமணர்களால் சேகரிக்கப்பட்டு அவர்களாலேயே நூலாக நூற்கப்படவேண்டும். பூணூல் இடதுதோளில் தொங்கவிடப்பட்டு வலது இடுப்புப்பக்கம் இருக்கும். நான்கு

வர்ணத்தாரில் பிராமணர்களும், க்ஷத்திரியர்களும், வைசியர்களும் பூணூல் அணியும் தகுதியுடையவர்கள். ஒரு ஆண் குழந்தைக்கு 5–12 அல்லது 13 வயதிற்குள் பூணூல் கல்யாணம் செய்யப்படுகிறது. இதன் மூலம் சிறுவர்கள் குருகுலவாசத்திற்குத் தகுதிபெறுகின்றனர். பூணூலின் மூன்று நூல்கள் குறிப்பது 1) மும்மூர்த்திகளின் மூன்று குணங்களான படைத்தல், காத்தல் மற்றும் அழித்தல் 2) உடல், மனம், வாக்கு, இவற்றின் மீதான கட்டுப்பாடு. ஹிந்துக்கள் மற்றும் முகம்மதியர்களின் பண்டிகைகள் மற்றும் விடுமுறைகள் – அகரவரிசை. பக்கம் 81ல் உள்ள கீழ்குறிப்பு காண்க.

3. சம்ஸ்கிருதத்தில் பு = சுத்திகரித்தல்; நூல் = நூல், இருமுறை பிறந்தவர்களின் இடதுதோளில் மார்பின் குறுக்காக அணியும் புனிதநூல்.

4. பி.வி. ஜெகதீச அய்யரின் தென்னிந்தியக் கோவில்கள் அத்தியாயம் XXI காண்க

5. பி.வி. ஜெகதீச அய்யரின் தென்னிந்தியக் கோவில்கள் அத்தியாயம் III காண்க.

காயத்ரி ஜபம்

வெளிமண்டலத்தில் உள்ள அணுக்களை குறிப்பிட்ட வடிவங்களில் ஒலிச்சக்தி ஒழுங்குபடுத்துகிறது என்பது அறிவியல் பூர்வமாக நிரூபிக்கப்பட்ட உண்மையாகும். வித்தியாசமான ஒலிகள், அவற்றின் தீவிரத்திற்கேற்ப வெவ்வேறு வடிவங்களில், குறுகிய அல்லது நீண்டகால அளவுகளில் இவற்றை நீடிக்கச் செய்கின்றன. பண்டைய ரிஷிகள் இந்த உண்மையை அறிந்தவர்கள். அவர்கள் தொடர்ந்து நீண்ட காலம் பொறுமையுடன் இதுபற்றிய பரிசோதனைகளை மேற்கொண்டு, மந்திரங்கள் அல்லது உச்சாடனங்கள் என அறியப்படும் சில குறிப்பிட்ட சொற்களை உச்சரிப்பதனால் ஏற்படும் விளைவுகளைக் கண்டறிந்தனர். மந்திர சாஸ்திரம் எனும் பிரத்தியேக அறிவியல் துறை இதுபற்றிய விளக்கங்களை அளிக்கிறது. இத்தகைய மந்திரங்களில் காயத்திரி[1] மந்திரம் என்பது முக்கியமான ஒன்று. ஒவ்வொரு பிராமணனும் அதிகாலைப்பொழுது, நண்பகல் மற்றும் மாலைப் பொழுது ஆகிய மூன்றுவேளைகளிலும் தினசரி இதனைத் தொடர்ந்து பலமுறை உச்சாடனம் செய்யவேண்டும் என்பது நியதி. இந்த மந்திரத்தை[2] திரும்பத் திரும்ப உச்சரிப்பதால் உண்டாகும் வடிவத்தின் பெயர் காயத்ரி தேவதை.

மேற்கூறியவாறு இந்த வடிவம் உருவாக்கப்பட்டதும், அது, நமது மின்சக்தி உற்பத்தி சாதனமான டைனமோவைப்போன்று, மனித மற்றும் தெய்வீக சக்திகளின் சேமிப்புக்கலனாகிவிடுகிறது. பின்னர் இந்த வடிவம் அல்லது தேவதையிலிருந்து வெளிவரும் சக்தி அந்தந்த மனிதர்களை தீயசக்திகளிலிருந்து காக்கும் அரணாக விளங்குகிறது. இவ்வாறு தொடர்ந்து மந்திர உச்சாடனம் செய்வதால் இச்சக்தி வலிமையடைந்து, அதனைச் செய்பவருக்கு

அவரது விருப்பங்களை நிறைவேற்றித் தரும் சர்வசக்திபடைத்த தேவதையாக எப்போதும் தயாராக உள்ளது.

இந்த தேவதைகளை உருவாக்கி அவற்றுக்கு சக்தியேற்றம் செய்வதற்கு சில சந்தர்ப்பங்கள் மிகவும் உகந்தவையாக உள்ளன. சூரிய மற்றும் சந்திர கிரகண காலங்கள் இதற்கு மிகவும் உகந்தவை எனக் கூறப்படுகிறது. அத்துடன், ஆவணி மாதத்தில் (ஆகஸ்ட் – செப்டம்பர்) தேய்பிறையின் முதல்நாளில் குறைந்தபட்ச முயற்சியினாலேயே மிக அதிகபட்ச பலனை அடைவது சாத்தியம் எனக் கருதப்படுகிறது. எனவே இத்தினம் காயத்ரி ஜெபம் செய்யத் தேர்ந்தெடுக்கப்பட்டுள்ளது.

காயத்ரி மந்திரம் ரிக்வேதத்திலிருந்து பெறப்பட்டதாகும். இந்த மந்திரத்தை ஜெபிப்பதன்மூலம் ஒருவர் தனக்கு ஒளியையும், அறிவையும், சக்தியையும் அளிக்குமாறு பிரார்த்திக்கிறார். ஒவ்வொருவரும் இவையனைத்திற்கும் மத்தியிலேயே இருந்தாலும் சூரியனிடமிருந்து இவற்றைக் கிரகித்துக் தனதாக்கிக் கொள்ள மனவலிமை தேவை. காயத்ரி மந்திரத்தைத் திரும்பத்திரும்ப ஜெபிப்பதன்மூலம் இதனை வெற்றிகரமாக அடைவது சாத்தியமாகிறது.

காயத்ரி மந்திரத்தைக் காலைவேளையில் ஜெபிக்கும்போது சூரியனை நோக்கி அமர்ந்துகொள்வது சூரிய சக்திகளை எளிதில் அடைவதற்கு மிகவும் உகந்ததாக இருக்கும். காயத்ரி ஜெபம் செய்யத் தொடங்குவதற்கு முன், பிரணாயாமம்[3] அல்லது கட்டுப்பாடுடன் கூடிய சீரான சுவாசப் பயிற்சியை மேற்கொள்வது வலியுறுத்தப்படுகிறது. இப்பயிற்சியின் காரணமாக ஒருவரால் காயத்ரி மந்திரத்தின் பொருளை அறிந்து அதன் மீது தன் மனதை நிலைக்கச் செய்வது எளிதாகிறது. இந்த மன ஒருமுகப் படுத்துதல் சூரிய ஒளியைப் பெற்றுத் தன்மயமாக்குவதற்கு உறுதுணையாக்குவதுடன் மனஉறுதியை மேலும் வலுப்படுத்துகிறது. காயத்ரி மந்திரத்தைத் திரும்பத் திரும்ப உச்சரிக்கும்போது உண்மையில், சூரியனையும் அதன் பிரகாசமான காந்தியினால் எங்கும் வெளியிடப்படும் சக்திகளையும் உச்சரிப்பவர் தன்மீது பரவுவதை மனதால் உணர்கிறார். அத்துடன் அவர், தனது ஒருமுகப்படுத்தப்பட்ட மனதின் மூலம் சூரிய சக்தியைப் பெற்று தன்மய மாக்கிக் கொள்வதைப் பற்றி ஆழ்ந்து சிந்திப்பதுடன், தானே சூரியனின் ஒரு அம்சமாக ஆகிவிட்டதை உணரவேண்டும். இப்படிப்பட்ட தொடர்ந்த காயத்ரி ஜெபத்தின் மூலம் ஒருவர் மிகப்பெரிய

சக்தியின் மையத்தை உருவாக்கி அதன் பின்னணியில் அவர் இருக்கிறார். நாம் காணும் சூரியன் உண்மையில் மிகவும் வலிமை படைத்த சைதன்யத்தைப் பின்னணியில் கொண்ட மிக ஒரு பெரிய சக்தி மையமே.

காயத்ரி மந்திரத்தின் சொற்களின் ஆழ்ந்த பொருளை நன்கறிந்து, மனம் ஒன்றி ஜெபம் செய்யாமல், இயந்திரத்தனமாகத் திரும்பத்திரும்ப உச்சரிப்பது எதிர்பார்க்கும் பலன்களை அளிக்காது. மனம் அலைபாயாமல் அதனைத் தடுத்து நிறுத்த ஜெபம் செய்யும்போது எண்ணிக்கையை மேற்கொள்ளுமாறு வலியுறுத்தப்படுகிறது.

காயத்ரி மந்திரத்தைத் திரும்பத்திரும்ப உச்சரிக்காதபோது, மூச்சுக்காற்றை உள்ளிழுப்பது மற்றும் வெளிவிடுதலின் எண்ணிக் கையைக் கணக்கிடுவதன் மூலம் மனதை ஒருமுகப்படுத்துவது பரிந்துரைக்கப்படுகிறது.

காயத்ரி ஜெபம் செய்பவர் தூய்மையான மற்றும் கவனத்தைத் திருப்பாத ஒரு தனி இடத்தைத் தேர்ந்தெடுத்து, உட்கார்ந்து[4], தங்கள் வசதிக்கேற்ப 10[5], 28 அல்லது 108 முறைகள் காயத்ரி ஜெபம் செய்கின்றனர். ஜெபம் செய்யும்போது அவ்வப்போது இடைவெளிவிடுவதும் நிறுத்துவதும் கூடாது; தங்கள் வாழ்நாள் முழுவதும் தினசரி கண்டிப்பாகச் செய்யவேண்டும். இடைவெளிகள் ஏற்பட்டால் தொடர்ச்சியான முன்னேற்றம் காணமுடியாது.

27 அல்லது 54 அல்லது 108 மணிகள் கொண்ட ஜெபமாலையை காயத்ரி மந்திரம் சொல்லும் எண்ணிக்கையை அறிய பயன் படுத்தலாம். இந்த ஜெபமாலை ருத்ராக்ஷம் அல்லது ஸ்படிக மணிகளைக் கொண்டதாக இருப்பது நல்லது. கைவிரல் ரேகை களைப் பயன்படுத்தி எண்ணுவதும் பலரால் மேற்கொள்ளப் படுகிறது.

ஜெபம் செய்யும்போது கால்பாதங்கள் ஒன்றின் மீது ஒன்று அழுந்தி இருக்கக்கூடாது. தலை மூடப்படாமலும் உட்காரும் விதம் சௌகரியமானதாகவும் இருக்கவேண்டும். காலை வேளை களில் கைகளை நாபிக்கருகிலும், நண்பகலில் இதயத்திற்கு அருகிலும் மாலைவேளைகளில் முகத்தருகிலும் வைத்திருக்க வேண்டும். இதன் மூலம் சூரியனிடமிருந்து பெறும் சக்தியை நமக்குள், சேமித்து வைக்க முடியும்.

பட்டுத்துணி அல்லது ஒருவிரிப்பை தரையில் விரித்து அதன்மீதமர்ந்து ஜெபம் செய்யவேண்டும். புலித்தோல் அல்லது மான்தோலின் மீதமர்ந்து ஜெபம் செய்வது மிகவும் பயனளிக்கக் கூடியது எனக் கூறப்படுகிறது. தர்பைப்புல்லினால் அல்லது மரங்களின் பட்டைகளால் ஆன பாயில் அமர்ந்து தியானம் செய்வதும் சிறந்ததாகக் கருதப்படுகிறது. ஒருவர் பயன்படுத்தும் ஆசனத்தை மற்றொருவர் பயன்படுத்தாமல் இருப்பது ஜெபத்தின் நல்விளைவுகளைக் காக்கும் எனவும் கூறப்படுகிறது. தியானத்தைத் தொடர்ந்து மேற்கொள்பவர்கள் பயன்படுத்தும் ஆசனமும் தூய்மையும், புனிதமும் பெறுகிறது எனக் கருதப்படுவதால், அவற்றை தூய்மையுள்ள புனிதமற்ற மனிதர்கள் மற்றும் பொருட் களுடன் ஒருபோதும் சேர்க்கக்கூடாது.

தனிநபர் நலனைக் கருதாது உலக க்ஷேமத்தின் பொருட்டு செய்யப்படும் காயத்ரி ஜெபம் யஞ்ஞும் அல்லது தியாகம் என அழைக்கப்படுகிறது. காயத்ரி ஜெபத்தால் உண்டாகும் நல்விளைவு களை, பூரணமனதுடனும் எந்தவித நிபந்தனைகளுமின்றி உலக நலனுக்காக அளித்திடல் வேண்டும். அப்போது இந்த சக்தியானது, பிரபஞ்சத்தின் கொள்கலனில் சேர்ந்து, மனித இனம் முழுவதும் முன்னேற்றம் காணும் விதத்தில் தேவைப்படும் சமயங்களில் கிடைக்கும். 'கோவில்கள் போன்ற புனிதமான இடங்களில் குடி கொண்டுள்ள தெய்வங்கள், அவ்விடங்களை இச்சக்தியைச் சேமித்து வைக்கும் கொள்கலன்களாக அமைக்கின்றன.

சூரியன், அவரது பல்வேறு செயல்பாடுகளுக்கேற்ப பல பெயர்களில் அழைக்கப்படுகிறார். காத்தல் அம்சத்தைச் செய்கையில் அவர் நாராயணர் என்று அழைக்கப்படுகிறார். திக்பாலகர்கள் எனப்படும் எட்டு காவல் தெய்வங்களும் உண்மையில் அவரது சுற்றுப்புறக் காவல் தெய்வங்களே. தியானத்தின் போது, திக்பாலகர்களைக் குறிக்கும் தாமரை மலரின் இதழ்களில் சூரியனை மனதால் ஆவாஹனம் செய்து கொள்ளவேண்டும். நன்மை செய்ய விழையும் இந்திரனை கிழக்குப்பக்கம் உள்ள இதழிலும், தூக்கம் சோம்பலைக்குறிக்கும் அக்னியை தென்கிழக்கு இதழிலும், குரூரத்தைக் குறிக்கும் யமனை தென்புற இதழிலும், தீயசெயல்களைக் குறிக்கும் நிருதியை தென்மேற்கு இதழிலும், விளையாட்டுத் தனத்தைக் குறிக்கும் வருணனை மேற்குபுற இதழிலும் பயணம் மற்றும் வீரசாகஸத்தைக் குறிக்கும் வாயுவை வடமேற்கு இதழிலும், புணர்ச்சி இன்பத்தைக்

குறிக்கும் குபேரனை வடக்குப்புற இதழிலும், செல்வத்திற்கான ஆசையைக் குறிக்கும் ஈசானரை வடகிழக்கு இதழிலும் ஆவாஹித்து தியானிக்க வேண்டும்.

---

1. காயத்ரி எனும் சொல்லின் பொருள்: "உச்சரிப்பவரைக் காப்பது". எனவே இது ஒரு நிரந்தர ஒலியாகவும் ஆரம்பத்திலிருந்தே அனைவரையும் காக்கும் மந்திரமாகவும் கருதப்படுகிறது. இது பிரபஞ்சம் முழுவதும் வியாபித்திருந்து அதனைப் படைத்து, காத்து அழிக்கவும் செய்கிறது. இதுவே மிக உயர்ந்த தியானம்; இந்த பிரபஞ்ச ஒலியை, ஸ்ருதியை, செவிமடுப்பது மிக உயர்ந்த பிரபஞ்ச உண்மையை அறிவதாகும். காயத்ரியின் மீது தியானம் செய்வது இந்த உயர்ந்த லட்சியத்திற்குக் கொண்டு செல்லும். "ஹிந்துக்களின் தினசரி பழக்கங்கள்" எனும் புத்தகத்தில் 113ஆம் பக்கக் குறிப்பைக் காணவும். – பானிணி அலுவலகம் – அகமதாபாத்.
2. "ஹிந்துக்களின் தினசரி பழக்கங்கள்" பானிணி அலுவலகம் அகமதாபாத் – புத்தகத்தின் அத்தியாயம் XXII பக்கம் 98–99 காண்க.
3. இது மூச்சுவிடுதலை முறைப்படுத்துவது பற்றியது. குறிப்பு 2இல் கூறிய புத்தகத்தின் பக்கம் 81ஐக் காண்க.
4. காயத்ரி மந்திர தியானம் செய்வதற்கு ஒருவர் பயன்படுத்தும் ஆசனம் பட்டுத் துணி, விரிப்பு, மான்தோல், மரப்பலகை, இலைகளால் ஆன ஆசனம் எதனையும் வேறொருவர் பயன்படுத்தக்கூடாது. படுக்கை, உடுப்புகள், குடிக்கும் டம்ளர் போன்றவற்றையும் பிறர் கண்டிப்பாகப் பயன்படுத்தக் கூடாது. அவை ஒருவரால் மட்டுமே பயன்படுத்தப்படும் போதுதான் தூய்மையானதாக இருக்கும். "ஹிந்துக்களின் தினசரிப் பழக்கங்கள்" புத்தகம் – பக்கம் 99ஐக் காண்க.
5. மேற்கூறிய புத்தகத்தின் பக்கம் 99ஐக் காணவும். காயத்ரி ஜெபத்தை காலை வேளையில் 1000 தடவை செய்வது உத்தமம்; 100 தடவை செய்வது மத்யமம்; 10 தடவை செய்வது அதமம். மாலைவேளையில் 30 அல்லது 10 முறைகள் செய்யலாம்.

கிருஷ்ண ஜெயந்தி

இவ்வுலகம் பாவிகள் மற்றும் தீயவர்கள் நிறைந்ததாகி, அவர்களது கொடுஞ்செயல்களால் தன் சமநிலையை இழக்க நேரிடும்போதெல்லாம் மும்மூர்த்திகளில் காத்தலின் அதிபதியாகிய ஸ்ரீவிஷ்ணு மனிதனாக அவதாரம் எடுக்கிறார். கடந்த ஒரு யுகத்தில் இவ்வாறாக, வசுதேவர் எனும் மன்னனுக்கும் அவரது தேவியாகிய தேவகிக்கும் மகனாக இவ்வுலகில் அவர் அவதரித்தார். இந்த அவதாரத்தில் அவரது பெயர் ஸ்ரீகிருஷ்ணர். இவரது அவதாரத்தைப்பற்றி ஹிந்துக்களின் பிரபலமான தெய்விக நூலான பாகவதத்தில் விளக்கமாகக் கூறப்பட்டுள்ளது.

ஸ்ரீ கிருஷ்ணர் பிறந்த உடனேயே அவரைக் கொன்றுவிடக் காத்திருந்த அவரது தாய்மாமன் கம்சனிடமிருந்து காப்பதற்காக, அவரை[1] யாதவகுலத்தலைவர் (இடையர்குலம்) இல்லத்திற்குப் பிறந்த உடனேயே எடுத்துச் செல்லப்பட்டு இரகசியமாக வளர்க்கப்பட்டார்.

ஸ்ராவண மாதம், தமிழ் ஆவணி மாதம் (ஆகஸ்ட்-செப்டம்பர்) தேய்பிறையில் 8ஆம் நாள் உலகை ரட்சிப்பதற்காக அவதாரம் எடுத்த ஸ்ரீகிருஷ்ணரின் பிறந்தநாள் புனிதநாளாக விமரிசையாக கொண்டாடப்பட்டு வருகிறது.

இந்தப் பண்டிகைநாள் பல பெயர்களால் அழைக்கப்படுகிறது. சிலர் இந்நாளை ஸ்ரீ கிருஷ்ண ஜெயந்தி எனவும், சிலர் ஜன்மாஷ்டமிநாள் எனவும், மற்றும் பலர் கோகுலாஷ்டமி அல்லது ஸ்ரீஜெயந்தி எனவும் அழைக்கின்றனர்.

இறைவனின் இந்தத் திருஅவதாரம் பற்றிய புராணக்கதையின் சுருக்கம் கீழ்கண்டவாறு உள்ளது.

பூமித்தாயானவள் பகவான் விஷ்ணுவிடம், பூமியின் ஜனத் தொகை மிகவும் பெருகிவிட்டதையும், தீயவர்களின் கொடுமை களால் நல்லவர்கள் பெரும் அவதிக்குள்ளாவதையும், அதன் விளைவாக தான் இச்சுமையைத் தாங்கமுடியாத பெரும்பாரமாக உணர்வதையும் எடுத்துக் கூறினாள். இதனை ஒப்புக்கொண்ட விஷ்ணு, துஷ்டர்களை அழித்துவிடுவதன்மூலம் கூடுதல் ஜனத் தொகையை பூமியிலிருந்து அகற்றுவதாக வாக்களித்தார்.

இந்த நோக்கத்தை நிறைவேற்றும் பொருட்டு விஷ்ணு இவ்வுலகில் அசுரன் கம்சனால் துன்புறுத்தப்பட்டு சிறைவைக்கப் பட்டிருந்த அரசனுக்கு (அவனது சொந்த தங்கையின் கணவர்) மகனாக அவதரித்தார். அவரது தாய் மாமனான அசுரன் கம்சனால் அவர் கொல்லப்பட்டுவிடாமல் தப்பிக்க, பிறந்த உடனேயே இரகசியமாக எடுத்துச் செல்லப்பட்டு மற்றவர்களால் வளர்க்கப்பட வேண்டியதாயிற்று.

அவர் தனது அவதார நோக்கமான "துஷ்டர்களை அழித்து நல்லவர்களைப் பாதுகாக்கும் பணியை" செவ்வனே நிறை வேற்றினார்.

ஒவ்வொரு தனிமனிதனின் தர்மமும்[2] நிரந்தரமாக அவரால் நிர்ணயிக்கப்பட்டுள்ளதுடன் இவ்வுலகின் பாதுகாப்பு மற்றும் வழிகாட்டுதலுக்குத் தேவையான ஏற்பாடுகளும் செய்யப் பட்டுள்ளன.

ஸ்ரீவிஷ்ணுவின் இந்த அவதாரம் மிகவும் விசேஷமானது. அவர் இந்த தெய்வீக அவதாரத்தில் படைத்தல், காத்தல் மற்றும் அழித்தல் ஆகிய மூன்று அம்சங்களையும் உள்ளடக்கி, பிரபஞ் சத்தின் ஒருமையை இவ்வுலகிற்குத் தெளிவாகக் காட்டியுள்ளார்.

இளம் பாலகனுக்குரிய குறும்புகள், சேஷ்டைகள் மூலம் ஒரு லட்சியச் சிறுவனின் அடையாளத்தை உணர்த்தி, பல்வேறு விதங்களிலும் கவிதைகள், கதைகள், வசனங்கள், பாடல்கள் என நம்நாடு முழுவதும் லட்சக்கணக்கானோரால் ஸ்ரீகிருஷ்ணரின் லீலைகள் போற்றப்படுகின்றன.

கோபியர்களுடனான[3] தனது லீலைகள் மூலம் தன்மீது அவர்கள் அனைவரும் காதல் வயப்படச் செய்தது, அவரது இளமைப் பேரழகையும் அவர் ஒரு லட்சியக் காதலன் என்பதையும் பறைசாற்றுகிறது.

துஷ்டர்களை அழித்ததும், அதற்காக அவர் மேற்கொண்ட பிரமிக்கத்தக்க யுத்த முறைகளும், எந்த வரலாற்றுக் குறிப்புகளிலும்

காணஇயலாத ஈடு இணையற்ற முழுமையான க்ஷத்திரிய வீரராக அவரைச் சித்தரிக்கின்றன.

அத்துடன் அவர் அதி விவேகமுள்ள ஒரு ஆலோசகராகவும் விளங்கினார். என்பது அவரது அறிவுரையின் பேரில் பாண்டவர்கள் எடுத்த முடிவின் மூலம் தெளிவுறத் தெரிகிறது.

அர்ஜுனனுக்கு யுத்தகளத்தில் அவரால் அளிக்கப்பட்ட "உண்மை விளக்கங்கள்" அல்லது கீதோபதேசம், பகவத்கீதை எனும் தெய்வீக நூலில் உள்ளன. பகவத்கீதை அவரை காலம் கடந்த ஒரு மாபெரும் தத்தவஞானியாகவும், மிக உயர்ந்த நிலையில் உள்ள யோகியாகவும் வெளிப்படுத்துகிறது.

ஸ்ரீ விஷ்ணுவிற்கென எண்ணற்ற கோவில்கள் இருப்பினும் அவரது இந்த அவதாரமான கிருஷ்ணருக்கு என வெகுசில கோவில்களே நம்நாட்டில் உள்ளன. பெரும்பாலான மக்கள் அவரது படங்களை வீட்டிலேயே வைத்து வழிபடுவதன் காரணமாக கோவில்களில் சிலை வடிவங்களை வழிபடுதல் குறைவாக இருக்கக்கூடும்.

ஸ்ரீ கிருஷ்ணரை பின்வரும் உருவங்களில் மக்கள் வழிபடு கின்றனர். அவை பாலகோபால கிருஷ்ணன் அல்லது சிறுவன் கிருஷ்ணன், நான்கு கால்களில் தவழும் குழந்தைக் கிருஷ்ணன், கோவர்தன மலையைக் கையால் தூக்கிக் குடையாகப் பிடித்த கோவர்தன உத்தார கிருஷ்ணன், புல்லாங்குழலுடன் கூடிய மாடுகள்மேய்க்கும் வேணுகோபால கிருஷ்ணன் காளிங்கன் எனும் பாம்பின் தலையில், அதன் கொடூரகுணத்தை அடக்கி தண்டனையளிக்கும் விதத்தில் நடனமாடும் காளிங்கமர்தன கிருஷ்ணன், ராதாகிருஷ்ணன் மற்றும் ருக்மிணி கிருஷ்ணன் – ராதை, ருக்மணியின் சமேதராக உள்ள கிருஷ்ணன்.

மஹாபாரத யுத்தத்தில் ஸ்ரீகிருஷ்ணர், பார்த்தன் எனும் அர்ச்சுனனின் தேரோட்டியாக இருந்தார். இதன் காரணமாக அவருக்கு பார்த்தசாரதி எனும் பெயரும் உண்டு. சென்னை, திருவல்லிக்கேணியில்[4] ஸ்ரீ பார்த்தசாரதிக்கென பிரத்யேகக் கோவில் ஒன்று உள்ளது. இது தென்னிந்தியக் கோவில்களில் மிகவும் முக்கியத்துவம் உள்ள ஒரு திருக்கோவிலாகும்.

காஞ்சீபுரத்திலும்[5] ஸ்ரீ கிருஷ்ணருக்கு ஒரு கோவில் உள்ளது. மகாபாரதத்தில் ஸ்ரீகிருஷ்ணர் பாண்டவர்களின் தூதுவராகச் சென்ற காரணத்தால், இக்கோவிலில் உள்ள கிருஷ்ணரின் பெயர் பாண்டவதூதர் என்பதாகும்.

தஞ்சை மாவட்டம் மன்னார்குடியில் உள்ள ஸ்ரீராஜகோபால ஸ்வாமியின் திருக்கோவில், விஷ்ணுவின் அவதாரமான ஸ்ரீகிருஷ்ணரின் கோவிலாகும்.

தெற்கு கனரா மாவட்டம் உடுப்பி எனும் புனிதத்தலத்திலும், ஷோரனூர் கொச்சி ரயில் மார்க்கத்தில் ஈரிஞ்ஞாலக்குடா அருகே உள்ள திருவஞ்சிக்குளம் எனும் இடத்திலும் ஸ்ரீகிருஷ்ணர் கோவில்கள் உள்ளன.

---

1) யது ராஜ வம்சத்தினர்; இடையர் குலத்தினரின் சாதிப்பெயர்.
2) தர்மம் – சமஸ்கிருதத்தில் த்ரி = தவறாமல் கடைபிடிக்க வேண்டியது. நியதி; நீதி; மத நம்பிக்கை; இது பிறவியில் கடைபிடிக்கப்படவேண்டிய நான்கு பொருட்களில் ஒன்று; மற்ற மூன்று – அர்த்த = செல்வம்; காமம் = இன்பம்; மோக்ஷம் = முக்தி.
3) கோபி = சமஸ்கிருதத்தில் இடையர்
4) பி.வி. ஜெகதீச அய்யரின் தென்னிந்தியக் கோவில்கள் அத்தியாயம் III காண்க
5) பி.வி. ஜெகதீச அய்யரின் தென்னிந்தியக் கோவில்கள் அத்தியாயம் I காண்க

அனந்த விரதம்

பாத்ரபத மாதம் (தமிழ் ஆவணி மாதம்; ஆங்கிலம் ஆகஸ்ட் – செப்டம்பர்) வளர்பிறையின் 14ஆம் நாளன்று அனந்த விரதம் அனுஷ்டிக்கப்படுகிறது. இந்த விரதத்தை மேற்கொள்பவருக்கு அனைத்துத் துன்பங்களிலிருந்தும் விடுதலை கிடைக்கும் என நம்பப்படுகிறது. சிலரால் இழக்கப்பட்ட சந்தர்ப்பங்களும் கூட இந்த விரதத்தின் பயனாக திரும்பக்கிடைக்கும் எனக் கூறுகின்றனர்.

ஸ்ரீமந் நாராயணனைக் குறித்து மேற்கொள்ளப்படும் விரதம் இது; உலகங்களும் உயிரினங்களும் தோன்றுவதற்கு முன்னரே வியாபித்திருந்த இறையம்சத்தை வழிபடுவதே இது.

“அனந்தம்” எனும் சொல்லின்பொருள் எல்லைகளற்ற, முடிவற்ற என்பதாகும். எனவே இந்த விரதம் எல்லைகளற்ற எங்கும் நிறைந்த கடவுளைக் குறிப்பதாகும். உண்மையில் இந்த “இறையறிதல்” நிலையை அடைபவருக்கு காலமும், எல்லையும் இல்லாததாகின்றன.

இந்த விரத நாளில் மக்களால் வழிபடப்படும் இறைவன், தனது இடது வலது கரங்களில் சங்கு சக்ரதாரியாய், பாம்பின் மீது சயனித்திருக்கும் கோலத்தில் உள்ளார். இது வழக்கமாக ஸ்ரீவிஷ்ணுவின் வடிவத்தைக் குறிப்பதாகும்.

பொதுவாகப் பாம்பு வெளியையும் விவேகத்தையும் குறிப்ப தாகும். சயனித்திருக்கும் நிலை செயலற்ற நிலையைக் குறிக்கிறது. எனவே இந்த விரதத்தில் வழிபடப்படும் இறைவடிவம், பிரளய[1] காலத்தில், எந்தவித செயலும் இல்லாத காலத்தில், சைதன்யம் வெளிப்படாத நிலையில் உள்ள ஒன்றாகும். இறைவன் தூங்கும்

போது, பிரபஞ்சமே தூக்கத்திலாழ்கிறது. அவர் தன்னை வெளிப் படுத்திக் கொள்ளும்போது அனைத்தும் வெளிப்படுத்தப்படு கின்றன. பிரளய காலத்தில் ஜீவன்கள் என அழைக்கப்படும் பல்வேறு உணர்வுநிலை மையங்கள், ஒரு மெழுகு உருண்டையில் பதியும் தங்கத்துகள்களைப் போன்று, சைதன்யத்தில் ஒன்றி இருக்கின்றன.

பிரளயத்தின் துவக்கத்திற்கும் பிரபஞ்ச இயக்கத்தின் துவக்கத் திற்கும் இடைப்பட்ட காலத்தில் பல யுகங்கள் உள்ளதாகக் கூறப்படுகிறது. பிரளயகாலம் இறைவனின் ஒரு இரவு; இயக்கமுள்ள காலம் அவரது ஒரு பகல் எனப்படுகிறது. அவர் தனது தூக்கத் திலிருந்து விழித்தெழுந்த உடன், அதாவது புதிதாக தனது தெய்வீக சக்தியை வெளிப்படுத்துகையில், அவரது நாபியிலிருந்து ஒரு தாமரைமொட்டு வெளிவந்து மலர்கிறது. அந்தப் பூவின் மையத் திலிருந்து படைப்புத் தெய்வமான பிரும்மா தோன்றி இந்தப் பிரபஞ்சத்தைப் படைக்கிறார்.

மேற்கூறிய புராண நிகழ்வு ஒரு உருவகப்படுத்தப்பட்ட கதையாகும். இது அண்ட சிருஷ்டி அல்லது பிரபஞ்சத்தின் தோற்ற மூலத்தை விளக்குவதாக உள்ளது. இதனை ஆழ்ந்து சிந்தித்து அறிந்து கொள்வது நல்லது.

அனந்த விரததினத்தன்று வழிபடப்படும் தெய்வ அம்சம் ஸ்ரீநாராயணர். இவர் ஆதிமூலமான அண்டத்தையும் பொருட் களையும் குறிப்பவர். இவரது கருணையினால் இவற்றிலிருந்து பிரபஞ்சம் முழுவதும் எழுகின்றது.

முன்னரே கூறியபடி ஏழுதலைகளையுடைய பாம்பு நிரந்தரத் தையும் எல்லையற்ற வெளியையும் குறிக்கிறது. இப்பாம்பின் ஏழு தலைகள், இறைவனின் ஆளுகைக்குட்பட்ட சப்த உலகங்களின் பொருண்மைகளையும் சப்த சக்திகளையும் குறிக்கின்றன. சிலர் இந்தப் பாம்பிற்கு ஐந்து தலைகளே உள்ளன என்றும் அவை மனிதனின் ஐந்து கோசங்கள்[2] அல்லது அடுக்குகளைக் குறிப்ப தாகவும் கூறுகின்றனர். இந்தப் பிரபஞ்சத்தின் ஐந்து விதச் சக்தி களையும் கட்டுப்பாட்டில் வைத்திருப்பது பஞ்சபூதங்களே என்பதும் இதில் தெளிவுபடுத்தப்படுகிறது.

எப்படியாயினும் பாம்பிற்கு ஒரு உடலே உள்ளதால் மூலச்சக்தி ஒன்றே; இதனால் மூலாதாரப் பொருளும் ஒன்றே. இந்த மூலச் சக்தியே ஐந்து அல்லது ஏழுவித வித்தியாசமான பொருண் மைகளை உருவாக்கி நுண் உலகங்களை உருவாக்குகிறது; அவற்றில்

முழுமையாக ஊடுருவி அவற்றினுள் வியாபித்திருக்கிறது. நடை முறை யோகாவினால், நம்மைச் சுற்றி வியாபித்திருக்கும் இச் சக்திகளின் எண்ணிக்கையைக் குறைத்து, இறுதியில் அவற்றை இணைத்து பிரபஞ்ச தெய்வத்தின் ஆதாரசக்தியாக்கி, அவரைப் போன்ற சைதன்ய உணர்வுநிலையை ஒவ்வொருவரும் அடைய முடியும்.

இந்த விரதத்தை அனுஷ்டிப்பதன் தாத்பர்யம் மிகவும் ஆர்வ மூட்டுவதாகவும் உயர்ந்த விஷயங்களை போதிப்பதாகவும் உள்ளது. இந்த விரதத்தை மேற்கொள்பவர் "அனந்த தரம்" எனும் பெயரைக்கொண்ட 14 நூல்களாலான ஒரு பருத்திப் பட்டையை தனது இடதுகையில் கட்டிக்கொள்கிறார். பொருண் மையை எந்தவிளைவிற்கும் உட்படுத்தாமல், அதன்மீது ஆதிக்கம் செலுத்தும் சக்திகள் பற்றி, அப்போதைக்கு அறிந்து கொள்வதைக் குறிக்கும் விதத்தில் இது அறியப்படுகிறது. நூல் திரிகள் (14) சக்திகளின் கதிர்களைக் குறிக்கின்றன. ஞானிகள் கூறுவது, ஒரு நரம்பினுள் இருக்கும் மையம் "வெளியில்" (Space) இருக்கும் ஒரு ஒளிக்கற்றையால் ஆனது என்பதாகும். இந்த "வெளி" என்பது பிரும்மாவின் உடல்; இது அறிதலுக்கு அப்பாற்பட்டது. ஒளிக்கதிர்களால் ஆன ஒரு பிரகாசமான உருண்டையில் ஒரு உருவம் பற்றிய கருத்தை அறிதல் என்பது ஒரு தேவதையின் உருவைக் காண்பதாகும். தாவரங்களும் விலங்குகளும்கூட இத்தகைய சக்திக் கதிர்களால் கூடுதல் அல்லது குறைவான பிரகாசத்துடன் இருக்கக்கூடும் அவை தம்மைச் சுற்றி ஒரு ஒளி உருண்டையைக் கொண்டவை.

இந்த அனந்ததரம் எனும் நூலாலான கயிறு முதலில் "சக்ர மண்டலா" எனப்படும் ஆரோக்கியத்தையும் செல்வத்தையும் குறிக்கும் சக்ரத்தில் வைத்து பூஜை செய்யப்பட்டு, இறுதியில் வலது கையின் மேல்பகுதியில் அணியப்படுகிறது.

மார்கஸீரா மாதத்தில், மிருகசீருஷம் நட்சத்திரத்தில் சந்திரன் நிலை கொண்டுள்ளபோது, இந்த தெய்வத்தின் அம்சம், மலட்டுத் தன்மை நீங்குவதற்காகவும் நல்ல குழந்தைச் செல்வத்தை அடை வதற்காகவும் பூஜிக்கப்படுகிறது. இந்த பூஜை "புத்ர அனந்த விரதம்" எனும் பெயரால் அழைக்கப்படுகிறது. நாம் விரும்பும் குறிக்கோள்களை அடைவதற்கு, அதற்கு உகந்ததாகக் கருதப்படும் சில குறிப்பிட்ட நேரங்கள் அல்லது நாட்களில், மனத்தை ஒருமுகப்படுத்தி நிலைநிறுத்தினால் வெற்றிகரமான விளைவுகள் ஏற்படுவது உறுதி. இக்கருத்தில் நம்பிக்கை உடையவர்கள்,

தங்கள் விரும்பும் பொருட்களை அடைய விரதங்களை மேற்கொள்கின்றனர். உண்மையில் எந்த ஒன்றையும் தீவிரமான ஒருமுகப்படுத்தப்பட்ட மனதுடன் செயல்படுவதன் மூலம் அடைவது சாத்தியமே என்பது என்றென்றும் ஹிந்துக்களின் நம்பிக்கையாக இருந்து வருகிறது.

மஹாவிஷ்ணுவின் நான்கு முக்கிய வெளிப்பாடுகள் வசுதேவ, சங்கர்ஷண அல்லது ஆர்சேஷ, ப்ரத்யும்ன மற்றும் அனிருதா ஆகும்.

வசுதேவ என்பது மிகவும் உன்னதமான, நுண்ணிய பொருண்மையில் உள்ள அவரது சைதன்யம்.

சங்கர்ஷண என்பது மேற்கூறியதில் சற்றேதரம் குறைந்த பொருண்மையில் உள்ள அவரது சைதன்யம். மற்றவை இரண்டும் முறையே சங்கு, சக்கரத்தைக் குறிப்பவை.

ஸ்ரீவிஷ்ணு எப்போதும் நான்கு கரங்களை உடையவராகச் சித்தரிக்கப்படுகிறார். இரண்டு கைகளாலும் பக்தர்களுக்கு ஆசிபுரியத் தயாராக உள்ளார். மேலே தூக்கிய நிலையில் உள்ள இரு கைகளில் வலது கையில் சக்ரத்தையும் இடது கையில் சங்கையும் வைத்துள்ளார். இவை தீங்கிழைப்பவர்களுக்குத் தண்டனை அளிக்கப்படும் என்பதைக் குறிக்கும் வகையில் உள்ளன.

ஸ்ரீ விஷ்ணுவின் பத்து அவதாரங்கள்[3] பின்வருமாறு:

1. வராஹ அவதாரம் : இந்த பன்றி உருவ அவதாரத்தில் அவர், ஹிரண்யாக்ஷன் எனும் அசுரனால் களவாடப்பட்டு சமுத்திரத்தினடியில் மறைத்து வைக்கப்பட்டிருந்த பூமியை மீட்டு அசுரனையும் அழிக்கிறார்.

மாகமாதம் (ஜனவரி – பிப்ரவரி) வளர்பிறையின் 12வது நாளன்று அவரது வராஹ அவதாரத் திருநாள் “வராஹத்வாதசி” நாளில் கொண்டாடப்படுகிறது.

2. நரசிம்ஹ அவதாரம்: பாதி மனிதன் – பாதி சிங்கம் உருவம் கொண்ட இந்த அவதாரத்தில் விஷ்ணு தன்னை நிந்தனை செய்த காரணத்தால் ஹிரண்யகசிபு எனும் அசுரனை, அவன் விடுத்த அறைகூவலை ஏற்று, ஒரு தூணிலிருந்து வெளிவந்து அழித்தார். இச்செயலால் அவர், தான் எங்கும் எதிலும் வியாபித்திருப்பவர் என்பதைக் காட்டுகிறார்.

வைசாக மாதம், சந்திரன் ஸ்வாதி நட்சத்திரத்தில் பிரவேசிக்கும் வளர்பிறையின் 14ஆம் நாளன்று, இந்த அவதார திருநாள் கொண்டாடப்படுகிறது. ஹிரண்யகசிபுவை அழித்தபின்னரும் நரசிம்ஹர் தனது உருவை விடாதிருந்தார். இதனால் தேவர்கள் மிகவும் கவலையடைந்தனர். நரசிம்ஹரின் கோபத்தைத் தணிக்க ஈஸ்வரன் "சரபேஸ்வரர்"[4] உருவைக் கொண்டதாகக் கூறப்படுகிறது. இந்த உருவத்தை வழிபடுவதன் மூலம் யுத்தத்தில் எதிரிகளை வெல்வதும் நோய்களிலிருந்து காக்கப்படுவதும் நடக்கும் என மக்கள் நம்புகிறார்கள்.

3. வாமன அவதாரம்: இது மிகவும் குள்ளமான உருவம் கொண்ட அவதாரம். தேவ லோகத்தின் அரசனான இந்திரனை தனது வலிமையால் வென்று, இந்திரலோகத்தைத் தன் வசமாக்கிக் கொண்ட மஹாபலி எனும் அரசனின் செருக்கை இந்த அவதாரத்தில் ஸ்ரீவிஷ்ணு, அடக்கியதாகக் கூறப்படுகிறது. அவர் மஹாபலி மன்னனிடம் மூன்றடி மண் யாசித்தார். மஹா பலியும் உடன் சம்மதித்து அவ்வாறே தருவதாக சத்தியம் செய்த வுடன் இறைவன் மிகமிகப் பெரிய உருவத்தை அடைந்து தனது முதல் அடியால் தேவலோகம் முழுவதையும் அளந்தார்; இரண்டாவது அடியால் பூலோகம் முழுவதையும் அளந்துவிட்டார்; மூன்றாவது அடியாகத் தனது காலை மஹாபலியின் தலையில் வைத்து அவனைப் பாதாள லோகத்திற்குத் தள்ளிவிட்டார். மஹாபலி இயல்பாகவே தீயவனாக இல்லாதிருந்ததால் அவன் உயிரை இறைவன் விட்டுவைத்தார்.

வாமனரை, பாத்ரபத மாதத்தில் வளர்பிறையின் 12ஆம் நாளன்று விருச்சிக லக்ன காலத்தில் வழிபட்டால், ஒருவர் எடுக்கும் காரியங்களெல்லாம் வெற்றிகரமாக நடக்கும் எனக் கூறப்படுகிறது. இந்தநாள் ஸ்ராவண நட்சத்திரத்தின் ஆளுகையுடன் கூடிய ஞாயிற்றுக்கிழமையாக இருந்தால் மிகவும் விசேஷமானதாகக் கருதப்படுகிறது.

4. பரசுராம அவதாரம்: மழுவைத் (கோடாலி) தாங்கிக் காட்சியளிக்கும் இந்த அவதாரத்தில், ஸ்ரீவிஷ்ணு, அசுரர்களாலான க்ஷத்ரிய குலத்தைப் பூண்டோடு அழித்து மலபாரில் இறையாண்மையை நிலைநாட்டியதாகக் கூறப்படுகிறது.

5. ராம அவதாரம்: வில்லும் அம்பும் ஏந்திக் காட்சியளிக்கும் இந்த அவதாரத்தில் ஸ்ரீவிஷ்ணு இலங்கை வேந்தனான ராக்ஷசர்களின் தலைவன் இராவணனை வதம் செய்தார். இராமாயணம் எனும் பிரபலமான ஹிந்து புராணத்தில் ராம

அவதார நிகழ்வுகள், ஒரு உன்னத ஒழுக்க நெறியை, அதாவது தீயவை ஆரம்பத்தில் வெற்றி பெறுவதுபோல் தோன்றினாலும் இறுதியில் நல்ல சக்திகளால் அவை முறியடிக்கப்பட்டு நன்மையே தழைத்தோங்கும் என்பதை, வலியுறுத்தும் விதத்தில் கூறப் பட்டுள்ளன.

6. ஸ்ரீ கிருஷ்ண அவதாரம்: நீல வண்ண நிறத்தவனான ஸ்ரீகிருஷ்ணன், தீயவனான தனது தாய்மாமன் கம்சன் எனும் மன்னனை இந்த அவதாரத்தில் வதம் செய்தார்.

7. மத்ஸ்ய அவதாரம் : இந்த மீன் உருவம் கொண்ட அவதாரத்தில் ஸ்ரீவிஷ்ணு படைக்கும் கடவுளான பிரும்மா விடமிருந்து நான்கு வேதங்களையும் களவாடிய அசுரனை வதம் செய்து, கடலுக்கடியில் ஒளித்து வைத்திருந்த சதுர் வேதங்களையும் மீட்டு ஒப்படைத்ததாகக் கூறப்படுகிறது.

8. கூர்ம அவதாரம் : இந்த ஆமை உருவம் கொண்ட அவதாரத்தில் ஸ்ரீவிஷ்ணு தேவர்களும் அசுரர்களும் இணைந்து மந்திரமலையை மத்தாகப் பயன்படுத்தி பாற்கடலைக் கடைந்து அமிர்தம் எடுக்க முயற்சிக்கையில், அந்த மந்திரமலை மத்தினை தனது முதுகினால் தாங்கிப் பிடித்ததாகக் கூறப்படுகிறது. அமிர்தத்தை உண்பவர்க்கு இறப்பில்லை எனக் கூறப்படுகிறது.

இந்த அவதாரநாள் வைசாக மாதம் (ஏப்ரல் – மே) வளர் பிறையில் அக்ஷய திரிதியை நாளன்று கொண்டாடப்படுகிறது.

9. பலராம அவதாரம் : இந்த அவதாரத்தில் ஸ்ரீவிஷ்ணு, துவாரகையின் கிருஷ்ணனாக, கிருஷ்ணனின் இரண்டாவது அம்சமாக, விளங்கினார். ஸ்ரீகிருஷ்ணரின் மூத்த சகோதரனாக விளங்கி பலராமர் பல அசுரர்களை வதம் செய்ததாகக் கூறப்படுகிறது.

10. கல்கி அவதாரம்: குதிரை முகத்துடன் கூடிய இந்த அவதாரம் தற்போதைய கலி யுகத்தின் இறுதியில் நிகழக்கூடிய ஒரு அவதாரம் எனப்படுகிறது.

ஸ்ரீவிஷ்ணுவின் பல்வேறு அவதாரங்களின் சிறப்புக் கோவில்களில் தென்னாற்காடு மாவட்டம் ஸ்ரீமுஷ்ணம் என்னும் ஊரிலுள்ள வராக அவதாரம் உள்ள பிரபலமான இடமாகக் கருதப்படுகிறது; அவ்வாறே செங்கல்பட்டு அருகே உள்ள சிங்க பெருமாள் கோவிலும் ஆந்திராவிலுள்ள வால்டேர் அருகிலுள்ள சிம்ஹாசலமும் நரசிம்ஹ அவதாரக் கோவில் களைக் கொண்ட திருத்தலங்களாகும்.

தென்னாற்காடு மாவட்டம் திருக்கோயிலூர், திரிவிக்ரம அவதாரம் எனும் வாமன அவதாரத்திற்கு அர்ப்பணிக்கப்பட்டுள்ள இடமாகும்.

திருவனந்தபுரத்தில் உள்ள அனந்தபத்னாபஸ்வாமி திருக் கோவில் பரசுராம அவதாரத்திற்கான கோவிலாகக் கூறப்படுகிறது.

சென்னையில் திருவல்லிக்கேணியில் அமைந்துள்ள ஸ்ரீபார்த்த சாரதி கோவில் விஷ்ணுவின் கிருஷ்ணாவதாரக் கோவிலாகும்.

மேற்கூறிய அவதாரங்களில் ஸ்ரீராம அவதாரம் மக்களிடையே மிகவும் பிரபலமாகவும் போற்றுதலுக்குரியதாகவும் உள்ளது. நம்நாட்டில் எல்லா இடங்களிலும் ஸ்ரீராமர் கோவில்கள் உள்ளன என்பது குறிப்பிடத்தக்கது. கும்பகோணத்தில் உள்ள ராமஸ்வாமி கோவிலில் ஸ்ரீராமர் பட்டாபிஷேகத்திற்காக உட்கார்ந்திருக்கும் நிலையைக் காணலாம்.

---

1. கல்பத்தின் முடிவு; உலகம் முழுமையும் அழிதல் - மதராஸ் பிரசிடென்ஸியின் அட்மினிஸ்டிரேஷன் மானுவல் பக்கம் *716-718, 1893.*
2. சமஸ்கிருதத்தில் குஷ் என்றால் அணைத்தல் என்பது பொருள். ஆத்மாவின் ஐந்து அடுக்குகளில் ஒன்று.
3. பி.வி. ஜெகதீச அய்யரின் தென்னிந்தியக் கோவில்கள் புத்தகம் காண்க.
4. பி.வி. ஜெகதீச அய்யரின் தென்னிந்தியக் கோவில்கள் புத்தகம் காண்க.

விநாயக சதுர்த்தி

இந்தியா முழுவதும் உள்ள ஹிந்துக்களுக்கு விநாயக சதுர்த்தி அல்லது கணேஷ் சதுர்த்திப் பண்டிகை என்பது மிகவும் முக்கியத்துவம் வாய்ந்த பண்டிகை. இது பத்ரபதா எனும் ஆவணிமாதம் (ஆகஸ்ட் – செப்டம்பர்), வளர்பிறையில் 4வது நாளன்று (சதுர்த்தி திதி) கொண்டாடப்படுகிறது. இப்பண்டிகை பொருளறிவைப் பெறவும், செய்யும் காரியங்களில் வெற்றி பெறவும் செய்யப்படும் வழிபாடாகும். ஹிந்துக்களின் எந்த ஒரு சடங்கு, விழா, பூஜையும் ஸ்ரீகணேசர் வழிபாட்டுடனேயே துவக்கப்படுகிறது. இதற்கான காரணம், தைரியமும் மனோதிடமும் எந்த ஒரு செயல்பாட்டின் வெற்றிக்கும் இன்றியமையாதது; புத்தியும் நன்கு செயல்பட்டாக வேண்டும்; ஸ்ரீ கணேசரின் உருவம் இவற்றை உறுதிப்படுத்துவதாக உள்ளது. யானை முகம் கொண்ட இத்தெய்வத்தின் துதிக்கை தைரியம் மற்றும் மனோதிடத்தை குறிக்கிறது; யானையின் தலை விவேகத்தைக் குறிக்கிறது. எனவே, எந்த ஒரு செயலையும் மேற்கொள்ளுமுன் விநாயக பூஜை செய்வதன்மூலம் ஒருவர் தனது புத்தியைப் பயன்படுத்தி, தைரியமும் மனோதிடத்தையும் கொண்டு செயல்பட்டு வெற்றி காண முடிகிறது.

ஸ்ரீகணேசருக்கு யானை முகம் மற்றும் துருத்திக் கொண்டிருக்கும் தொப்பையைப் பற்றிய புராணக் கதை பின்வருமாறு:

ஒருசமயம், மும்மூர்த்திகளில் ஒருவரான சிவபெருமான் தனது சிவகணங்களுடன் வேட்டைக்குச் சென்றார். அப்போது அவரது தேவி பார்வதி தனியாக இருந்தாள். அவள் குளிக்க விருப்பம் கொண்டாள். ஆயின் குளியலிடத்தின் வாயிலைக் காக்க எவரும் இருக்கவில்லை. தன்னுடைய தபோவலிமையால் அவள் ஒரு

காவலனை உருவாக்கி, அவனைக் குளியலிடத்திற்குள் யாரையும் கண்டிப்பாக அனுமதிக்கக்கூடாது எனும் ஆணையிட்டு வாயிலில் நிறுத்தினாள்.

சிறிது நேரத்தில் இல்லம் திரும்பிய சிவபெருமான் பார்வதி குளித்துக் கொண்டிருந்த இடத்திற்குச் செல்ல விரும்பினார். ஆயின் பார்வதி தேவியால் நிறுத்தப்பட்டிருந்த காவலனால் உள்ளே செல்லமுடியாதவாறு தடுக்கப்பட்டார். அந்தக் காவலனின் செயலால் மிகுந்த கோபமடைந்த சிவன், தனது சொந்த இல்லத்திலேயே தன்னைத் தடுக்கத் துணிந்த அவனது தலையை தனது வாளால் வெட்டி வீழ்த்திவிட்டார். குளியலிடத்திலிருந்து வெளிவந்த பார்வதிக்கும் சிவனுக்கும் இதுபற்றி சண்டை எழுந்தது. கோபத்தின் காரணமாகத்தான் கொன்றுவிட்ட காவலனின் உயிரை மீட்டுத்தருவதாக சிவன் இறுதியில் ஒப்புக்கொண்டார். ஆயின் வெட்டப்பட்ட தலை கிடைக்காததால் காணமுடியாதலால், சிவன் தனது கணங்களில் ஒருவனை அழைத்து, உடன் காட்டிற்குச் சென்று வடதிசை[1] நோக்கிய தலையுடன் கூடிய முதல் விலங்கின் தலையைக் கொய்து வருமாறு பணித்தார்.

சிவகணமும் காட்டிற்குச்சென்று ஒரு யானையின் தலையுடன்[2] திரும்பி வந்தான். சிவன் உடன் அத்தலையை உடலுடன் பொருத்தி, அந்தக் காவலனை உயிர்ப்பித்து, தான் தனது அவசரத்தால் செய்த தவறுக்கு பிரதியாக அவரை சிவகணங்களின் தலைவனாக ஆக்கிவிட்டார். இதன் காரணமாக சிவகணங்களின் தலைவர் எனும் பொருளில் கணாதிபதி எனும் பெயரை அவர் அடைந்தார்.

பாத்ரபத மாதத்தில் (ஆவணி) வளர்பிறையின் நான்காவது நாளன்று அன்னை பார்வதி தேவியால் உருவாக்கப்பட்டதால் கணபதியை நாம் வருடந்தோறும் இந்த நாளில் கொண்டாடி அவர் அருளைப் பெறுகிறோம்.

ஸ்ரீ கணேசர் பல்வேறு காரணங்களுக்காக பல உருவங்களை எடுத்துக் கொண்டதாகக் கூறப்படுகிறது. ஒருசமயம் அவர் ஒரு மதம்பிடித்த யானையாக மாறி, தனது தம்பி சுப்ரமணியர் மிகவும் விரும்பிய ஸ்ரீவள்ளி எனும் கன்னியைப் பயமுறுத்தி அச்சம் காரணமாக அவள் தனது தம்பியிடம் தஞ்சம்புகச் செய்வதற்காகத் துரத்தினார். இச்சம்பவத்தால் ஸ்ரீவள்ளி தன்னைக் காத்த ஸ்ரீ சுப்ரமணியரின் மீது தீராக்காதல் கொண்டு இறுதியில் அவரையே மணந்துகொண்டார்.

வேறொரு சமயம் ஸ்ரீகணேசர் ஒரு காக்கையின் உருவம் கொண்டு, குடகு எனும் இடத்தில் உள்ள சாஹ்ய மலைமீது[3]

தனது ஆஸ்ரமத்தை அமைத்து வாழ்ந்து வந்த அகஸ்திய மாமுனிவரின் கமண்டலத்தைக் கவிழ்த்து அதில் இருந்த புனித நீரைக் கொட்டினார். இதிலிருந்து தான் புனிதநதியாகிய காவிரி தோன்றியதாகக் கூறப்படுகிறது.

மற்றொரு சமயம் அவரது குறும்புத்தனம் மேலோங்கியிருந்த போது அவர், சில முனிவர்கள் வசித்துவந்த ஆஸ்ரமத்திற்கு ஒரு இளைஞன் உருவத்தில் சென்று சேஷ்டைகள் புரிந்தார். ஆரம்பத்தில் அவரது குறும்புத்தனத்திற்காகப் பிடிக்கப்பட்டு முனிவர்களால் ஒரு தூணில் கட்டப்பட்டார். பின்னர் அவர் யார் என்பதை அறிந்த அவர்கள் அவருக்கு மோதகம்[4] எனும் இனிப்புப் பண்டத்தை வழங்கி வணங்கினர். அந்த நாளிலிருந்து மக்கள் இந்த மோதகத்தை விநாயகருக்கு நிவேதனமாகப் படைப்பதை வழக்கமாகக் கொண்டனர். பின்னர் மோதகங்கள் இளைஞர்களுக்கு விநியோகம் செய்யப்பட்டது.

அருகம்புல்லை (ஹரியாலி)[5] விநாயகர் பூஜைக்குப் பயன் படுத்துவதும் மிகவும் விசேஷமாகக் கருதப்படுகிறது.

கஜமுகன் எனும் அசுரன் ஒருவன் அந்நாளில் வாழ்ந்து வந்தான். மிகுந்த சக்தி வாய்ந்த அவன் இந்திரனையும் பிறதேவர் களையும், தங்களின் நெற்றியின் இருபக்கங்களிலும் கைவிரல் முட்டியால் குட்டிக்கொண்டே மாறி மாறி உட்கார்ந்து எழும்படிக் கட்டாயப்படுத்தினான். இதன் மூலம் அவர்கள் தனக்கு அடிமை என அசுரன் காட்டினான். நெற்றியில் குட்டிக் கொள்வதை அசுரனை வதம் செய்த விநாயகருக்கு இப்போது செய்தனர். மக்கள் இதனை தங்களது வழிபாட்டின் ஒரு சடங்காக ஏற்று இன்றளவும் செய்து வருகின்றனர்.

விநாயகர் மூஷகம் அல்லது சுண்டெலியை வாகனமாகக் கொண்டவர். சிலர் இதன் காரணமாக விநாயகர் விவசாயத்துடன் நெருங்கிய தொடர்புடையவர் எனக் கூறுகின்றனர். மூஷகம் எனும் சொல் திருடன் என்பதைக் குறிக்கும் ஒரு சொல்லிலிருந்து வந்ததாகும். எலிகள் தானியங்களை விளைநிலங்களிலிருந்து திருடி உண்பவை. விநாயகர் அனைத்து எலிகளையும் தனது கட்டுப்பாட்டிற்குள் வைத்திருப்பதாகக் கருதப்படுவதால் மக்கள் அவரை வணங்கி வழிபடுவதால் தங்கள் விளைச்சலை காக்க முடியும் என நம்புகிறார்கள். விநாயகரின் துருத்திக்கொண்டிருக்கும் தொப்பை தானியங்களை சேகரித்து வைக்கும் களஞ்சியத்தையும் அவரது காதுகள் "சுர்பா" அல்லது முறத்தைக் குறிப்பதாகவும் கூறப்படுகிறது.

அவர் கொண்டுள்ள ஒற்றை தந்தம் நிலத்தை ஆழ உழுவதற்குப் பயன்படும் இரும்புக் கலப்பையையும், அவரது தும்பிக்கை தானியக் கதிர்களின் மேலுறைகளையும் குறிக்கின்றன. சூர்ப்பகர்ணா எனும் பெயரால் அழைக்கப்படுவது, அவர் விவசாயத்திற்கு உறுதுணையாக இருப்பவர் என்பதைக் குறிக்கிறது.

ராக்ஷசர்களின் அரசனான இராவணன் கடும் தவம் மேற் கொண்டு சிவனருளைப் பெற்று அவரிடமிருந்து ஒரு லிங்கத்தைப் பெற்றான். தேவர்கள் அந்த லிங்கம் லங்கையை சென்றடைந்துவிடக் கூடாது என்று கருதி, அதன் பொருட்டு விநாயகரிடம் முறை யிட்டனர்.

அதனை ஏற்ற விநாயகர் இராவணன் செல்லும் பாதையில் ஒரு பிராமண இளைஞன் வடிவில் நின்றார். தனது மாயசக்தியால் இராவணனிடம் உடனடியாகச் சிறுநீர் கழிக்கவேண்டும் எனும் உணர்வை ஏற்படுத்தினார். இராவணனும் பிராமண இளைஞனிடம் அந்த லிங்கத்தைக் கொடுத்து அதனைத் தரையில் வைத்துவிடக் கூடாது என்று கண்டிப்பான ஆணையிட்டான். இதற்குக் காரணம் சிவபெருமான் அதனை எக்காரணம் கொண்டும் தரையில் வைக்கக் கூடாது என்றும் அப்படிச் செய்தால் விபரீதமான விளைவுகள் ஏற்படும் எனவும் எச்சரித்திருந்தார். பிராமண இளைஞன் அதனை கைகளில் ஏற்றுக் கொண்டு, ஒரு குறிப்பிட்ட காலம்தான் கைகளில் வைத்திருக்க முடியும் என்றும் அதற்குள் இராவணன் திரும்பிவராவிட்டால் தரையில் வைத்துவிடநேரிடும் எனவும் கூறினான். இதற்கு ஒப்புக் கொண்டு சென்ற இராவணன் குறிப்பிட்ட சமயத்திற்குள் வராததால், இளைஞன் லிங்கத்தைத் தரையில் வைத்துவிட்டான். உடன் தரையில் பலமான வேர்களை அமைத்துக்கொண்ட லிங்கம் உறுதியாக நிலை கொண்டு விட்டது. தற்போது மஹாராஷ்டிர (தற்போதைய கர்னாடக) மாநிலத்தில் இந்த இடம் கோகர்ணம் எனும் பெயருடன் ஹிந்துக்களின் பிரபலமான புண்ணியத்தலமாக விளங்குகிறது.

திரும்பி வந்த இராவணன், பிராமண இளைஞன் செய்த தந்திரத்தை அறிந்து மிகவும் கோபமுற்றான்; இலங்கைக்கு சிவலிங்கத்தை எடுத்துச்சென்று பிரதிஷ்டை செய்து, தனது ராஜ்யத்தின் சுபிட்சத்தை உறுதி செய்ய நினைத்த தனது முயற்சியை வீணாக்கிவிட்ட இளைஞனின் நெற்றியில் மிகவும் பலமாக அடித்தான். உடன் விநாயகர் தனது உண்மை வடிவை வெளிப்படுத்திக் காட்டினார். தவறை உணர்ந்த இராவணன் தானறியாது செய்த பிழையைப் பொறுத்து மன்னிக்குமாறு

வேண்டினான். தனது செயலுக்குத் தண்டனையாகத் தனது முஷ்டியினால் தனது நெற்றியில் அடித்துக் கொண்டான். இப்பழக்கம் மற்றவர்களால் ஏற்கப்பட்டு, விநாயகரைத் திருப்திப் படுத்த அவருக்குச் செய்யும் பூஜையின் ஒரு அங்கமாக மாறி விட்டது.

நமது முயற்சிகள் வெற்றிபெறுவதற்காக தேங்காய்களை விநாயகருக்கு முன் உடைக்கும் பழக்கம் ஏற்பட்ட கதை வேறுவிதமாக உள்ளது.

ஒரு சமயம் விநாயகர், பனாரஸ் அரசரின் மாளிகைக்கு, ஒரு திருமண தம்பதியினரை வாழ்த்தும் பொருட்டுச் செல்ல நேர்ந்தது. குடன் எனும் ஒரு அசுரன் ஒரு பெரும் பாறையாக மாறி அவரை உள்ளே செல்லவிடாமல் தடுத்தான். இதையறிந்த விநாயகர் அரசரையும் அவரது மக்களையும் நிறையத் தேங்காய் களைக் கொண்டு வரச் செய்து அவற்றை அந்த பாறையின் மீது உடைக்கச் செய்தார்.

இதனால் அந்தப்பாறை துண்டுதுண்டாக உடைந்ததுடன் அசுரனும் விரட்டியடிக்கப்பட்டான். இந்த நிகழ்வின் அடிப் படையில் மக்கள் தாங்கள் மேற்கொள்ளவிருக்கும் காரியங்கள் தடையின்றி நடந்தேற, தேங்காய்களை விநாயகர் சன்னதி முன்பு உடைப்பதை வழக்கமாகக் கொண்டனர்.

மேரு பர்வதத்தின்மீது[7] அமர்ந்து, வியாச முனிவர் வாயினால் கூறிய மஹாபாரதப் புராணத்தை விநாயகர் இடைவெளியின்றித் தொடர்ந்து எழுதி முடித்ததாகக் கூறப்படுகிறது. இதற்கு அவர் தனது ஒரு தந்தத்தை உடைத்து எழுத்தாணியாகப் பயன் படுத்தியதால் “ஏகதந்தம்” எனும் பெயருடன் அழைக்கப்படுகிறார்.

இந்தியா முழுவதும் விநாயகருக்குக் கோவில்கள் ஏராளமாக உள்ளன. அவற்றில் கும்பகோணம் அருகே உள்ள “திருவாலஞ்சுழி” கிராமத்தில் உள்ள கோவில், தஞ்சை மாவட்டத்தில் திருவிடை மருதூரில் உள்ள கோவில், மற்றும் நன்னிலம் அருகில் உள்ள திருச்செங்காட்டன்குடி[8]யில் உள்ள கோவில், திருச்சிராப்பள்ளி[9]யில் உள்ள மலைக்கோவில் ஆகியவை மிகவும் பிரசித்திபெற்றவை.

திருவாலஞ்சுழிக் கோவிலில் அவரது சிலை வெள்ளைக் கல்லால் ஆனது. அத்துடன் வாணி, கமலி எனும் இருதேவியர் சமேதராக உள்ள உலோகத்தால் ஆன சிலையும் இக்கோவிலில் உள்ளது.

திருவிடைமருதூரில் உள்ள கோவிலில் உறையும் இறைவனின் கருவறைக்கு மிக அருகிலேயே விநாயகர் சிலை உள்ளது. இதற்குக் காரணம் அங்கு அவர் சிவனை வழிபட்டதாகக் கூறப்படுகிறது.

திருச்செங்காட்டன்குடியிலும் சிரம்பரத்தில் தெற்கு வீதியில் உள்ள சிறுகோவிலிலும் விநாயகர் சாதாரண மனிதத் தலையுடன் கூடியவராகக் காட்சியளிக்கிறார்.

சிதம்பரத்தில் உள்ள 1000 கால் மண்டபத்திலுள்ள, ஒரு தூணில் நவநீதகணபதி – வெண்ணை உண்ணும் கணபதி – எனும் பெயரில் ஒரு சிலை வடிக்கப்பட்டுள்ளது.

நாகப்பட்டினம் நீலாயதாக்ஷி அம்மன் கோவிலிலும் ஜம்புகேஸ்வரம் கோவிலிலும், ஹேரம்ப அல்லது பஞ்சமுக எனும் 5 முகங்களைக் கொண்ட கணபதி உருவங்களைக் காணலாம். நாகப்பட்டினத்தில் இந்தச் சிலை சிங்கத்தை வாகனமாகக் கொண்டு உலோகத்தால் ஆன வடிவமாகவும், ஜம்புகேஸ்வரத்தில் வாகனமற்ற கல்லால் ஆன சிலையாகவும் உள்ளன.

இராவணனின்[10] தாயார் தனது மகனின் நலன்கருதி ஒரு சிவலிங்கத்தை வழிபடுவது வழக்கமாக இருந்தது. ஆயின் இந்திரன், விரோதம் காரணமாக அதனைத் திருட்டுத்தனமாகக் கவர்ந்து கடலினுள் எறிந்துவிட்டான். இதனால் அவள் தனது சிவபூஜை தடைபட்டுவிட்டதாக வருத்தமுற்று ஒரு பருக்கை உணவையும் உண்ண மறுத்துவிட்டாள். இராவணன் தன் தாயிடம் கைலாயத் திலிருந்து முதன்மையான ஆத்மலிங்கத்தையே கொண்டுவருவதாகச் சத்தியம் செய்துவிட்டு, சிவனின் இருப்பிடமான கைலாய மலைக்குச் சென்றான். அங்கு அவன் மிகவும் கடுமையான தவத்தை மேற் கொண்டான். அவன் தனது இனிய குரலால் சிவனைப் போற்றிப் பாடினான். தனது பெருமையை இனிய பாடல்களில் செவிமடுத்த சிவன் மிகுந்த திருப்தியடைந்தார். இலங்கை மன்னன் தனது தலையையே வெட்டி எடுத்து தனது தோலினால் கம்பிகள் செய்து அதில் பொருத்தி வீணையாக்கி, கைலாசநாதரைப் போற்றி இசைத்தான். இறைவனும் அவனது பக்தியை மெச்சி அவனுக்கு வேண்டிய வரம் என்ன எனக்கேட்டார். இராவணன் உடன் ஆத்மலிங்கத் தையும் சிவனின்தேவி உமாவையொத்த அழகுடன் கூடிய ஒரு பத்தினியும் வேண்டும் எனக் கூறினான். உடனே சிவன், கோடி சூர்யப் பிரகாசமாயிருக்கும் ஆத்மலிங்கத்தை தனது இதயத்திலிருந்து எடுத்து அவனிடம் ஒரு நிபந்தனையுடன் கொடுத்தார். அதாவது,

அது நிரந்தரமாகப் பிரதிஷ்டை செய்யப் படும் இடத்தைத் தவிர பூமியில் வேறெங்கும் வைக்கப்படக் கூடாது என்பதே அந்த நிபந்தனை. அந்தப் பொக்கிஷத்தைக் கையில் ஏந்தியவாறே இராவணன், பேரழகியான மனைவி குறித்த தனது இரண்டாவது விருப்பத்தை இறைவனிடம் மீண்டும் தெரிவித்தான். இதற்கு இறைவன், உமாவைப் போன்ற அழகிய மற்றொரு பெண் இந்தப் பிரபஞ்சத்திலேயே இல்லை என்றும் அதனால் தனது தேவியைத்தான் கொடுக்கமுடியும் எனவும் கூறினார். மோகவயப்பட்டிருந்த இராவணன், காமம் கண்களை மறைக்க பிரபஞ்சத்தின் தாயான தேவி உமாவை ஏற்றுக் கொண்டான்.

ஆத்மலிங்கத்தையும் தேவி உமாவையும் இராவணன் எடுத்துச் செல்வதைக் கண்ணுற்ற தேவர்கள் மிகுந்த கவலையடைந்தனர். தேவியின் புதல்வர்களான கணேசர், ஸ்கந்தர் மற்றும் வீரபத்ரரும் அத்துடன் நந்திகேஸ்வரரும் மிகுந்த வியப்பிலாழ்ந்தனர். அவர்கள் தந்தையிடம் சென்று தங்கள் தாயாரை அவர் எப்படிப் பிரிய சம்மதிக்கலாம் என இறைஞ்சினர்.

புன்னகையுடன் சிவன், வைகுண்ட பதியாகிய ஸ்ரீவிஷ்ணு உமாதேவியை மீட்பார் எனக் கூறினார். பவானி எனும் உமா தேவியும் இறைவனைப் பிரார்த்தித்தாள். தேவியே பெரும் சக்தி படைத்தவளாயினும் தனது பதியின் ஆணையை ஏற்று, கடமை தவறாத மனைவியாக அவர் சொற்படி நடந்தாள். எனவே அவள் ஸ்ரீவிஷ்ணுவை உதவிகோரி பிரார்த்தித்தாள். ஸ்ரீவிஷ்ணு ஒரு வயோதிக பிராமணர் வேடத்தில் இராவணன் முன்தோன்றி அவன் எங்கிருந்து இத்தகையதொரு பேரழகியைக் கிடைக்கப் பெற்றான் எனக்கேட்டார். இராவணன் கைலாசநாதர் ஸ்ரீசதாசிவரே அவளைத் தனக்களித்ததாகக் கூறி பாராட்டில் மயங்கி வேகமாக நடக்கலானான். பிராமணவேஷதாரி அவனிடம் திரும்பி அவளைப் பார்க்குமாறு கூறினார். இப்போது விஷ்ணுவின் மாய சக்தியால் தன்னை மறந்த இராவணன் அவளைக் கீழே இறக்கி அவளது முகத்தை ஆவலுடன் காணமுற்பட்டான். ஆயின் அந்தோ! அனைத்து சக்திகளையும் கொண்டதேவி, தன்னை ஒரு விகாரமுகத்துடன் கூடிய கிழவியாக ஆக்கிக் கொண்டாள். அழுக்கு நிறைந்த, பயங்கரக் கண்களுடன்கூடிய, குழி விழுந்த கன்னங்களுடன் பற்களற்ற நடுங்கவைக்கும் கிழவியாகக் காட்சியளித்தாள். பிராமணன் இராவணனைப் பார்த்து கேலிச் கூடிய சிரிப்புடன், “இராவணனே, இலங்கை மன்னனின் மனைவி தான் என்னே அழகு” என கிண்டலுடன் கேட்டார். இராவணன்

ஏமாற்றமும் வெறுப்புமடைந்து அந்த இடத்திலேயே அவளை விட்டுவிட்டான். அவன் சென்ற உடன் மஹாவிஷ்ணு அவளை அவ்விடத்திலேயே பத்ரகாளி அம்மனாக நிறுவினார். இன்றளவும் இங்கு அம்மன் குடிகொண்டுள்ளார். இராவணன் கைலாசத்திற்குத் திரும்பச் சென்று அத்தகைய ஒரு விகாரமான கிழவியைத் தனக் களித்தது பற்றி புகார் கூறினான். இறைவன் கூறியது "ஆம், நண்பனே, நீ கூறுவது உண்மையே. அவள் ஒரு சூனியக்காரி, கெட்டவள். அவள் எண்ணற்ற பிரபஞ்சங்களிலும் வியாபித் திருப்பவள், அவள் வெல்ல முடியாதவள், நீ உன்னால் அவளை அடக்கி ஆள முடியாது". எனவே மஹாவிஷ்ணு ஒரு அழகிய பெண்ணைப் படைத்து, அவள் மாயாசுரனுக்கு மகளாகப் பிறந்து, வளர்ந்து உன்னை மணந்து தர்மபத்தினியாக விளங்குவாள் என இராவணனுக்கு உறுதியளித்தார். திருப்தி அடைந்த இராவணன், கைகளில் ஆத்மலிங்கத்தை ஏந்தியபடியே தனது பயணத்தைத் தொடர்ந்தான். ஆயின் அவன் உமாதேவியை விட்ட இடத்திற்கு வந்தபோது அங்கே ஸ்ரீகணேசர் ஒரு இடையன் வேடத்தில் இருப்பதைக் கண்டான். காரிய சித்தியை எப்போதும் அளிக்கும் அவர் தேவர்களின் வேண்டுகோளுக்கிணங்க ஆத்ம லிங்கத்தைக் காத்து மீட்கவேண்டி அவ்வாறு மாறுவேடத்தில் இராவணனை வழிமறித்தார். அத்தருணத்தில் இராணவன் அடக்கமுடியாதவாறு சிறுநீர் கழித்தாகவேண்டிய உணர்வைப் பெற்றான். வலி தாங்க முடியாமல் கணேசரிடம் ஆத்மலிங்கத்தைக் கொடுத்து சில நிமிடங்களுக்குள் வந்து பெற்றுக் கொள்வதாகக் கூறினான். கணேசர் இராவணனிடம் தனக்கு மாடுகளைக் கவனிக்கும் பொறுப்புள்ளதால் நெடுநேரம் காத்திருக்க முடியாது என்றும் அதிகபட்சமாக ஒன்றரை மணி நேரத்திற்குள் திரும்பிவர வேண்டும் எனவும் கூறினார். இது மிகவும் போதுமானது என்று நினைத்த இராவணன் அவ்விடத்தை விட்டகன்றான். அவனால் உடனடியாகத் திரும்ப முடியவில்லை. அரை மணிநேரம் கடந்ததும் கணேசன், "இராவணனே, ஒரு கண்டா" (அரைமணிநேரம்) கடந்து விட்டது. உடன்வா" என பெருங்குரலில் கூறினார். ஆயின் இராவணனால் அசையவும் முடியவில்லை. அவன் சைகைகளாலும் கைகால்களை அசைத்தும் கணேசரை அங்கேயே நிற்கும்படிக் கெஞ்சினான். இந்து தர்மத்தில் சிறுநீர் கழிக்கையில் பேசுதல் தடைசெய்யப்பட்டுள்ளது என்பதை நினைவில் கொள்ளுங்கள். மூன்றாவது கண்டாவும் (1/2 மணியும்) கடந்துவிட்ட நிலையில், "ஐயா, எனது மாடுகள் கண்டபடிச் செல்கின்றன; என்னால் இதற்குமேல் காத்திருக்க முடியாது" எனக் கூறிவிட்டு கணேசர்

லிங்கத்தைத் தரையில் வைத்துவிட்டார். அத்தருணத்தில் தனது கட்டுண்ட நிலையிலிருந்து விடுபட்ட இராவணன் கணேசரை நோக்கி ஓடினான். ஆயின் கணேசர் மறைந்துவிட்டார்; அவரது மாடுகளும் மறைந்துவிட்டன. ஆயின் இராவணன் பூமித்தாயினுள்[12] மறைந்துகொண்டிருக்கும் ஒரு மாட்டின் காதைப் பிடித்து விட்டான். அதற்குள் மாட்டின் உடல் முழுவதும் பூமிக்குள் சென்றுவிட்டிருந்தது. இன்றும் இந்தக்காதினை கல்லாக மாறியுள்ள ஒரு புனிதப்பொருளாக கோகர்ணம் எனும் இடத்தில் காணலாம். “கௌ” என்பது பசுவையும் “கர்ண” என்பது காதையும் குறிக்கின்றன. மஹாபலேஷ்வர் எனும் தெய்வத்தின் திருநாமத்துடன் (அனைத்து வலிமைகளையும் பெற்றவர் என்பது பொருள்) இணைக்கப்பட்டு இந்த இடம் கோகர்ண மஹாபலேஷ்வர் என்றும் இவ்விடத்தின் முக்கிய கடவுளாக தேவி பத்ரகாளி என்றும் அழைக்கப்படுகின்றனர். பத்துத் தலைகளுடன் கூடிய இராவணன் தனது இருபது வலிமைமிக்க கைகளால் முயன்றும், உறுதியாக நிலை கொண்டுவிட்ட ஆத்மலிங்கத்தை பெயர்த்து எடுக்க இயல வில்லை. தனது கைகளால் கைலாய மலையையே ஆட்டிய இராவணனால் இந்த ஆத்மலிங்கத்தை அசைக்கவும் முடியாத காரணத்தினாலேயே மஹா சக்தி படைத்தவர் எனும் பொருளில் மஹாபலேஷ்வர் என இறைவன் அழைக்கப்படுகிறார்.

இராவணன் மீண்டும் மாட்டின் காதைப்பிடித்து பூமியினுள் ளிருந்து இழுக்கமுற்பட்டான். ஆயின் அவனது சக்தி அதற்கும் போதவில்லை. பசுவின் காது, ஆத்மலிங்கம் மற்றும் பத்ரகாளியம்மன் ஆகிய மூவரும் இன்றளவும் அங்கு உள்ளனர். அனைத்து தேவர்களும் இவர்களை வழிபடுகின்றனர். இராவணனின் தாயும் சகோதரர்களும் இவ்விடம் வந்து வழிபட்டனர். ஒருநாள் விபீஷணர் இக்கோவிலுக்கு திடீரென வருகை புரிந்தார். அச்சமயம் அங்கு வழிபட்டுக் கொண்டிருந்த ஹேமத்பந்த் எனும் பிராமணன் பயந்துபோய் கழித்துவிடப்பட்ட வில்வ தளங்களைப் போட்டு வைத்திருக்கும் கூடையினுள் (நிர்மலில்[13]) மறைந்து கொண்டான். பக்திமானான விபீஷணன் இறைவனை வணங்கி ஒரு கொத்து வில்வதளங்களைப் பிரசாதமாக எடுத்துத் தன் தலைப்பாகையினுள் சொருகிக் கொண்டான். இலைகளுடன் பிராமணனையும் தனது தலைப்பாகையில் வைத்துக்கொண்டதை பிரும்மாண்ட உருவம் கொண்ட விபீஷணன் கவனிக்கவில்லை. இலங்கைக்கு இவ்வாறு சென்ற பிராமணன் நாகரி மொழியின் சற்றே மாறுபட்ட பிரதியான “மோடி”யைக் கற்றுக் கொண்டான். விபீஷணனின் தலைப்பாகையினுள் ஒளிந்து கொண்டு அவன்

மீண்டும் மஹாபலேஷ்வர் கோவிலுக்கு வந்தபோது இறங்கித் தப்பித்தான். இவ்வாறு அவன் மராத்திமொழி பேசப்படும் பகுதியில் ஒரு புதிய மொழியை அறிமுகப்படுத்தினான். பரம்பரைக் கதையாக இது கூறப்பட்டாலும், உண்மையில் சிவாஜி தனது அரசுக் கடிதங்களில் இம்மொழியை, தனது செயலர் சிட்னிஸ் பாலாஜி அவாஜி என்பவர் மூலம் அறிமுகப்படுத்தினார். எனவே இது சிட்னிஸ்வளன் எனும் பெயரைப் பெற்றது. பத்ரகாளி அம்மனின் கோகர்ண மஹாபலேஷ்வர் மும்பையிலிருந்து கடல்மார்க்கமாக ஸ்டீமர்களின் மூலம் சென்றடையப்படுகிறது. ஆயிரக்கணக்கான பக்தர்கள் இங்கு வருகை புரிந்து வழிபடுகின்றனர். பலர், இங்குள்ள பத்ரகாளியம்மன் அனைத்து விதங்களிலும் முழுமையானவள் எனும் நம்பிக்கை காரணமாக மற்ற கோவில்களுக்குச் செல்வதை விட இங்கு வருவதை முக்கியமாகக் கருதுகின்றனர்.

ஒருசமயம்[14] கஜமுக கணேசர் சத்யலோகத்திலிருந்து (பிரும்மாவின் உலகம்) சந்திரலோகத்திற்குச் (சந்திரனின் உலகம்) தனது மூஞ்சூர் எனப்படும் சுண்டெலி வாகனத்தில் சென்று கொண்டிருந்தபோது தவறி கீழே விழுந்துவிட்டார். தனது உருவ அழகின் காரணமாகக் கர்வத்துடன் இருந்த சந்திரன் (இந்து புராணப்படி சந்திரன் ஒரு ஆண்) இதைக்கண்டு நகைத்தான். அவனைச் சபித்த கணேசர், "பாவம் செய்தவனே, கருப்பு மான் வடிவத்துடன் கருமேகம் போன்ற முகத்தை உடையவனே, இன்று முதல் உனது முகத்தைக் காண்பவர்கள் செய்யாத குற்றங்களுக்காக சட்டப்படி குற்றவாளிகளாக ஆவர்" என கோபத்துடன் கூறினார்.

இந்தச் சாபம் பிரபஞ்சம் முழுவதிலும், திடீரென பெரும் பீதியை ஏற்படுத்தியது. "சந்திரன் தன்னை ஒரு தாமரை மலரினுள் மறைத்துக் கொண்டான். சந்திரனைக் காணாமல் தேவர்களும், கந்தர்வர்களும், முனிவர்களும் பெருங்கவலை கொண்டனர். இந்திரனின் தலைமையில் அவர்கள் ஒன்றுசேர்ந்து, பிரும்மாவிடம் ஆலோசனை கேட்டனர். அவர் இந்த சாபத்தின் கொடும் விளைவுகளை ஸ்ரீ கணேசரால் மட்டுமே நீக்கமுடியும் எனவும் அதனால் கணேசரிடமே சென்று முறையிட ஆலோசனை கூறினார். தேவர்களின் குருவான பிரகஸ்பதியை சந்திரனிடம் அனுப்பி, அவன் எவ்வாறு கணேசரை திருப்திப்படுத்தவேண்டும் என்பதை எடுத்துச் சொல்லச் செய்தனர். சந்திரனும் அவர் கூறியபடியே நடந்துகொண்டான். திருப்தியுற்று மகிழ்ந்த கணேசர் அவன் முன் தனது அஷ்ட சித்திகள் புடைசூழத் (வெற்றிக்கான எட்டு தேவதைகள்) தோன்றினார். சந்திரன் தன்னை மன்னித்

தருளுமாறு வேண்டிக் கொண்டான். கணேசன் அவன் வேண்டும் வரம் என்ன எனக் கேட்டார். சந்திரன் தன்மீது அவர் இட்ட சாபத்தை நீக்குமாறு வேண்டினார். இதனை உடன் மறுத்த கணேசர், இது தவிர வேறு எந்த வரமும் கொடுப்பதாகக் கூறினார். தேவர்கள் இடை புகுந்து ஒன்றாக வேண்டிக் கொண்டதால் ஸ்ரீகணேசர் சாபத்தை நீக்கி "பாத்ரபத மாதத்தில் நான்காவது நாளன்று (கணேசரின் நாள்) உன்னைப் பார்ப்பவர்கள் சாபத்தின் படியான துன்பத்தை அடுத்துவரும் ஆண்டில் அடைவார்கள்; இதில் மறுத்துரைக்க ஏதுமில்லை; ஆயின் உன்னை ஒவ்வொரு மாதமும் இரண்டாவது நாளன்று வணங்குபவர்களை இந்த பாபம் ஒன்றும் செய்யாது" என்றார். சந்திரன் திரும்பத்திரும்ப விடாமல் கெஞ்சியதால் கணேசர் மீண்டும் "யாராவது சந்திரனை அந்த கணேசர் தினத்தன்று தவறுதலாகப் பார்த்துவிட்டால், அவர் அந்த மாதத்தின் இரண்டாவது பக்ஷத்தின் நான்காவது நாளன்று பட்டினிவிரதம் இருக்கவேண்டும்; அத்துடன் சந்திரனை அவனது தேவி ரோகிணியுடன் சேர்த்து, அடிவானில் சந்திரன் எழுந்தவுடன் வணங்கிட வேண்டும். அவர் எனது தங்க உருவம் ஒன்றினை ஒரு பிராமண குருக்களுக்கு அளித்திட வேண்டும். இப்படிச் செய்தால் அவர் தனக்கு நேரக்வடிய ஆபத்துக்களிலிருந்து காக்கப்படுவார் என்று கணேசர் வரம் அளித்தார்."

துர்காதேவியானவள்[15] தனது கணவரான சிவனிடம் தனது விருப்பம் ஒன்றினைத் தெரிவித்தாள். அதாவது, தன்னிடம் ஒரு குழந்தை பால்குடிக்கவேண்டும் எனும் பேரார்வமே அது. சிவனும் சிரித்துக் கொண்டே, "தேவி நீ இந்த பிரபஞ்சத்தின் தாயல்லவா" என பதிலளித்தார். ஆயின் தேவி, தான் ஒரு குழந்தைக்குப் பால் கொடுக்கும் இன்பத்தை இழந்துவிட்டுள்ளதால், மற்றொரு முறையில் பிறந்து தன்னிடமிருந்து பிரிந்துள்ள தனது மகன் கார்த்திக்கிக்கு பால் கொடுக்க விரும்புவதாக முறையிட்டாள்.

இறைவனும் சம்மதித்து கார்திக்கைக் கொண்டுவருவதற்காகக் கைலாயம் விட்டகன்றார். எனினும் ஆவல் மேலீட்டால் துர்காதேவி ஒரு பொம்மையை உருவாக்கி அதனை மகிழ்ச்சியுடன் பார்த்துக் கொண்டிருந்தாள். காக்கும் தெய்வமாகிய ஸ்ரீ விஷ்ணு இதனைக் கண்ணுற்று, அவளைத் திருப்திப்படுத்த இது ஏற்ற தருணம் என எண்ணி, தானே அந்த பொம்மையினுள் புகுந்து, பொம் மையை உயிர்பெறச் செய்துவிட்டார். கார்த்திக்குடன் சிவன் திரும்பி வந்தபோது தேவியின் மடியில் ஏற்கனவே ஒரு குழந்தை

இருப்பதைக் கண்டார். தேவி அவரிடம் நடந்தவற்றை விவரித்தாள். பெருமகிழ்ச்சியடைந்த இருவரும் அந்த அழகிய குழந்தையைக் காண அனைத்து தேவர்களையும் அழைத்தனர். வந்த விருந்தினரில் தீய விளைவுகளை ஏற்படுத்தும் கண்பார்வை கொண்ட சனி பகவானும் ஒருவர். அவர் குழந்தையைப் பார்த்த கணமே அதன் தலை தனியாக விழுந்தது. அதைக் கண்ட அனைத்து தேவர்களும் பயந்து நடுங்கினர். துர்காதேவி அழுவதைக் கண்ட சிவன் அதைப் பொறுக்கமுடியாமல் தவித்தார். தேவியின் வேண்டுகோளுக் கிணங்க சிவகணங்களை அனுப்பித் தலையைத் தேடுமாறு பணித்தார். ஆயின் அவர்களால் தேடிக் கண்டுபிடிக்கமுடிய வில்லை. கடைசியில் அவர் தலையை வடதிசையில் வைத்துக் கொண்டு உறங்கும் ஏதாவது ஒரு பிராணியின் தலையைத் துண்டித்து வருமாறு கூறினார். துரதிருஷ்டவசமாக ஒரு பெண் யானை அக்கோலத்தில் தூங்கிக் கொண்டிருந்ததைக் கண்ட அவர்கள் அதன் தலையைத் துண்டித்து எடுத்துச் சென்றனர். சிவன் துண்டிக்கப்பட்ட அத்தலையை அந்த உடலில் பொருத்தியவுடன் அக்குழந்தை உயிர்பெற்றது! ஆயின் மனித உடலில் யானைத் தலையுடன் இருந்த அந்த பொருத்தமற்ற உருவம் கண்டு துர்க்கை வருத்தமுற்றாள். அவளது துயரைத் தணிப்பதற்காக, சிவன் அந்தக்குழந்தை கணங்களின் தலைவனாக, கணபதியாக (பதி=தலைவன்) அல்லது கணேஷாக (ஷ் = தலைவன்) இருப்பான் எனவும் அனைத்து பூஜைகளின் போதும் ஆரம்பத்தில் அவரை பூஜிக்க வேண்டும் எனவும் ஆணையிட்டார். மேலும் அவர் எந்த ஒரு காரியத்தில் இறங்குவதற்கு முன்பும் கணேசரைப் பிரார்த்திப்பதால் அம்முயற்சிகள் வெற்றியடையும் என்று கூறியதுடன் கணேசருக்கு "வெற்றிதருபவர்" எனும் பொருளில் "சித்திதாதா" எனும் பட்டப்பெயரையும் சூட்டினார். இவ்வாறு கணேசர் வெற்றிதரும் தெய்வமாக நம்மிடையே விளங்குகிறார்.

---

1. இச்சம்பவத்தின் விளைவாக வடதிசையில் தலை வைத்து படுத்துறங்குவது நல்லதல்ல எனும் நம்பிக்கை நிலவி வருகிறது – தென்னிந்தியக் கடவுள்கள் – ராவ் பகதூர் ஹெச். கிருஷ்ணசாஸ்திரிகள் – மதராஸ் அரசு – 1916 பக்கம் 165இல் உள்ள குறிப்பு எண் 2ஐக் காண்க. லத்தீன் நாட்டவரின் ஜேனஸின் குணாதிசயங்கள் விநாயகரின் குணாதிசயங் களுடன் ஒப்பிடத்தக்கனவாக உள்ளதைக் காணலாம்.

2. யானைத்தலையும் சுண்டெலியும் முன்னெச்சரிக்கை விவேகம் மற்றும் முன்ஜாக்கிரதையைக் குறிப்பவையாக உள்ளன. டூ பாய்ஸ் – பக். 638. பக்கம் 31 – ஹிந்து மற்றும் முகம்மதியர்களின் பண்டிகைகள் – ஜான் முர்டோக் – 1904.

3. மேற்குத் தொடர்ச்சி மலைகள்
4. அரிசி மாவைப் பிசைந்து, தட்டையாகச் செய்து, அதில் வெல்லமும் தேங்காய் துருவலும் கலந்த உருண்டையை வைத்து மூடி, பிரமிட் போன்ற மூக்கு பகுதியுடன் கூடிய வடிவமாகச் செய்து, ஆவியில் வேகவைத்துச் செய்யப்படும் இனிப்பு.
5. அருகம்புல்லை பிராமணர்கள் தங்களது விசேஷங்கள் அனைத்திலும் அதன் சுத்திகரிக்கும் தன்மைக்காகப் பயன்படத்துகின்றனர். பாத்ரமாதம் (செப்டம்பர்) சந்திரனின் 8ம் பிறையன்று அருகம்புல்லின் (தூர்வா) மகிமையைக் கொண்டாட "தூர்வாஷ்டமி" அனுஷ்டிக்கப்படுகிறது. அருகம்புல்லை அன்றைய தினம் தானமாகக் கொடுப்பதால் குடும்பத்தில் பத்து மூதாதையர்களுக்கு மோஷத்தைப் பெறமுடியும் என்றும் ஒருவரது குடும்ப விருத்தி அப்புல்லினைப் போன்றே அதிகரிக்கிறது எனவும் கூறப்படுகிறது – டூ பாய்ஸ் – 658–9. பக்கம் 27 – ஹிந்து மற்றும் முகம்மதியர்களின் பண்டிகைகள் – ஜான் முர்டோக் – 1904
6. இந்தியாவின் ஒலிம்பஸ் என அழைக்கப்படுவது; 84000 "யோஜனைகள்" உயரம் கொண்ட இது ஜம்பூத்வீபத்தின் மையப்பகுதி. கோளரீதியாக இது ஹிமாலயத்தின் வடபகுதியில் "டார்டரி" எனும் உயர்பீடபூமியில் உள்ள இடம். பூமியானது ஒரு தாமரை போன்று, மிகந்த அழகான ஒன்றில், ஏழு இதழ்கள் போன்ற த்வீபங்களுடன், மேருமலையை மையமாகக் கொண்டு மிதக்கிறது. இதன் மேற்புறத்தில் சுவர்க்கத்திலிருந்து கங்கைநீர் கொட்டுகிறது – மதராஸ் ஆர்கியலாஜிகல் துறை – பக்கம் 39. ஆண்டு அறிக்கை – மதராஸ் அரசு.
7. பி.வி. ஜெகதீச அய்யரின் தென்னிந்தியக் கோவில்கள் – அத்தியாயம் XIV
8. பி.வி. ஜெகதீச அய்யரின் தென்னிந்தியக் கோவில்கள் – அத்தியாயம் XXII
9. பி.வி. ஜெகதீச அய்யரின் தென்னிந்தியக் கோவில்கள் – அத்தியாயம் XXIV
10. ஹிந்து விடுமுறை நாட்களும் பண்டிகைகளும் – குப்தே, தாக்கர், ஸ்பின்க் கம்பெனி, 1919–பக்கங்கள் 13–16
11. சமார் 24 நிமிடங்கள்; 2 1/2 கண்டங்கள் = ஒரு மணிநேரம்.
12. பூமியின் புனிதத்தன்மை இந்தியா எங்கும் போற்றப்படும் நம்பிக்கை. மரணப் படுக்கையில் உள்ளவரைத் தரையில் வைப்பதும் குழந்தைப் பிறப்பின் போது தாயைத் தரையில் படுக்கவைப்பதும் இந்தியர்களின் வழக்கம். ஹிந்துக்களின் விடுமுறைகளும் பண்டிகைகளும் – குப்தே, தாக்கர் – ஸ்னிக் கம்பெனி பக்கம் 58/1919.
13. பூஜைகள் முடிந்தபின்னர் கடவுட் சிலைகளின் மீதிருந்து எடுக்கப்படும் பூக்கள் முதலானவை.
14. ஹிந்து விடுமுறைகள் மற்றும் பண்டிகைகள் – குப்தே, தாக்கர் – ஸ்பினிக் கம்பெனி – பக்கம் 2526
15. ஹிந்து விடுமுறைகள் மற்றும் பண்டிகைகள் – குப்தே, தாக்கர் – ஸ்பினிக் கம்பெனி – பக்கம் 42–43.

நவராத்திரி

புரட்டாசி மாதம் (செப்டம்பர் - அக்டோபர்) வளர்பிறையின் முதல்நாள் முதல் ஒன்பது நாட்கள், சூரிய அஸ்தமனத்திற்குப் பின்னர் நவராத்திரி (ஒன்பது புனிதநாட்கள்) பண்டிகை ஹிந்துக்களால் கொண்டாடப்படுகிறது. இந்தப் பண்டிகையின் நோக்கம், பிரபஞ்சத்தில் உள்ள பல்வேறுவிதமான சக்திகள் அனைத்தையும் கொண்டு விளங்கும் தேவியரை திருப்திப்படுத்தி, அவர்தம் அருட்கடாட்சத்தின் மூலம் வாழ்வில் மகிழ்ச்சியையும் வளமையையும் பெறுவதே ஆகும்.

பிரபலமாகப் போற்றப்படும் பல பெரிய தத்துவஞானிகள், இயற்கை எல்லாவற்றையும் "வடிவங்கள் மற்றும் எண்களின்" மூலமே உருவாக்குகிறது எனக் கருதுகின்றனர். ஜியோமெட்ரி எனப்படும் வடிவகணிதம் வடிவங்களின் விஞ்ஞானமாகவும், அரித்மெடிக் எனப்படும் எண்கணிதம் எண்ணியல் விஞ்ஞான மாகவும் உள்ளவை. முந்தையது இப்பிரபஞ்சத்தின் வடிவமைப் புடன் தொடர்புகொண்டது; பின்னது பிரபஞ்சத்தில் உள்ளவற்றின் முறைகளையும் வரையறைகளையும் ஏற்படுத்துகிறது.

தேவி வழிபாடென்பது உண்மையில், உலோகத்தகடுகளில் பொறிக்கப்பட்டுள்ள குறிப்பிட்ட சில "வடிவங்களும் எண்களும் அல்லது எழுத்துகளும் சொற்களும்" கொண்ட "யந்திரங்கள்" எனப்படுபவற்றை முறையாக வைத்து பூஜிப்பதே ஆகும். இதன் மூலமே உரிய பலன்களைப் பெறுதல் சாத்தியம் என நம்பப் படுகிறது.

சக்கரங்கள்[1] மற்றும் எந்திரங்கள் வித்தியாசமான இத்தகைய உலோகத் தகடுகளாகும். சக்கரங்கள் கோணங்களையும் பூவிதழ்

போன்ற கோடுகளையும், யந்திரம் ஒற்றை முக்கோணம் அல்லது ஒன்றை ஒன்று வெட்டிக் கொண்டிருக்கும் பல முக்கோணங் களையும் கொண்டவை. தேவியை ஆவாஹனம் செய்து சக்தியை வெளிப்படுத்த மற்றொரு "பிதஸ்" ஸூம் பயன்படுத்தப்படுகிறது. இவ்வித பிதஸ்கள் எந்த தேவியைக் குறித்து தியானம் செய்யப் படுகிறதோ அவளது தெளிவான உருவத்தைக் கொண்ட உலோகத் தகடுகளாகும்.

இந்தப் பண்டிகை ஏன் ஒன்பது நாட்கள் அனுஷ்டிக்கப்படுகிறது என்பதற்கான காரணம் கவனத்தைக் கவரும் ஒன்றாக உள்ளது. இதுபற்றிய விளக்கம் பின்வருமாறு உள்ளது.

எண் ஒன்பது மற்ற ஒற்றை இலக்க எண்கள் அனைத்தையும் தன்னுள் கொண்டது; ஆயின் அவ்வெண்கள் எதிலும் அது இல்லை. இவ்வாறே தேவி தன்னுள் பிரபஞ்சம் முழுவதையும் கொண்டவள்; மற்ற எல்லா எல்லைக்குட்டவைகளும் தேவியை தம்முள் கொள்ள முடியாது; ஏனெனில் அவள் எல்லைகளற்ற தெய்வம். அவளை வழிபடும் இப்பண்டிகை இதன் காரணமாகவே ஒன்பது நாட்கள் கொண்டாடப்படுகிறது.

நவராத்திரிப் பண்டிகையில் இப்பிரபஞ்சத்தின் தேவியை காளி அல்லது துர்கை, லக்ஷ்மி, சரஸ்வதி என்று மூன்று உருவங்களில் வழிபடுகிறோம்.

இப்பிரபஞ்சத்தில் லக்ஷ்மி "காத்தல்" அம்சத்தின் கடவுளான ஸ்ரீவிஷ்ணுவின் பத்தினி; "படைத்தல்" அம்சத்தின் கடவுளான பிரும்மாவின் பத்தினியான கல்வியின் தெய்வம் சரஸ்வதி சைதன்யத்தின் "அழிக்கும்" அம்சத்தை குறிக்கும் கடவுளான சிவபெருமானின் பத்தினி காளி எனும் துர்கை; எனவே பிரபஞ்சத்தின் மூலசக்திகளான படைத்தல், காத்தல் மற்றும் அழித்தல், மேற் கூறிய மூன்று தேவியரால் குறிக்கப்படுகின்றன.

பிரபஞ்சத்தில் நேர்மறை அம்சங்கள், எதிர்மறை அம்சங்கள் என இரண்டுவகை அம்சங்கள் உள்ளதாக ஹிந்துக்கள் நம்பு கின்றனர். படைத்தல், காத்தல் மற்றும் அழித்தலின் நேர்மறை அம்சங்கள் மும்மூர்த்திகளான பிரும்மா, விஷ்ணு மற்றும் சிவனால் குறிக்கப்படுகையில், இம்மூன்றிலும் உள்ள எதிர்மறை அம்சங்கள் சரஸ்வதி, லக்ஷ்மி, துர்கை தேவிகளால் உருவகமாகக் குறிக்கப்படுகின்றன.

பிரபஞ்சத்தின் அழித்தல் அம்சத்தின் "சக்தி" பல பெயர்களால் அறியப்படுபவள். அவளது சாந்த ஸ்வரூபம் சிவனின் பத்தினி

யாகிய உமா அல்லது பார்வதி தேவி எனவும் அவளது பயங்கர ஸ்வரூபங்கள் துர்கை, காளி, மஹிஷாசூரமர்தினி எனும் திருநாமங்களாலும் அழைக்கப்படுகின்றன. மஹிஷாசூரன் எனும் ஆண் எருமை உருவில் வந்த அசுரனை வதம் செய்த காரணத்தால் அவளது பெயர் மஹிஷாசுரமர்தனி என்றாயிற்று. இதிலிருந்து தான் ஹிந்துக்களில் ஒரு பிரிவினர் எருமைகளை துர்கைக்கு பலி கொடுக்கும் வழக்கம் ஏற்பட்டது.

துர்கையம்மன் வழிபாடு நெடுங்காலமாக நடைபெற்றுவருவதாக நம்பப்படுகிறது. மக்கள் பொதுவாக துர்கையம்மனை பத்து கைகளுடன் கூடியவளாக உருவகப்படுத்தியுள்ளனர். அவள் மஹிஷாசுரனை தனது ஒரு கையில் உள்ள ஈட்டியால் குத்திக் கொன்று, இடப்பக்க கையில் ஒரு துண்டிக்கப்பட்ட தலையை வைத்திருக்கிறாள். அவளது மற்ற கைகளில் பல்வேறு ஆயுதங்கள் உள்ளன.

அவளது இடதுபுறக் காலின்மீது ஒரு சிங்கம் படுத்திருக்கிறது. எருமைத்தலையுடன் அசுரன் வலது காலின் மீது கிடக்கிறான்.

பத்து கைகளுடனும், யுத்தம் செய்யும் பாவத்துடனும், இரத்த வெறியுடன் கூடிய பார்வையுடனும் சித்தரிக்கப்பட்ட துர்கா தேவியின் பிரும்மாண்ட ரூபம், மற்ற தெய்வங்களை பயத்திலாழ்த்தியது. அவளது இந்த வலிமைமிக்க தோற்றம் அனைத்து மக்களையும் அவள்பால் மிகுந்த முக்கியத்துவத்தையும் பய பக்தியையும் கொள்ளச் செய்கிறது.

மும்மூர்த்திகளான சிவன், விஷ்ணு, பிரும்மன் துர்கையைச் சாந்தப்படுத்த பெரும் முயற்சிகளை மேற்கொண்டதாகக் கூறப்படுகிறது. தசரதபுத்ரராகிய ஸ்ரீராமனும் லங்கையில் இராவணனுடன் யுத்தம் செய்யுமுன் (அக்டோபர் மாதம்) துர்கையைப் பிரார்த்தித்து அவளது உதவியை நாடியதாகக் கூறப்படுகிறது. இதன் பின்னரே துர்காபூஜை அக்டோபர் மாதங்களில் கொண்டாடும் பழக்கம் ஏற்பட்டது.

துர்கா பூஜையில் மக்களின் புதிய ஆர்வம் மேலிட்டுள்ளதால் தேவியின் உருவத்தை, துர்கா – லக்ஷ்மி – சரஸ்வதி இணைந்த வடிவில், பல்வேறு ஜரிகை மற்றும் தங்கமுலாம் பூசப்பட்ட மெல்லிய தகடுகளால் பலவிதமான அலங்காரங்களைச் செய்து வழிபடுகின்றனர்.

பணம் படைத்தவர்கள் ஒருவருக்கொருவர் போட்டியிட்டுக் கொண்டு அதிகமாகச் செலவு செய்து தேவியின் உருவத்தை

ஜொலிக்கச் செய்கின்றனர். தேவியின் கம்பீரத்தை மேலும் மேலும் வெளிப் படுத்தும் வகையில் இதனைச் செய்கின்றனர்.

வருமானம் குறைந்த ஏழை சமூகத்தினர், களிமண் பொம்மைகள், செயற்கை மணிகள், ஜரிகை வேலைப்பாடுகள் போன்ற தேவியின் அலங்காரப் பொருட்களை விற்பதன் மூலம் துர்காபூஜை மாதத்தில் தங்கள் வருமானத்தை அதிகரித்துக் கொள்கின்றனர்.

நவராத்திரி காலத்தில் ஒன்பது நாட்களும் படிகளை உருவாக்கி அவற்றில் விதவிதமான பொம்மைகளை வரிசையாக வைத்து, பல வித அலங்காரங்களைச் செய்து மக்கள் வழிபடு கின்றனர். இந்த பொம்மைகளில் தேவி பிரசன்னமாகி இருக்கிறாள் என்பது மக்களின் அசைக்கமுடியாத நம்பிக்கை. எல்லா வீடுகளிலும் தேவிக்கு தினசரி மாலை வேளையில் பல்வேறு விதமான உணவுகள் – சுண்டல்கள் போன்றவை தயாரிக்கப்பட்டு நிவேதனம் செய்யப்படுகிறது. பெண்களும் பெண்குழந்தைகளும் விதவிதமான வண்ண உடைகளை அணிந்து, சூரிய அஸ்த மனத்திற்குப் பின், அக்கம் பக்கத்து வீடுகளுக்கும் அருகில் உள்ள கிராமங்களுக்கும் சென்று அங்குள்ளவர்களைத் தங்கள் வீடுகளுக்கு வந்து நவராத்திரி பூஜையில் கலந்துகொள்ளுமாறு அழைக்கிறார்கள்; வருபவர்களுக்கு நிவேதனங்களை பகிர்ந்தளிக்கிறார்கள்.

ஹிந்து மதநூல்கள், சொர்க்கம் மற்றும் மற்ற எல்லாவித சந்தோஷங்களும் ஒருவரது தியாக மனப்பான்மையினால் உண்டாவதே எனக் கூறுகின்றன. இதனைத் தவறாகப் புரிந்து கொண்டுள்ள பெரும்பாலானமக்கள், விலங்குகள் பலியிடப்படு வதற்காகவே படைக்கப்பட்டுள்ளன எனத் தாங்களாகவே முடிவு செய்துள்ளனர்; தியாகம் செய்தல் என்பதை பலிகொடுத்தல் எனப் புரிந்து கொண்டுள்ளனர்! அந்தக் காலத்தில், இரத்தத்தை விரும்பும் மாமிசபட்சிணியாக விளங்கும் தெய்வங்களுக்கு விலங்குகளை பலி கொடுத்து அவற்றின் இறைச்சியை உண்பது தங்களுக்கு பேரானந்தத்தையும் மோட்சத்தையும் அளிக்கும் என மக்கள் நம்பினார்கள். இன்றும்கூட இப்படிப்பட்ட பலியிடுதல் களால், பலியிடுபவருக்கு பாபவிமோசனமும் இறையருளும் கிடைக்கும் எனக் கூறப்படுகிறது.

ஆண்டுதோறும் ஆயிரக்கணக்கான ஆடுமாடுகள் துர்கை யம்மன் போன்ற தெய்வங்களுக்கு பலியிடப்பட்டன; இன்றும் பலியிடப்படுகின்றன. உண்மையில் ஏராளமான மிருகங்கள் பலியிடப்படுவதால் அவற்றின் இறைச்சி, உண்ண ஆளில்லாமல் குப்பையாக எறியப்படுகிறது எனத் தெரிகிறது. பலியிடுதல்

தொடர்பான ஒரு நம்பிக்கை என்னவென்றால் “ஒரே வெட்டில் பலிகடாவின் தலையைத் துண்டித்தால் ஒருவருக்கு மிகுந்த அதிர்ஷ்டம் உண்டாகும்” என்பதாகும். பொதுவாக இத்தகைய நம்பிக்கைகளும் பலியிடுதலும் ஹிந்துக்களின் கீழ்மட்ட சமுதாயத் தினரிடையே பரவலாக இருந்து வருகிறது.

இத்தகைய சக்தி வழிபாட்டில் வழிபடப்படும் மற்றொரு தெய்வத்தின் பெயர் காளி. பொதுவாக காளி, தனது பதி சிவனின் மார்பில் நின்று கொண்டு, வெளியே தொங்கும் நாக்குடனும் நான்கு கைகளுடனும் – ஒன்றில் சூலம், இரண்டாவதில் தான் யுத்தம் செய்து வெற்றிகண்ட ஒரு அசுரனின் தலை, மூன்றாவது தனது பக்தர்களுக்கு ஆசிகளை வழங்கும் விதத்தில் பிரிந்தகை, நான்காவது அருளாசி பெற்றவர்களை வரவேற்கும் விதத்தில் உள்ள கை என்று காட்சியளிக்கிறாள். அத்துடன் அவள் மண்டை யோடுகளால் ஆன மாலையை அணிந்துகொண்டு, இடுப்பில் தான் கொன்ற கொடியவர்களின் எலும்புகளால் ஆன சங்கிலி யையும் கொண்டவளாய் தோற்றமளிக்கிறாள். இத்தகைய கோர உருவத்துடனும், கருமை நிறத்துடனும், தலைவிரிகோலமாய் நீண்ட கூந்தலுடன் காட்சியளிப்பது காளியின் பயங்கர குணத்தை வெளிப்படுத்துவதாக உள்ளது.

காளி தனது பதியின் மார்பின் மீது, ஏன் நிற்கிறாள் என்பதற்கான புராணக்கதை இதுதான்.

ஒருசமயம் காளி யாராலும் வெல்ல முடியாத ஒரு அசுரனை வெற்றிகண்டாள். இதனால் மிகுந்த மகிழ்ச்சி கொண்ட அவள் சுற்றுச்சூழலை மறந்து, அந்த போர்க்களத்திலேயே பயங்கர நடனம் ஆடத்துவங்கினாள். பூமியே குலுங்கியது; தேவர்களும் நடுக்கமுற்றனர்; பூமியின் அமைதி அறவே குலைந்து போனது. யாரும் அவளிடம் நெருங்கவே பயந்தனர். இறுதியில் தேவர்கள் சிவனிடம் காளிதேவியை சாந்தப்படுத்துமாறு வேண்டினர். சிவனும் சம்மதித்து அவளருகே சென்றபோது, அவள் தனது வெறியாட்டத்தில் முனைந்து இருந்ததால் அவரை கண்டு கொள்ளவேயில்லை. சிவன், அவளது கவனத்தைக் கவர்வதற்காக அவளது காலடியில் கிடந்த பிணங்களின் மீது சட்டென்று விழுந்தார்.

காளி தனது நடனத்தைத் தொடர்ந்து ஆடுகையில் தவறு தலாகத் தன் பதியின் மார்பு மீது காலை வைத்தவுடன், சிவன் தனது அசைவுகளால் அவளது கவனத்தை ஈர்த்தார். தனது ஆட்டவெறி அடங்கியதும் காளி தான் செய்துவிட்ட காரியத்தை

எண்ணி மலைத்துப் போனாள். அவள் தனது செயலால் வெட்கமும் திகைப்பும் அடைந்து, தன்னையறியாமல் தனது துருத்திக் கொண்டிருந்த நாக்கைக் கடித்துக் கொண்டாள். இந்த சம்பவத்திற்குப் பின்னரே காளியின் பக்தர்கள் அவளை இந்தக் கோலத்தில் – சிவன் மார்பு மீது காலூன்றியும், நாக்கை வெளிப் படுத்திக் கொண்டும் உள்ள நிலையில் வழிபடலாயினர்.

இந்த நிகழ்வின் நேரடிப் பார்வையில் ஏற்படும் அடிப்படைக் கருத்து நம்மை திகைக்கவைக்கும்படியாக இருப்பினும் இது சுட்டிக்காட்டும் மறைமுகப்பொருள் முக்கியத்துவம் வாய்ந்தது.

சிவன் அழித்தல் அம்சத்தின் கடவுள். அவரது அழித்தல் அம்சத்தின் வெளிப்பாடு தான் சக்தி. அழித்தல் காட்சிகள் எப்போதுமே நடுங்கவைப்பவை. எனவேதான் இந்த பயங்கரக் காட்சியை உருவகப்படுத்தும் வழக்கம் ஏற்பட்டது. இதன் உட்பொருள் மறக்கப்பட்டுவிட்டது எனலாம். மனிதஇனம் கொஞ்சம் கொஞ்சமாக அருள்வழியை விட்டு அகன்று பொருள் வழியில் மூழ்குவதால் இதனைக் குறை கூறுகிறார்கள்.

ஹிந்துக்களில் உயர்மட்டத்தினர் படைத்தல் மற்றும் காத்தல் அம்சங்களின் சக்திகளையே – முறையே சரஸ்வதி, லக்ஷ்மி – வழிபாடு செய்கிறார்கள். எனவே நவராத்திரி காலத்திலும் அவர்கள் லக்ஷ்மி, சரஸ்வதி தேவிகளையே வழிபடு கின்றனர். அழித்தல் அம்ச சக்தியை வழிபடுவதாக இருந்தாலும், அவளது மென்மையான வடிவங்களான கௌரி, உமா மற்றும் பார்வதி தேவிகளையே வழிபடுகின்றனர்.

நவராத்திரியின் முதல்நாள் ஹஸ்த நட்சத்திரத்தின் ஆளுகைக் குட்பட்டதாயிருந்தால் அந்நாள் தேவி வழிபாட்டிற்கு விசேஷமாகக் கருதப்படுகிறது. இதனால் உலகத்தின் நலன் பாதுகாக்கப்படும் எனப்படுகிறது. வெள்ளை யானை மீதமர்ந்திருக்கும் கௌரி தேவியை வழிபடுதல் "கஜகௌரிவிரதம்" எனப்படுகிறது. இந்த விரதத்தை சூரியன் ஹஸ்த நட்சத்திரத்தில் புகும்போது அனுஷ்டித்தால் ஒருவருக்கு செல்வம் பெருகி வளமை உண்டாகும் என நம்பப்படுகிறது.

ஸ்ராவண மாதத்தின் முதல் செவ்வாய்க்கிழமையன்று கௌரி தேவியின் உருவம் செய்யப்பட்டு வழிபடப்படுகிறது. பூஜை முடிந்தவுடன் இந்த கௌரி உருவம் பணம், வெற்றிலை பாக்கு, புஷ்பம், பழங்கள் சகிதமாக ஒரு தகுதிபடைத்த பிராமணருக்கு பெண்களால் அளிக்கப்படுகிறது. இதனால் தங்களுக்கு வைதவ்யம் ஏற்படாமலும் நல்ல குழந்தைகள் உண்டாகவும் ஆசிகள் கிடைக்கும்

என உறுதியுடன் நம்புகிறார்கள். இவ்வாறு கொண்டாடப்படும் இந்த விரதம் "மங்கள கௌரி விரதம்" என்று அழைக்கப்படுகிறது.

நவராத்திரி விழாவின் ஒரு முக்கிய அம்சம், 2 முதல் 10 வயதுள்ள கன்னிப்பெண்களுக்கு சந்தனம், குங்குமம், மலர்கள், பழங்கள் ஆகியவை வழங்கப்படுவதாகும். இதற்கான காரண விளக்கம் தேவியின் ஒன்பது சக்திகளும் அறியப்பட்டு வணங்கப் படுவதாகும். இந்த ஒன்பது சக்திகளின் உருவங்களின் பெயர்கள் 1. குமாரி 2. திரிமூர்த்தி 3. கல்யாணி, 4. ரோஹிணி, 5. காளிகா, 6. சண்டிகா, 7. சாம்பவி, 8. துர்கா, 9. சுபத்ரா

குமாரி குழந்தைகளின் விளையாட்டுச் செயல்களைக் குறிக்கிறாள்; பொருட்களை உண்டாக்குவதும் பின்னர் அவற்றைக் கலைத்துவிடுவதுமான. தேவியின் இச்செயல் பிரும்மாவையும் தேவர்களையும் உருவாக்குவதைச் சுட்டிக்காட்டுகிறது. எனவே நவராத்திரியின்போது குழந்தைகளுக்கு முக்கியத்துவம் அளிக்கப் படுகிறது.

திரிமூர்த்தி எனும் சக்தியானவள் நல்ல குழந்தைச் செல்வத்தை அனுக்கிரகிக்கிறாள். கல்யாணி கல்வியையும் ராஜநட்பையும் பெற்றுத்தருகிறாள்; ரோஹிணி பாபங்களிலிருந்து காக்கிறாள்; சண்டிகா செல்வத்தையும் சாம்பவி நமது செயல்களில் வெற்றியையும் அளிக்கின்றனர்; துர்க்கை தடைகளை நீக்குகிறாள்; சுபத்ரா நாம் விரும்பும் பொருட்கள் கிடைக்கச் செய்கிறாள். இவையனைத்தையும் கன்னிப் பெண்கள் அடையமுடியும் என்பதால், நவராத்திரி காலத்தில் அவர்களைத் தெரிவு செய்து முக்கியத்துவம் அளிக்கப் படுகிறது. அதிலும் உடற்குறையுள்ளவர்கள், அழுக்கானவர்கள், துர்நாற்றமுடையவர்கள், நோயுற்றவர்கள் மற்றும் பார்வையற்ற வர்களைத் தேர்வு செய்தல் கூடாது. நற்குடும்பங்களைச் சேர்ந்த அழகான கன்னிப் பெண்களையே பூரணத்வம் வாய்ந்த தேவியரின் பிரதிநிதிகளாகத் தேர்ந்தெடுக்கப்படவேண்டும்.

நவராத்திரிப் பண்டிகை தசரா பண்டிகை எனவும் அழைக்கப் படுகிறது. நவராத்திரியின் கடைசி நாளன்று சரஸ்வதி தேவியை வழிபடுகிறோம். இது சரஸ்வதி பூஜை எனப்படுகிறது. இந்த பூஜையில் வாயுவை வணங்குகிறோம் என்பது குறிப்பிடத்தக்கது. சரஸ்வதியை "கடம்" எனும் பனையில் ஆவாஹனம் செய்து பூஜை செய்யப்படுகிறது.

பண்டைய காலத்தில் எழுதுவதற்குப் பனை ஓலைகள் பயன்படுத்தப்பட்டபோது அவற்றை நன்கு அடுக்கிக் கட்டி ஒரு பலகை மீது வைத்து சரஸ்வதி பூஜை செய்யப்பட்டது. தற்போது

அச்சடிக்கப்பட்ட புத்தகங்கள், பேனாபென்சில்கள் ஆகியவை பனையோலைகளுக்கு பதிலாக சரஸ்வதியாக ஆவாஹனம் செய்யப்பட்டு பூஜை செய்யப்படுகின்றன.

சரஸ்வதி பூஜை நாள், செவ்வாய்க்கிழமையன்றோ அல்லது சந்திரன் ஹஸ்த நட்சத்திரத்தில் உள்ளபோதோ வந்தால் மிகவும் சிறப்புடையதாகக் கருதப்படுகிறது.

நவராத்திரியின்போது மூலநட்சத்திரம் ஏறுமுகமாக உள்ள போது சரஸ்வதி தேவியை புத்தக ரூபத்தில் ஆவாஹனம் செய்கிறோம்; அடுத்த நட்சத்திரமான பூராடத்தின் போது பல விதமான நைவேத்தியங்கள் செய்யப்பட்டு படைக்கப்படுகின்றன. பின்னர் திருவோண நட்சத்திரம் கூடிய அடுத்த நாளன்று புனர் பூஜை செய்யப்படுகிறது.

சரஸ்வதியை புத்தகங்களில் கொண்டுவருவது ஆவாஹனம் செய்தல் எனப்படுகிறது; சரஸ்வதிக்கு புனர்பூஜை செய்து விடை கொடுப்பதை விசர்ஜனம் என்கிறோம். ஆவாஹனம் செய்தபின் பூஜைகள் செய்வதும், பின்னர் விசர்ஜனம் செய்து விடை கொடுப்பதும் மிகவும் புனிதமானவைகளாகக் கருதப்படுகின்றன. ஆவாஹனம் செய்வது ஒரு பேட்டரியைச் "சார்ஜ்" செய்வதற் கொப்பானதாகவும், விசர்ஜனம் செய்வது சேமிக்கப்பட்ட சக்தியைத் தேவைப்படும் தருணங்களில் பயன்படுத்துவதற்கொப்பானதாகவும் கருதலாம். இரு சம்பவங்களிலும் பூஜைகள் செய்கையில் பல முக்கிய மந்திர உச்சாடனங்கள் செய்யப்படுகிறது.

ஹிந்துக்கள் சிலைகளையும் உருவங்களையும் வழிபடுவது உண்மையே. ஆயின் ஆவாஹனம் மற்றும் விசர்ஜன பூஜைகளைப் பொறுத்தமட்டில் இந்த உருவ பூஜை மனதை நிர்குணமும் அருவமுமாகிய பரம்பொருளின் மீது ஒருமுகப்படுத்துவதற்கான ஒரு வழியாகவே கருதப்பட்டு செய்யப்படுகின்றன. இது ஒரு குறிப்பிடத்தக்க விஷயமாகும். ஆனால் இந்த பூஜைகளே முடிவான முடிவல்ல.

இவ்வாறு உருவாக்கப்பட்ட சக்திமையம் நிலைத்திருக்கக் கூடியது. மூல விக்ரகம் எக்காரணம் கொண்டும் மாற்றப்பட நேரிடின், புதிய விக்ரகம் பழையதைப் போன்றே, சிற்ப சாஸ்திர விதிகளின்படி செய்யப்பட்டு பிரதிஸ்டை செய்யப்படவேண்டும். பழைய விக்ரகம் உரிய விதத்தில் ஆழ்ந்த நதி அல்லது கடலில் இட வேண்டும்; இதற்குக் காரணம் சிதிலமடைந்த விக்ரகங்களை மக்கள் காணநேரிடின், அவர்களது மனங்களில் சிதிலமான எண்ணங்கள் உருவாகக்கூடும் என்பதே.

சரஸ்வதி பூஜை செய்யப்படும் மஹாநவமிக்கு அடுத்தநாள், விஜயதசமி என்றழைக்கப்படுகிறது. விஜய எனும் சொல், சூரிய அஸ்தமனம் மற்றும் இரவின் தொடக்கத்திற்கு முன்பு நிலவும் "அந்திக் கருக்கல்" அல்லது மங்கிய ஒளியைக் குறிக்கிறது. இந்த நேரம் சில மந்திர வேலைகளுக்குப் பொருத்தமானதாகக் கருதப் படுகிறது. இந்த அந்திநேரத்தின் தன்மை மஹா ஞானிகளாலும் சரிவர அறியப்படாதது. எப்படியாயினும் "விஜய" எனும் சொல் நன்மையைக் குறிப்பதாகக் கொண்டு, விஜய தசமி நாள் "நன்மைகள் துவங்கும் விசேஷநாளாகக்" கொள்ளப்படலாம்.

இந்த விசேஷ தினத்தன்று யாத்திரிகர்கள் தங்கள் யாத்திரையை துவக்குகின்றனர்; குழந்தைகளுக்கு வித்யாரம்பம் செய்து வைக்கவும் மிகவும் உகந்தநாளாகக் கருதப்படுகிறது.

விஜயதசமி தினத்தன்று திருவோண நட்சத்திரம் கூடியிருந்தால் அதுமிகவும் விசேஷமாகக் கருதப்படுகிறது.

வன்னி என்றழைக்கப்படும் மரம் இத்தினத்தன்று வணங்கப் படுகிறது. இதற்குக் காரணம் ஒருசமயம் பார்வதி தேவி மிகவும் களைப்புற்று இருந்தபோது வன்னிமரம் தனது நிழலால் தேவிக்குப் புத்துணர்ச்சி அளித்ததாம். இராமயணகாவியத்தின் நாயகன் ஸ்ரீராமன் சீதையைத் தேடி அலைந்தபோது, இம்மரத்தை வலம் வந்ததாகக் கூறப்படுகிறது. பாண்டவர்கள், தங்களின் அஞ்ஞான வாசத்தின் போது, போர்க்கருவிகளை இம்மரத்தில்தான் ஒளித்து வைத்திருந்தனர் என புராணம் கூறுகிறது.

விஜயதசமிநாள் எந்த ஒரு காரியத்தையும் துவக்குவதற்கு மிகவும் உகந்த நன்னாளாகக் கருதப்படுவதை வலியுறுத்தி விளக்கும் புராணக் கதையும் உள்ளது.

சிவபெருமான் ஒரு சமயம் நிர்விகல்ப சமாதி எனும் யோக நித்திரையில் ஆழ்ந்து இருந்தார். இதன் மூலம் அவர் தனது உணர்வுகளில் உள்ள சக்திகளைக் கட்டுப்படுத்தினார். அவரது இந்தக் கட்டுப்பாட்டின் காரணமாக, உலகில் எந்த சக்தியும் செயல்படாமல், மக்களது நடவடிக்கைகளும் சில தேவர்களின் செயல்பாடுகளும் நடைபெறாமல் ஸ்தம்பித்தன. உயர்நிலை தெய்வங்கள் இதனால் கவலையுற்று, அனைத்து ஆசைகளின் தேவனாகிய மன்மதனை அழைத்து, சிவபெருமானின் சமாதி நிலையைக் கலைத்து அவரை இந்திரியங்கள் முழுமையான உணர்வுடன் செயல்படும் தாழ்நிலைக்குக் கொண்டு வருமாறு கேட்டுக் கொண்டனர். மன்மதன் அவ்வாறு செய்ய முயன்றபோது சிவபெருமான் தனது நெற்றிக்கண்ணைத் திறந்து அவனை நோக்கினார்; உடன் மன்மதன் எரிந்து சாம்பலாகிப் போனான்.

சிவனின் மூத்த மைந்தனான கணேசர், விளையாட்டுத்தனமாக மன்மதனின் சாம்பலை எடுத்து ஒரு உருவமாகச் செய்தார். பின்னர் சிவபெருமானால் உயிரூட்டப்பட்ட அந்த உருவம், பண்டாசுரன் எனும் பெயருடன் ஒரு கொடூரமான அசுரனாக மாறியது.

இந்த அசுரன் சிவபெருமானைக் குறித்து கடும் தவம் மேற் கொண்டதன் பலனாக சிவனிடமிருந்து, தேவியைத் தவிர வேறு யாராலும் தனக்கு மரணம் சம்பவிக்கக்கூடாது எனும் வரத்தைப் பெற்றான். இந்தப் பிரபஞ்சத்தின் நலனைப் பேணுவதற்கு அந்த அசுரனை வதம் செய்தாக வேண்டிய நிலையில், தேவியானவள் நவராத்திரியின் ஒன்பது இரவுகளிலும் வெவ்வேறு உருவங்களை மேற்கொண்டாள். (அசுரர்கள் இரவுகளில் தம் நடவடிக்கைகளை மேற்கொள்வது இயல்பு; தேவர்கள் பகற்பொழுதில் தம் செயல் பாடுகளில் ஈடுபடுகின்றனர்.) முதல் ஒன்பது இரவுகளிலும் தேவியின் முயற்சிகள் வெற்றியளிக்கவில்லை. 10வது நாளான விஜதசமியன்று தேவி, காமேஸ்வரன் எனும் பெயர் கொண்டு விளங்கும் தனது பதியின் அம்சத்தைப் பிரார்த்தித்து அந்த அசுரனை வெற்றிகொண்டு வதம் செய்வதற்கான சக்தியைப் பெற்றாள். சிவனின் இந்த அம்சத்துடன் இணைந்துதான் பார்வதி தேவி, சுப்ரமணியன் எனும் திருநாமம் கொண்டு, தேவர்களுக்கும் மனிதர்களுக்கும், பேரரசனாக விளங்கும், தனது இரண்டாவது மகனைப் பெற்றார் எனக் கூறப்படுகிறது.

ஸ்ரீராமர், சீதையை இராவணனின் பிடியிலிருந்து விடுவித்துக் கொண்டு வருவதற்கு விஜயதசமியன்று தனது பயணத்தை மேற் கொண்டதால் பின்னர் வந்த அரசர்கள் எந்த ஒரு முக்கியமான காரியத்தையும் அன்றே தொடங்குவதை வழக்கமாகக் கொண்டனர்.

இந்நாளில் அரசர்கள் இல்லாத காரணத்தால், இத்தகைய பிரும்மாண்டமான ஊர்வலங்களை விஜயதசமிதினத்தன்று நடத்தி, வழிபாடுகள் செய்து, இதன் முக்கியத்துவத்தை மக்கள் உணரச் செய்ய, சில மாநிலங்களில் ஏற்பாடுகள் செய்யப்படுகின்றன.

நவராத்திரி விரதம் பற்றிய வேறுசில புராணக் கதைகளும் உண்டு.

கடந்துபோன பொற்காலத்தில் ஒருசமயம், சுகேது எனும் அரசன் அவனது உறவினர்களால் வஞ்சிக்கப்பட்டு தனது நாட்டை இழந்து தன்மனைவியுடன் கானகத்தில் தஞ்சமடைந்தான். காயங் களால் அவதிப்பட்ட அவனை அவனது மனைவி ஆறுதல்கள் கூறி கவனித்துக் கொண்டாள். அவர்கள் ஒரு மரத்தடியில் இருந்த போது தற்செயலாக அவ்வழியாக அகத்திய முனிவர் போய்க்

கொண்டிருந்தார். அந்த நலிவுற்ற அரச தம்பதியினரின் மீது பரிவு கொண்ட அவர் ராணியை நவராத்திரி விரதத்தை சிரத்தையுடன் மேற்கொள்ளும்படி அறிவுறுத்தினார். அவளும், விரதத்தை உரிய முறையில் மேற்கொண்டாள். உடன் அரசனது உடல் உபாதை நீங்கியதுடன் தனது அரச பதவியை மீண்டும் பெற்றான். அதுமட்டுமின்றி அரசியின் மலட்டுத்தன்மை நீங்கி ஒரு அழகிய குழந்தைக்குத் தாயும் ஆனாள்.

கோசல ராஜ்யத்தில் தனது செல்வம் முழுவதையும் இழந்து தவித்த சுசேலா எனும் வணிகன், இவ்விரதத்தை அனுஷ்டித்ததன் பலனாக பெரும் செல்வத்தைப் பெற்று வளமுடன் வாழ்ந்ததாகக் கூறப்படுகிறது.

தேவி வழிபாட்டிற்கு பின்வரும் தலங்கள் முக்கியம் வாய்ந் தவையாகக் கருதப்படுகின்றன. காஞ்சிபுரத்தில்[2] தேவி ஒருமுறை கடும் தவம் செய்ததாகக் கூறப்படுகிறது. மதுரையில்[3] தேவி கையில் செங்கோலேந்தி ஆட்சி புரிந்ததாகக் கூறப்படுகிறது. சென்னையை அடுத்த திருவாலங்காடு எனும் தலத்தில் தேவி தனது பதி சிவனுடன் சேர்ந்து நர்த்தனமாடியதாகக் கூறப்படுகிறது. தஞ்சை மாவட்டம் பாபநாசத்திற்கு அருகில் உள்ள திருக்காவூர் எனும் இடத்தில், நிர்கதியாக இருந்த தனது பக்தை ஒருவருக்கு செவிலியாகச் சென்று பிரசவம் பார்த்ததாகக் கூறப்படுகிறது.

தஞ்சை மாவட்டம் மாயவரத்திலும்[4] சென்னை மயிலாப்பூரிலும் தேவி மயில் ரூபத்தில் சிவபெருமானை வழிபட்டதாகக் கூறப் படுகிறது. அதனால் இவ்வூர்களுக்கு மாயவரம் (மயூரம்=மயில்), மயிலாப்பூர் எனும் பெயர்கள் ஏற்பட்டதாகத் தெரிகிறது.

சங்கரி துர்கத்திற்கு அருகே உள்ள திருச்செங்கோட்டில் தேவி, இறைவனின் இடது பாதியாக அமைந்து காட்சி தருகிறாள்.

---

1. "தென்னிந்தியக் கடவுள்கள், தேவியர்" – ராவ்பகதூர் கிருஷ்ண சாஸ்திரிகள் – மதராஸ் அரசு, 1916 – பக்கம் 185ஐக் காண்க.
2. பி.வி. ஜெகதீச அய்யரின் தென்னிந்தியக் கோவில்கள் அத்தியாயம் II ஐக் காண்க.
3. பி.வி. ஜெகதீச அய்யரின் தென்னிந்தியக் கோவில்கள் அத்தியாயம் XX!X ஐக் காண்க.
4. பி.வி. ஜெகதீச அய்யரின் தென்னிந்தியக் கோவில்கள் அத்தியாயம் X ஐக் காண்க.

ஸ்கந்த சஷ்டி

ஐப்பசி மாதம் (அக்டோபர் – நவம்பர்) வளர்பிறையின் 6வது நாளன்று ஸ்கந்த சஷ்டிப் பண்டிகை கொண்டாடப்படுகிறது. இது சிவபெருமானின் (காமேஸ்வரர்) இரண்டாவது மைந்தன் ஸ்ரீ சுப்ரமணியரைக் குறித்து, அவர் சூரபத்மன் எனும் அசுரனையும் அவனது அசுரக் கூட்டத்தையும் அழித்ததன் பொருட்டு கொண்டாடப்படுகிறது. இதுபற்றிய புராண நிகழ்வு இங்கே விளக்கப்படுகிறது.

ஒரு சமயம் அசுரர்கள் சிவபெருமானிடமிருந்து கணக்கற்ற வரங்களைப் பெற்றிருந்தனர். இதன் காரணமாக கர்வமடைந்த அசுரர்கள் யாரையும் மதிக்காமல் இறுமாப்புடன் நடந்து கொண்டனர். தக்ஷன் எனும் ஒரு அசுரன் ஒரு யாகம் செய்த போது, வேண்டுமென்றே சிவனை நிந்திக்கும் விதத்தில் அவருக்குரிய யக்ஞபாகத்தை அளிக்காமல் இருந்துவிட்டான்.

அந்நாளில் வாழ்ந்தோர், ரிஷிகள், தேவரிஷிகள், பிரும்ம ரிஷிகள், பகவான், தேவர்கள் மற்றும் பிரஜாபதிகள் எனும் பலதரப்பட்ட நிலைகளை உடையவர்களாக இருந்தனர். மேலே குறிப்பிட்ட தக்ஷன், பிரஜாபதி நிலையில் இருந்ததால் அவன் தக்ஷபிரஜாபதி எனவும் அழைக்கப்பட்டான்.

தக்ஷபிரஜாபதிக்கு சதி என்ற ஒரு பெண் இருந்தாள். சிவன் அவளை மணக்கப் பெரும் விருப்பம் கொண்டார். சதியும் இதனை ஏற்றதால் சிவன் – சதி திருமணம் நடந்தது. திருமணத்திற்குப் பின் தக்ஷன் ஒரு யாகம் செய்தான்; அவன் சிவனை அதற்கு அழைக்கவும் இல்லை; அவருக்குரிய அவிர்பாகத்தையும் அளிக்க வில்லை. இதனால் சிவன் கோபமடைந்ததால் தக்ஷனின் யாகம் நிறைவேறாமல் போனது.

சிவனை வேண்டுமென்றே அவமதித்ததால் தக்ஷன் பெரும் பாபத்திற்கு ஆளானான். தனது பதிக்கும் தந்தைக்குமிடையே ஏற்பட்ட விரோதத்தால் மிகவும் வருத்தமுற்ற சதிதேவி, தன்னையே மாய்த்துக்கொண்டாள். பின்னர் மீண்டும் பார்வதியாகப் பிறந்து சிவனையே மணம் புரிந்துகொண்டாள்.

அச்சமயம் தாரகன் எனும் அசுரன், தேவர்களைத் துன்புறுத்தி வந்தான். அவனது வலிமைக்கு எதிராகப் போரிடமுடியாமல் தேவர்களின் சேனை பின்வாங்கி ஓடியது. தேவர்களின் தலைவன் இந்திரன் பிரும்மாவிடம் சென்று ஆலோசனை கேட்டான்.

பிரும்மா, சிவனின் உள்ளத்தில் மறைந்து இருக்கும் பார்வதியின் மீதான காதலை, மன்மதனைப் பயன்படுத்தி தட்டியெழுப்புமாறு கூறினார். இதன்மூலம் சிவன் - பார்வதிக்கு சுப்ரமணியர் இரண்டாவது மகனாக அவதரித்தார். பின்னர் சுப்ரமணியர், தேவர் படைக்குத் தலைவனாகி, தாரகாசுரனை வதம் செய்து தேவர்களின் துயர் துடைத்தார்.

சுப்ரமணியர் ஆறுமுகங்களுடனும், பன்னிரெண்டு கைகளுடனும் இருகால்களுடனும் அவதரித்தது, பல்வேறு ஆன்மீகத் தத்துவங்களை விளக்கும் வகையில் மிகுந்த முக்கியத்துவம் வாய்ந்ததாக உள்ளது. இதனைப் புரிந்து கொள்ள இதுபற்றி ஆழ்ந்து சிந்திப்பது நல்லது. இதுபற்றிய புராண வரலாறே கீழே தரப்பட்டுள்ளது.

ஒரு சமயம் பார்வதி தேவியைத் தன்மடிமீது வைத்துக் கொண்டு சிவன் அமர்ந்திருந்தார். அப்போது தேவர்கள், சூரபத்மன் மற்றும் அவனது சகாக்களால் தாம்படும் பெருந்துயர் பற்றி அவரிடம் சென்று முறையிட்டனர். தேவர்களின் வார்த்தைகளைக் கேட்டு கோபமடைந்த சிவன் தனது நெற்றிக் கண்ணைத்திறந்து அதிலிருந்து மிகவும் பிரகாசத்துடன் கூடிய ஆறு நெருப்புப் பொறிகளை வெளிவரச்செய்தார்.

இப்பொறிகளின் வீரியத்தையும் அதிர்வுகளையும் தாங்க மாட்டாமல் தேவர்கள், தாங்கள் தாங்கும் படியாக அவற்றைக் குறைக்கும்படி வேண்டினர். சிவனும் அதற்கிணங்கி வாயு பகவானையும் அக்னி பகவானையும் தங்கள் சக்திகளைப் பயன்படுத்தி இப்பொறிகளின் சக்தியைச் சற்றே தணிக்கும்படிக் கூறினார்.

வாயு மற்றும் அக்னி பகவான்களின் சக்தியால் வீரியம் குறைந்த நிலையில் இப்பொறிகள் அமைதியான பிரகாசத்தை

உடையனவாக மாறி புனித ஹிமாலயமலைகளின் உச்சியில் புனித கங்கையின் உற்பத்தித்தலத்திற்கு ஆகாயத்தில் மிதந்து சென்றடைந்தன.

புனித கங்கையின் நீருடன் தொடர்பு ஏற்பட்டவுடன் இந்த இரத்தினங்கள் போன்ற தீப்பொறிகள், நீரில் இருந்த கோரைப் புற்கள் நிறைந்த ஒரு புதரில் ஒன்று சேர்ந்து, கண்களை கூசவைக்கும் பிரகாசத்துடன் கூடிய ஆறுமுகங்களும் பன்னிரண்டு கைகளும் கொண்ட ஒரு அழகிய திருக்கோலத்தை அடைந்தன. இதுவே ஹிந்துக்களின் கடவுளான ஸ்ரீ சுப்ரமணியர் தோன்றிய வரலாறாகும்.

ஆச்சரியமும் பிரமிப்பு அடைந்த தேவர்கள், ஈஸ்வரனின் இந்த இரண்டாவது மகனை புகழ்ந்து வணங்கி நின்றனர். இந்த திருவுருவம் கொண்ட ஸ்ரீசுப்ரமணியரே இப்பிரபஞ்சத்தில் உள்ளவர்களையும் இந்திராதி தேவர்களையும் காக்கவல்லவர் என்பதையும் அவர்கள் உணர்ந்து மகிழ்ந்தனர்.

இந்த பிரபஞ்சத்தைக் காக்கும் தெய்வமான ஸ்ரீவிஷ்ணு, ஆறுமுகத் தெய்வக் குழந்தையைப் பாலூட்டி வளர்க்கும்படியாகக் கார்த்திகைப் பெண்களைப் பணித்தார். இதன் காரணமாக சுப்ரமணியருக்கு “கார்த்திகேயன்” எனும் திருப்பெயரும் உண்டு.

ஒரு சமயம் படைக்கும் தெய்வமான பிரும்மாவை பிரணவ[1] மந்திரத்திற்குப் பொருள் விளக்கம் கூறுமாறு ஸ்ரீசுப்ரமணியர் அறைகூவல் விடுத்தார். பிரும்மாவால் திருப்திகரமான விளக்கம் கூற முடியாதநிலையில் அவரை சுப்ரமணியர் ஒரு குகையில் சிறை வைத்துவிட்டார். சிவபெருமான் தலையிட்டு பிரும்மாவை விடுவித்தார். பிரணவ மந்திரத்தின் முழுப்பொருளையும் சிவன் தனது தேவிக்கு எடுத்துரைத்ததை, குழந்தையாகத்தாயின் மடியில் வீற்றிருந்தபோதே சுப்ரமணியர் கற்றுணர்ந்து கொண்டுவிட்டார். இதனால்தான் சுப்ரமணியர் விவேகத்தின் அதிபதியாக கருதப் படுகிறார்; வான்வெளி மற்றும் விவேகத்தின் பிரதிநிதியாகச் சித்தரிக்கப்படும் பாம்பை சுப்ரமணியருடன் இணைத்து வைப்பதன் மூலம் இது குறிக்கப்படுகிறது.

சுப்ரமணியரை வழிபடுவதற்கு ஒரு பிரத்யேக முறை பின்பற்றப் படுகிறது. பக்தர்கள் தமது இல்லங்களிலிருந்து அவரது கோவிலுக்குக் காவடி[2] ஏந்திச் செல்கிறார்கள். இது சற்றே விசித்திரமான வழக்கம். இதற்குப் பின்னணியில் உள்ள பொருள் என்ன என்பதை விளக்கும் புராணக் கதையே பின்வருவது.

ஒரு ஹிந்து புராணக்கதையின்படி அகஸ்தியர்[3] எனும் மிகவும் குள்ளமான உருவமுடைய ஒரு மாமுனிவர், ஒரு சமயம் சமுத்

திரங்களில் உள்ள நீர் முழுவதையும் குடித்ததால் கடல்கள் வற்றி வறண்டு போனதாகக் கூறப்படுகிறது. இந்த முனிவருக்கு சிவனது வாசஸ்தலமான ஹிமாலயத்திலிருந்து இரண்டு குன்றுகளை எடுத்துச்சென்று, தெற்கே ஏதாவது ஒரு இடத்தில் வைத்து, அவற்றை சிவன் பார்வதி, அதாவது சைதன்யம் – பொருண்மையின் பிரதிநிதிகளாக வழிபட்டுக் கொள்ள அனுமதி வழங்கப்பட்டது. ஆயின் அக்குன்றுகளை அவரால் எடுக்கமுடியாததால், அவர் அவற்றை "புர்வாவனம்" எனும் காட்டுப்பகுதியிலேயே விட்டு தனது இருப்பிடமான பொதியமலைக்குத் திரும்பினார். அங்கு அவர் இடும்பன் எனும் அசுரனைச் சந்தித்தார். இந்த இடும்பன் அசுரகுலத்தில் கடைசியாகப் பிழைத்திருந்தவன்; மற்ற அசுரர்கள் அனைவரும் சுப்ரமணியரால் ஏற்கனவே வதம் செய்யப் பட்டிருந்தனர். இடும்பன் அசுரர்குலம் தழைத்திருந்த போது அவர்களின் குருவாக விளங்கியவன்.

அவன் அகத்தியரை வணங்கி தன்னை சீடனாக எற்றுக் கொண்டு தெய்வீக ஞானத்தின் இரகசியங்களைப் போதித் தருளுமாறு வேண்டினான். அவனது வேண்டுகோளை ஏற்ற அகத்தியர் அவனுக்குச் சில சக்திகளை அளித்து "புர்வா வனத்தில்" இருக்கும் இரண்டு குன்றுகளையும் கொண்டுவருமாறு பணித்தார். முனிவர் அளித்த சக்தியால் அசுரன் பிரும்மதண்டத்தையும் எட்டு பாம்புகளின் (வாசுகி, அனந்தன், தக்ஷன், சங்கபாலன், குளிகண், பத்மன், மஹாபத்மன், கார்கோடகன்) சேவைகளையும் அடையப் பெற்றான்.

பிரும்மாண்டமான பாம்புகளைக் கயிறாகக் கொண்டு, இரு குன்றுகளையும் பிரும்மதண்டத்தின் இரு முனைகளிலும் கட்டி எடுத்துக்கொண்டு, தனது தோளில் சமன்படுத்தித் தூக்கி எடுத்து வந்து கொண்டிருந்தான். பழனி எனும் இடத்தருகே வந்தபோது இடும்பன் மிகவும் களைப்புற்றதாக உணர்ந்ததால் தனது பாரத்தைக் கீழே இறக்கிவைத்து சற்றே ஓய்வெடுத்தான். புத்துணர்வு பெற்றதும் தனது பயணத்தைத் தொடர மலைக்குன்றுகளை தூக்க முயன்றான். ஆயின் என்ன முயன்றும் அவனால் தூக்க முடியவில்லை. இரு குன்றுகளில் ஒன்று அங்கேயே நிலைகொண்டு விட்டதைக் கண்டான். மற்றதன் மீது ஏறிப்பார்த்தபோது, அங்கேயே குன்றின் மீது ஸ்ரீசுப்ரமணியர் கோவணத்துடன் சிறுபையன் உருவில் இருப்பதை அறிந்து கொண்டான்.

ஸ்ரீ சுப்ரமணியருக்கும் இடும்பனுக்குமிடையே சண்டை மூண்டது. இடும்பன் தரையில் வீழ்ந்து மூர்ச்சையடைந்தான்.

இடும்பனின் மனைவி ஓடோடி வந்து சுப்ரமணியரிடம் தனது கணவனை மன்னித்து அருளவேண்டும் என வேண்டிக் கொண்டாள். இடும்பனின் மனைவி மீது இரக்கம் கொண்ட சுப்ரமணியர், அவனது மூர்ச்சையைத் தெளிவித்து எழுப்பியதுடன், அவனை தனது த்வாரபாலகனாக (வாயிற்காப்போனாக) நியமித்தார்.

மேற்கூறிய நிகழ்விற்குப்பின்னர் காவடி எடுத்து ஸ்ரீசுப்ர மணியரை திருப்திப்படுத்தி வணங்கும் பழக்கம் ஹிந்துக்களிடையே தோன்றியதாகக் கூறப்படுகிறது.

தென்னிந்தியாவில் சுப்ரமணியருக்கு பல கோவில்கள் உள்ளன. திருச்செந்தூரில்[4] அவர் சூரபத்மனை வதம் செய்து தேவர்களைக் காத்ததால் இவ்விடம் அவரது வழிபாட்டிற்கு முக்கியத்துவம் பெறுகிறது. தேவயானையை அவர் மணம் புரிந்த இடமான மதுரை அருகே உள்ள திருப்பரங்குன்றம்[5] இடும்பனுக்குச் சிறுவனாகக் காட்சியளித்த பழனிமலை[6], ஈஸ்வரனுக்கே பிரணவ மந்திரத்தை உபதேசித்த இடமான கும்பகோணம் அருகே உள்ள சுவாமிமலை[7] ஆகியவையும் ஸ்ரீசுப்ரமணியரின் முக்கியமான திருக்கோவில்கள் உள்ள இடங்களாகும்.

வைத்தீஸ்வரன்கோவிலில்[8] அவர் ஒரு அழகிய இளைஞன் உருவில் வழிபடப்படுகிறார். இங்கு அவர் சக்திதேவியிடமிருந்து தனது வேலாயுதத்தைப் பெற்றதாகக் கூறப்படுகிறது. திருச்செங் கோட்டில் அவர் ஒரு பாம்பின் உருவில் வழிபடப்படுகிறார்.

வள்ளியை மணம் புரிந்த திருத்தணியும் சுப்ரமணியரின் முக்கியமான வழிபாட்டுத்தலமாகும். கம்பன் கொல்லை எனும் இடத்தில் (இது இருக்குமிடம் இன்னமும் தெளிவாகத் தெரிய வில்லை) வினாயகரைக் கொண்டு தனது காதலி வள்ளியை பயமுறுத்தி, தன்னை அவளாகவே வந்து அணைத்துக் கொள்ளச் செய்ததாகக் கூறப்படுகிறது.

---

1. சமஸ்கிருதத்தில் ப்ராணு என்றால் கூறுதல் என்பது பொருள் "ஓம்" என்பது பிரணவத்தின் சொல்.
2. காவு = தோளில் தூக்குவது; தடி = கொம்பு, பாரத்தை தோளில் கொம்பின் உதவியுடன் தூக்குதல். இங்கு மதச் சடங்கினை நிறைவேற்றுவதைக் குறிக்கிறது. இதில் கொம்பின் இருமுனைகளிலும் பால் அல்லது சர்க்கரைக் குடங்களைக் கட்டித் தூக்குகிறார்கள். பி.வி. ஜெகதீச அய்யரின் "தென்னிந்தியக் கோவில்கள்" புத்தகம் காண்க.

3. பி.வி. ஜெகதீச அய்யரின் "தென்னிந்தியக் கோவில்கள்" புத்தகத்தில் விளக்கங்களைக் காணலாம்.
4. பி.வி. ஜெகதீச அய்யரின் "தென்னிந்தியக் கோவில்கள்" புத்தகம் அத்தியாயம் XXXII
5. பி.வி. ஜெகதீச அய்யரின் "தென்னிந்தியக் கோவில்கள்" புத்தகம் அத்தியாயம் XXXII
6. பி.வி. ஜெகதீச அய்யரின் "தென்னிந்தியக் கோவில்கள்" புத்தகம் அத்தியாயம் XXVIII
7. பி.வி. ஜெகதீச அய்யரின் "தென்னிந்தியக் கோவில்கள்" புத்தகம் அத்தியாயம் XXVIII
8. பி.வி. ஜெகதீச அய்யரின் "தென்னிந்தியக் கோவில்கள்" புத்தகம் அத்தியாயம் VIII

தீபாவளிப் பண்டிகை

ஐப்பசி மாதத்தில் (செப்டம்பர் – அக்டோபர்) தேய்பிறையின் 14வது நாளில் கொண்டாடப்படும் தீபாவளிப் பண்டிகை "நரக சதுர்தஸி ஸ்நானம்" என்றும் அழைக்கப்படுகிறது. இதற்குக் காரணம் அன்று சூரிய உதயத்திற்கு முன்பாகவே மக்கள் எழுந்து குளித்துவிடுவதாகும். இந்த நாளன்று நரகாசுரன் எனும் அசுரனை ஸ்ரீ கிருஷ்ணர் வதம் செய்ததைக் கொண்டாடும் விதத்தில் இப்பண்டிகை அமைந்துள்ளது.

தீபாவளி எனும் சொல்லின் பொருள் வரிசையாக வைக்கப் பட்ட தீபங்கள் என்பதாகும். இந்நாளில் கிராமங்களில் தீபங்களை ஏற்றி வைப்பது வழக்கமாக இருந்தது. காலப்போக்கில், தீபங்களை ஏற்றுவது குறைந்து, பட்டாசுகளைக் கொளுத்தி மகிழும் வழக்கம் ஏற்பட்டுள்ளது. அதிகாலையில், இருட்டு விலகுமுன்பே, குழந்தைகளும் பெரியவர்களும் பட்டாசுகளைக் கொளுத்தி தீபாவளியைக் கொண்டாடுகின்றனர். புத்தாடைகள் அணிவதும் பட்டாசுகள் வெடிப்பதும் நன்மைகள் ஏற்படுவதன் அடையாளம் எனக் கருதப்படுவதால், மக்கள் புனித நீராடி புத்தாடைகள் அணிந்து தீபாவளியை உற்சாகத்துடன் கொண்டாடுகின்றனர்.

தீபாவளி நாளுக்கு உடன் அடுத்துவரும் நாள் தீபாவளி அமாவாசை தினமாகும். அன்று மறைந்த பித்ருக்களை திருப்தி படுத்த மிகவும் உகந்தநாள் எனக் கருதப்படுவதால், எள்ளும் நீரும் கொண்டு உரியமுறையில் மந்திரங்களைக் கூறி தர்ப்பணம் செய்யப்படுகிறது. இதனை தகப்பனார் இல்லாதவர்கள் பிரதி அமாவாசை தினத்தன்றும் செய்கின்றனர். முன்னோர்களைத் திருப்திப்படுத்துதல் எனும் பொருள் கொண்ட பித்ரு தர்ப்பணம்

இது. உண்மையில் ஹிந்துக்கள் பிரதி தினம் நீரைப் பயன்படுத்தி தேவர்கள், ரிஷிகள் மற்றும் மறைந்த முன்னோர்களைத் திருப்திப் படுத்தி அவர்களது ஆசிகளைப் பெறவேண்டும் என்று கூறப் பட்டுள்ளது. பொதுவாக பிரதிமாத அமாவாசை தினங்களிலும் மேற்கூறியவாறு பித்ருக்களை வழிபடவேண்டும். எனினும் சிலகுறிப்பிட்ட அமாவாசை தினங்கள் மிகவும் விசேஷமான வையாகக் கருதப்படுகின்றன. தீபாவளி அமாவாசையும் அப்படிப் பட்ட முக்கியத்துவம் வாய்ந்தது. எனவே ஹிந்துக்கள் மிகுந்த பக்தி சிரத்தையுடன் இதனை மேற்கொள்கின்றனர்.

பிரபஞ்சத்தின் பிரும்மாண்டமான ஆன்மீக சக்தி, "ஆதிகாரிக புருஷர்கள்" என்றழைக்கப்படும் இறையறிதல் நிலையை அடைந்து விட்டவர்களின் ஆதிக்கத்தில் இருப்பதாக ஹிந்துக்கள் நம்பு கின்றனர். இவர்களே மனிதர்களின் ஆன்மீக வளர்ச்சிக்கு உறுதுணையாய் இருப்பவர்கள். இவர்கள் இச்சக்தியின் ஒரு பகுதியை மொத்தத்திலிருந்து விடுவித்து, குறிப்பிட்ட விசேஷ தினங்களில் குறிப்பிட்ட சில இடங்களில் கூடும் பக்தர்கள் மீது பொழிவதாகக் கருதப்படுகிறது. அத்துடன் அவ்விடங்கள் பொருட்களின் உள்ளீர்க்கும் நிலை அனுகூலமாக இருக்கும்போது, பொழியப்படும் சக்தியின் ஒரு பகுதியை ஏற்று சிறிதுகாலத்திற்குத் தக்க வைத்துக் கொள்கின்றன. எள்[1], சனி அல்லது சாடர்னின் விருப்பத்திற்குகந்த விதையாகும். தீபாவளியன்று அதிகாலைப் பொழுதில், பல கிரகங்களின் பல்வேறு நிலைகளின் காரணமாக சனியானது தனது விருப்ப விதையான எள்ளில் விசேஷ குணங்களை உட்புகுத்துவதாக இருக்கக்கூடும். எனவேதான், எள்ளிலிருந்து எடுக்கப்படும் நல்லெண்ணையை அன்று உச்சந் தலையில் தேய்த்துக் குளிப்பதால் மக்களுக்கு ஆரோக்கியமும் வளமையும் ஆன்மீக வளர்ச்சியும் ஏற்படும் என நம்பப்படுகிறது. அத்துடன் எல்லா இடங்களிலுமுள்ள நீர் தீபாவளிதினத்தன்று புனித இறைசக்தியைக் கொண்டதாக விளங்குகிறது. எனவே தீபாவளியன்று அதிகாலைப் பொழுதில் சூரிய உதயத்திற்கு முன்னரே புனித நீராடுவது என்பது இயற்கை மூலிகைகளாலும் கங்கை நதிக்கரைகளில் வாழும் பல உன்னத ரிஷிகள் தினசரி அதிகாலைப் பொழுதில் அதில் நீராடுவதாலும் பெரும் சக்தியேற்றம் பெற்று விளங்கும் கங்கை நதியில் நீராடுவதற்குச் சமமாகும். தீபாவளியன்று ஒருவரை ஒருவர் சந்தித்து வாழ்த்தும் போது முதலில் கேட்பது "கங்கை ஸ்நானம் ஆயிற்றா?" என்பதாகும். இந்த தினத்தில் பழம், வெற்றிலைபாக்கு, சந்தனம் குங்குமம் ஆகியவை விருந்தாளிகளுக்கு வழங்கப்படுவது ஒரு

முக்கிய வழக்கமாகும்; சிலர் பணமும் கொடுப்பதுண்டு. இதே வழக்கம், புனித நதிகளில் நீராடுவோரால் அதன் முழுப் புண்ணிய பலனையும் அடைவதற்காக மேற்கொள்ளப்படுவது குறிப்பிடத் தக்கது. இவ்வாறு தீபாவளியன்று எந்த இடத்தில் நீராடினாலும் அது கங்கையில் புனித நீராடியதற்குச் சமமாகக் கருதப்படுகிறது.

“நரக சதுர்தசி” பற்றிய புராண விவரம்.

நரகாசுரன் எனும் அசுர மன்னன் பிரபஞ்சத்தை, தற்போது வங்காளம் என அழைக்கப்படும் இடத்தை மையமாகக் கொண்டு ஆண்டுவந்தான். அவன் ஒரு பெரிய விஷ்ணுபக்தனாக விளங் கினாலும் அவனது ஆட்சியில் பெரும் துன்பங்களுக்கு ஆளான மக்கள் ஸ்ரீ கிருஷ்ணரிடம் சென்று முறையிட்டனர். கிருஷ்ணரும் தீபாவளி நாளன்று அவனை வெற்றிகண்டார். அதன் நினைவாக மக்கள் இந்நாளை மகிழ்ச்சியுடன் கொண்டாடுகின்றனர். அசுரர் களின் வலிமைமிக்க அரசனான பாலி இந்தியாவின் பகுதிகளை ஒவ்வொன்றாக வென்று தனதாட்சிக்குள் கொண்டு வந்தான். இந்திரனின் முறையீட்டிற்கிணங்க, மும்மூர்த்திகளில் ஒருவரான ஸ்ரீவிஷ்ணு ஒரு குள்ள பிராமண வேடம் தரித்து பாலியிடம் அவனது ராஜ்யத்தில் மூன்றடி நிலத்தைக் கேட்டார். பாலியும் அதற்கு உடன் சம்மதித்தான். உடனே இறைவன் பிரும்மாண்டமான உருவத்தையடைந்து – திரிவிக்ரம அவதாரம் – பூமியை ஒரு அடியாலும், விண்ணை ஒரு அடியாலும் அளந்து, மூன்றாவது அடியாகத் தனது பாதத்தை பாலி அசுரனின்[2] தலையில் வைத்து அழுத்தி அவனை பாதாளலோகத்திற்குத் தள்ளினார். அவன் ஒரு தீவிர பக்தனாகவும் பெரும் புண்ணியம் செய்தவனாகவும் இருந்ததால் ஸ்ரீவிஷ்ணு அவனுக்கு சில வரங்களை அளிக்க வேண்டியதாயிற்று.

ஸ்ரீவிஷ்ணுவின் வாமன அவதாரம் மற்றும் மிகப்பெரிய திரிவிக்ரம அவதாரங்களை நினைவுகூர்ந்து வழிபடுவதற்கு இத்தினம் மிகவும் அனுகூலமானதாகக் கருதப்படுகிறது. விஷ்ணு பாலிக்கு அளித்த வரங்களின் பலனாக, தகுதியற்றவர்களுக்கு அளிக்கப்படும் தானங்கள், அக்னியில் நெய் வார்க்காமல் செய்யப்படும் யாகங்கள், சடங்குகளைச் சரியாக அனுசரிக்காமல் செய்யப்படும் பிதுர் சிரார்த்தங்கள், குறிப்பிடப்பட்டுள்ள அவிர் பாகங்கள் இல்லாமல் செய்யப்படும் யாகங்கள் ஆகியவற்றின் பலன்கள் கர்த்தாக்களுக்குச் சேராமல், பாலிக்குச்[3] சென்றடை கின்றன.

பாலி மன்னன் பாதாளலோகத்தை ஆட்சி செய்வதால் மக்கள் தங்களது செயல்களின் பலன்கள் அவனுக்குச் சென்றடைந்து அவன் மேலும் வலிமை பெற்றவனாக ஆவதை விரும்புவதில்லை. எனவே தாங்கள் ஈடுபடும் சடங்குகளை முறையாக, குறித்தபடி செய்வதில் மிகவும் கவனத்துடன் உள்ளனர்.

தீபாவளியன்று துவங்கப்படும் எந்தக் காரியமும் சுபமாகவும் வெற்றிகரமாகவும் நடைபெறும் என்பதை ஹிந்துக்கள் தீவிரமாக நம்புகின்றனர். எனவே வடக்கு மற்றும் மேற்கிந்தியாவில் வாழும் வணிக மக்கள், தீபாவளியன்று லக்ஷ்மி பூஜை செய்து, விருந்தினரை அழைத்து அவர்களுக்கு இனிப்பும் பரிசுகளும் வழங்கி புதுக்கணக்கினைத் தொடங்குகின்றனர். அவர்கள் இரவு முழுவதும் கண்விழித்து, சதுரங்கம் போன்ற அதிர்ஷ்டத்தை அடிப்படையாகக் கொண்ட விளையாட்டுக்களில் ஈடுபடுகின்றனர். விருந்தாளிகளும் இவ்விளையாட்டுக்களில் பந்தயம் கட்டிப் பங்கேற்கின்றனர். பலர் நிறையப் பணத்துடன் பிறர் வீடுகளுக்குச் சென்று இத்தகைய சூதாட்டங்களில் ஈடுபட்டுத் தங்கள் அதிர்ஷ்டத்தை சோதித்துப் பார்க்கின்றனர். மும்பை மற்றும் வடஇந்திய வணிகப் பெருமக்கள் பெரும் தொகைகளை இவ்விளையாட்டுகளில் ஜெயிப்பதும், தோற்பதும் சகஜமாக உள்ளது. ஜெயிப்பவர்கள் சுற்றியிருக்கும் பார்வையாளர்களுக்கும் தமது சம்பாத்யத்தில் பங்களிப்பது உண்டு; அன்பளிப்புப் பெட்டிகளும் பலருக்கும் அளிக்கப் படுகிறது. பந்தய விளையாட்டுகளில் ஜெயிப்பவர்கள், ஒரு பகுதியை அவ்வப்போது ஏழைகளுக்கு என ஒதுக்கிவைப்பதும் வழக்கம்.

பெரும் செல்வந்தர்கள், தீபாவளியன்று ஊக அடிப்படையில் பொருட்களையும் பங்குமார்க்கெட்டில் பங்குகளையும் மிகப் பெரிய அளவில் வாங்குவதும் விற்பதும் இந்தியாவின் பல பகுதிகளிலும் நடைபெறுகிறது.

---

1. சமஸ்கிருதத்தில் தில; தில் = எண்ணையைத் தேய்
2. பி.வி. ஜெகதீச அய்யரின் "தென்னிந்தியக் கோவில்கள்" புத்தகம் காண்க.
3. மஹாபாரதத்தில் பாலி மன்னன் பற்றிய வரலாறு பின்வருமாறு: பாலி ஒரு வலிமைமிக்க அசுரர் தலைவன். அவன் இந்திராதி தேவர்களை வென்றான். தேவர்கள் விஸ்வாமித்ரரின் ஆஸ்ரமத்திற்குச் சென்று விஷ்ணுவிடம் தங்களைக் காக்கும்படி வேண்டினர். விஷ்ணு வாமன அவதாரம் எடுத்து, ஒரு ஆண்டியின் கோலத்தில் மகாபலிச்

சக்ரவர்த்தியின் இடத்திற்குச் சென்று தன்னால் அளந்து கொள்ளக் கூடிய மூன்று அடி நிலத்தைக் கேட்டார். பாலி மன்னனும் சம்மதித்தான். உடன் ஸ்ரீவிஷ்ணு விஸ்வரூபம் எடுத்து தனது ஒரு காலடியால் மண்ணுலகையும் மற்றொரு அடியால் விண்ணுலகையும் அளந்த பின்னர் மூன்றாவது அடியை பாலியின் தலையில் வைத்து அழுத்தி பாலியையும் அவனது சகாக்களையும் பாதாள லோகத்திற்குத் தள்ளி பிரபஞ்சத்தை இந்திரனுக்கு மீட்டுக் கொடுத்தார். (பாகவதத்தில், ஸ்ரீவிஷ்ணுவானவர் பாலியிடம் தனக்கிருந்த அன்பின் காரணமாக அவனது ராஜ்யத்தை எடுத்துக்கொண்டு(1) அவன் இறைபக்திக்காக மட்டும் தன்னை முழுமையாக ஈடுபடுத்திக் கொள்ளவும் (2) அவனது சுயநல மற்ற வள்ளல்தன்மையின் மதிப்பை உயர்த்தவும் அருளினார் எனக் கூறப்படுகிறது.) – ஹிந்துக்கள் மற்றும் முகம்மதியர்களின் விருந்துகளும் பண்டிகைகளும் புத்தகம் காண்க – கவர்மெண்ட் அச்சகம், இந்தியா, 1914.

கார்த்திகை விரதம்

கார்த்திகை மாதம் (அக்டோபர்–நவம்பர்) பௌர்ணமி தினத்தன்று கார்த்திகைப் பண்டிகை ஹிந்துக்களால் கொண்டாடப்படுகிறது. அன்று சந்திரன் கார்த்திகை நட்சத்திரத்துடன் இணைந்துள்ள நாளாகும்.

இந்த விரதம் பஞ்ச பூதங்களையும் திருப்திப்படுத்துவதற்காக அனுசரிக்கப்பட்டாலும் அக்னியைத் திருப்திபடுத்துவதற்கு அதிக முக்கியத்துவம் அளிக்கப்படுகிறது. இதனால் எல்லா வீடுகளும் சூரிய அஸ்தமனத்திற்குப் பின்னர் விளக்குகளால் பிரகாசமாக அலங்கரிக்கப்படுகின்றன.

அக்னிக்கு ஏன் முக்கியத்துவம் கொடுக்கப்படுகிறது என்பதை பின்வரும் ஆழ்ந்த புராணக் கருத்தின்மூலம் அறியலாம். படைத்தல் மற்றும் காத்தல் அம்சங்களுக்கு – பிரும்மா மற்றும் விஷ்ணுவிற்கு – அனந்தமான காலம், வெளி மற்றும் எல்லைகளற்ற தன்மையைக் கற்பிப்பதற்காக சிவபெருமான் ஒரு நெருப்புத் தூணாக கார்த்திகை தினத்தன்று தோன்றினார்.

பிரும்மா ஒரு அன்னப்பறவையாக உருக்கொண்டு இத்தூணின் மேற்புறத்தைக் காணச் சென்றார்; விஷ்ணு ஒரு காட்டுப்பன்றி உருக்கொண்டு பூமியைத் தோண்டியவாறு அதன் அடிப்பகுதியைக் காணச் சென்றார். கோவில்களில் காணப்படும் கொடிமரம் – த்வஜஸ்தம்பம் – சிவனின் மேற்கூறிய அக்னித்தூணைக் குறிக்கும் படியாகவே அமைக்கப்பட்டுள்ளது. இந்திய யோகிகள் மனிதனுள் இருக்கும் தண்டுவடம் எனப்படும் "ஸ்பைனல்கார்டை"ச் சுற்றியுள்ள பிரகாசமான ஒளிவட்டமே இத்தூண் எனக் கூறுகின்றனர்.

கோவில்களின் முன்பான இலைச்சருகுகள், சுள்ளிகள் போன்றவற்றைக் குவித்து சொக்கப்பானை எனும் பெயரில் எரியவிடப்படுவதன் விளக்கம். பூமியில் இருந்த முனிவர்களையும் மற்றவர்களையும் சில அசுரர்கள் ஒரு காலத்தில் துன்புறுத்தி வந்ததாகவும் அவர்களது ரதங்களை சிவன் எரித்துச் சாம்பலாக்கியதாகவும் கூறப்படுகிறது. சிவனின் நெற்றிக் கண்ணிலிருந்து வெளிவந்த நெருப்பால் அசுரர்களின் ரதங்கள் எரிக்கப்பட்டதையே, “சொக்கப்பானை” எரித்தலால் உணர்த்தப் படுகிறது.

கார்த்திகை விரதத்தின் முக்கியத்துவம் பல கதைகள் மூலம் வலியுறுத்தப்படுகிறது. மன்னன் பாலி ‘கார்த்திகை விரதத்தை, தனது உடல் எரிச்சலைத் தணித்துக் கொள்வதற்காக அனுஷ்டித்ததாகக் கூறப்படுகிறது. பார்வதி தேவியே இந்த விரதத்தை அனுஷ்டித்து தான் செய்த சில பாவங்களிலிருந்து விடுபட்டதாகக் கூறப்படுகிறது. தேவி மஹிஷாசூரனை வதம் செய்தபோது தன்னையறியாமல் சிவலிங்கத்தை உடைத்து விட்டதால் ஏற்பட்ட பாவத்தை இதன் மூலம் நீக்கிக் கொண்டாள்.

வறுத்த அரிசியால் செய்யப்படும் ஒரு உணவு சிவனுக்கு மிகவும் உகந்ததாகக் கருதப்படுகிறது. மஹாபலி புராணத்தில் கூறப்பட்டுள்ளபடி, அவன் இவ்வுணவைச் சிவனுக்கு நிவேதனமாகப் படைத்தன் மூலம் தனது உடலின் ஒவ்வொரு அணுவிலும் ஏற்பட்டிருந்த எரிச்சலைத் தணித்துக் கொண்டதாகக் கூறப்படுகிறது. இதன் அடிப்படையில் இவ்வழக்கம் மக்களிடம் ஏற்பட்டிருக்கக் கூடும்.

வறுத்த அரிசி மணிகள் எரிச்சலால் அவதியுற்ற அவனது உடலின் உயிரணுக்களைக் குறிப்பதாக இருக்கலாம். இந்த உணவைப் படைத்ததன் மூலம் அவன் சிவனிடம், தனது உடல் எரிச்சலை மௌனமாக எடுத்துரைத்து, தன்னை அதிலிருந்து காக்குமாறு வேண்டியிருக்கக் கூடும். அத்துடன் வறுத்த அரிசியை உண்பதால், அவற்றின் விளைவாய் உருவாகும் உயிரணுக்கள் எரிச்சலை ஏற்படுத்தாது என அவன் எண்ணியிருக்கக்கூடும். இந்த உணவை உண்பதால் எரிச்சல் முற்றிலுமாக நீங்காவிடினும் அதன் தீவிரம் நன்கு குறைந்திருக்கும். இவையனைத்தும் குறிப்பாக உணர்த்துபவையே. இவற்றை அப்படியே பொருள் கொண்டு விளக்கம் காண முயல்வது சரியல்ல. சிவன் இடுகாட்டின் தலைவராக இருப்பதால் அவர் அக்னியைக் குறிக்கிறார். எனவே ஈரப்பதம் குறைவாக உள்ள எதனையும் சூடுபடுத்தப்பட்ட நிலையில் சிவனுக்கு உகந்த நிவேதனமாகக் கருதலாம். இதன்

காரணமாக வறுத்த அரிசி உணவை சிவனுக்குப் படைக்கும் வழக்கம் ஏற்பட்டிருக்கக்கூடும்.

கோவில்கள், குன்றுகள், மலைகள் மீது இருந்தால் அவை வழிபாட்டிற்கு மிகவும் உகந்தவையாகவும் சக்திபடைத்தவையாகவும் கருதப்படுகின்றன. தென்னாற்காடு மாவட்டம் திருவண்ணாமலையில்[1] அமைந்திருக்கும் சிவன் கோவிலில் கார்த்திகை தீபம் விசேஷமாகக் கொண்டாடப்படுகிறது. கார்த்திகை தினத்தன்று, அருணாசலேஸ்வரர் என்றழைக்கப்படும் சிவனை வழிபட ஆயிரக் கணக்கானோர் இங்கு வந்து, தீப தரிசனம் செய்து, இறைவனின் திருவருள் பெறுகின்றனர்.

மலை முழுவதும் தீபங்கள் ஏற்றப்பட்டு அழகுமிளிர அலங்கரிக்கப்படுகிறது. சூரிய அஸ்தமனத்திற்குப் பிறகு குறிப்பிட்ட நேரத்தில் மலைமீது ஒரு மிகப்பெரிய தீபம் ஏற்றப்படுகிறது.

திருவண்ணாமலை மூன்று சிகரங்களுடன் கூடிய மலையாகும். திருவண்ணாமலைக் கோவில் உள்ள சிகரம் காடுகளால் சூழப்பட்டுள்ளது; இங்கு நடந்துதான் செல்ல வேண்டும். மலையின் உச்சியில் இயற்கையாகவே ஒரு செங்குத்தான தூண்போன்ற கல் உள்ளது. இதனை பக்தர்கள் சிவலிங்கமாகக் கருதி வழிபடு கின்றனர். இக்கோவில் இந்தியாவின் மிக முக்கிய ஐந்து சிவஸ் தலங்களில் ஒன்றாகும். ஸ்ரீ சங்கராச்சாரியாரால் தெய்வீகத் திருத் தலமாகிய கைலாயத்திலிருந்து கொண்டு வரப்பட்டு, பிரதிஷ்டை செய்யப்பட்ட ஐந்து சிவலிங்கங்களுள் ஒன்று இக்கோவிலில் உள்ள அருணாசலேஸ்வரர் என்பது குறிப்பிடத்தக்கது.

ஸ்ரீ விஷ்ணு பக்தர்களுக்கு ஸ்ரீரங்கம் கோவில் எத்துணை முக்கியத்துவம் வாய்ந்ததாக உள்ளதோ, அதே போன்று திருவண்ணாமலைக் கோவில் சைவபக்தர்களுக்கு முக்கியத்துவம் வாய்ந்தது.

கார்த்திகை விரதத்தை அனுஷ்டிக்க மற்ற முக்கியமான கோவில்கள் உள்ள இடங்கள் திருச்செங்கோடு[2], பழனி[3], வேதாரண்யம்[4], மற்றும் திருச்செந்தூர்[5]. காளத்திநாதர் திருக் கோவில்[6] காளஹஸ்தியிலுள்ள இந்த கோவிலின் மத்தியப் பிரகாரத்தின் வடக்குச் சுவற்றில், ராஜேந்திர சோழதேவர் I (1011–43AD) எனும் சோழ அரசரால் இக்கோவிலில் கார்த்திகை தீபத்திருவிழாவைக் கொண்டாடுவதற்காக தங்கம் அளிக்கப்பட்ட விவரம் பொறிக்கப்பட்டுள்ளது.

தேவிகாபுரத்தில்[7] உள்ள பிருகதாம்பா கோவிலின் முதல் பிரகாரத்தின் மேற்குப்புற சுவற்றில், வீரபிரதாப கிருஷ்ணதேவ மஹாராயர் என்றும் விஜயநகர அரசரால் திருக்கார்த்திகை பண்டிகைக்காக விளக்குகளை ஏற்றுவதற்காக நெய் தானம் அளிக்கப்பட்ட விவரம் 9-6-1920ஆம் தேதியிட்ட (சக ஆண்டு 1443, விக்ரம, கார்த்திகை, ஏகாதசி, திங்கட்கிழமை) பொறிக்கப் பட்டுள்ளதைக் காணலாம்.

---

1. பி.வி. ஜெகதீச அய்யரின் "தென்னிந்தியக் கோவில்கள்" புத்தகம் - அத்தியாயம் VI காண்க
2. பி.வி. ஜெகதீச அய்யரின் "தென்னிந்தியக் கோவில்கள்" புத்தகம் - அத்தியாயம் XXXIII காண்க
3. பி.வி. ஜெகதீச அய்யரின் "தென்னிந்தியக் கோவில்கள்" புத்தகம் - அத்தியாயம் XXVIII காண்க
4. பி.வி. ஜெகதீச அய்யரின் "தென்னிந்தியக் கோவில்கள்" புத்தகம் - அத்தியாயம் XXI காண்க
5. பி.வி. ஜெகதீச அய்யரின் "தென்னிந்தியக் கோவில்கள்" புத்தகம் - அத்தியாயம் XXXII காண்க
6. மதராஸ் கல்வெட்டுத்துறை ஆவணம் எண் 291/ 1904.
7. மதராஸ் கல்வெட்டுத்துறை ஆவணம் எண் 361/ 1912.

ஆருத்ரா

ஆருத்ரா பண்டிகை மார்கழிமாதம் (டிசம்பர் - ஜனவரி) ஆருத்ரா அல்லது மிருகசீருஷ நட்சத்திரம் கூடிய தினத்தன்று கொண்டாடப்படுகிறது. இப்பண்டிகையின்போது சிவனின் நடன அம்சமான நடராஜரை வழிபட்டு மக்கள் அவரது அருளைப் பெறுகின்றனர்.

இந்த மிருகசீரா அல்லது ஆருத்ரா நட்சத்திரத்தின் அதிபதியாக விளங்கும் தெய்வம் இப்பிரபஞ்சத்தின் அழிக்கும் சக்தியைக் குறிக்கும் ருத்ரன்.

ஓரியன் எனும் நட்சத்திரக்கூட்டத்தின் வடகிழக்கு மூலையில் ஆருத்ரா நட்சத்திரம் உள்ளது. நட்சத்திரக்கூட்டங்கள் எனப் படுபவை பிரும்மாண்டமான அண்டத்தின் சக்தி மையங்கள். இவற்றிலிருந்துதான் நமது சூரியகுடும்பத்திற்கும் அதிலும் மனிதர்கள் மற்றும் தேவர்களின் வளர்ச்சிக்கும் தேவையான சக்தி கிடைக்கிறது. இதன் ஒவ்வொரு உணர்வுள்ள வஸ்துவிலும் ஒரு அண்ட நுணுக்க சக்தி மையம் உள்ளது. உண்மையில், இந்தக் கணக்கற்ற அண்டநுணுக்க மையங்களுக்கும் பேரண்ட மையத்திற்கும் உள்ள காந்த சக்தித் தொடர்பு பிரிக்கவே முடியாத படி இருக்கிறது. மனிதர்களைத் தூய்மைப்படுத்த அவர்களிடம் ஓரளவிற்கு மனோதிடம் கட்டாயம் தேவை. அப்போதுதான் பேரண்டத்திலிருந்து சக்தியைப் பெறமுடியும். இதன் காரணமாக நட்சத்திரக்கூட்டங்கள் மற்றும் நட்சத்திரங்களின் அதிபதியாக விளங்கும் தெய்வங்களை வழிபட்டு அவர்களது அருளைப் பெற வேண்டும் எனக்கூறப்படுகிறது.

சில கிரகங்களும் நட்சத்திரக்கூட்டங்களும் மனிதர்களின் பல்வேறு மன எழுச்சிகளையும், சில நட்சத்திரங்கள் மனம் மற்றும்

ஆன்மீக அம்சங்களையும் தூண்டிவிடக்கூடியவை. ஓரியன் நட்சத்திரக்கூட்டத்தில் உள்ள ஆருத்ரா நட்சத்திரம் மனிதர்கள் மீது தனது சக்தியை பிரயோகித்து, தங்கத்தில் உள்ள அழுக்குகளை நீக்கி தூய்மைப்படுத்துவதைப் போன்று, அவர்களது தாழ்ந்த மன எழுச்சிகளைக் களைந்து மனத்தூய்மையை அளிக்கவல்லது. எனவேதான் இந்த சிறப்பு தினத்தன்று ருத்ரனை வழிபடும் வழக்கம் ஹிந்துக்களிடையே நிலவுகிறது.

சிவனின் நடன அம்சம் பற்றிய புராணக்கதை ஒன்று உள்ளது. இப்புராணம் வெளிப்படுத்தும் கருத்தினைப் புரிந்து கொள்ள நாம் நடனம் எனும் சொல்லில் பொதிந்துள்ள அர்த்தத்தை அறிந்து கொள்வது அவசியம். இந்த மறைந்துள்ள அர்த்தம் "அதிர்வு" என்பதாகும். மிக அதிகமான அதிர்வுகள் அழுக்குகளைப் பிரித்துத்தள்ளிவிட்டு பொருட்களை தூய்மையான வையாகவும் பிரகாசமானவையாகவும் ஆக்கும் என்பதை நாம் அறிவோம்.

புராணக்கதைகளின்படி, முனிவர்கள் மற்றும் இதர விண்ணுலகத்தோர் முன் சிவபெருமான், தனது உயர்நிலையை காண்பிக்கவே, நடனமாடினார். முனிவர்களும் மற்றவர்களும் பல தடங்கல்களை (இங்கே பாம்புகளால் குறிக்கப்படுகிறது) அவர்மீது ஏவினாலும் அவற்றால் துளியும் பாதிக்கப்படாமல் சிவன் செயல்பட்டார். சிவன் சில பாம்புகளை (அல்லது சக்திகளை) தன் உடலில் ஏற்றியும் சிலவற்றைக் காலால் மிதித்தும் அழித்தார். இதன் மூலம் நாமறியும் உண்மை சிவன் தன்னுடன் ஒன்றிப்போகமுடியாத சக்திகளை உதறித்தள்ளிவிட்டு, தூய்மை படுத்தக்கூடியவற்றை ஏற்றார் என்பதாகும்.

இந்த தினத்தன்று மற்றொரு ஆர்வமூட்டும் நிகழ்வு நடந்தது. சிவன் ஒரு யாசகன் வேடத்தில், தனக்கு உதவியாக விஷ்ணுவை ஒரு அதிசுந்தரியான பெண் உருவில் துணையாகக் கொண்டு, முனிவர்களுக்கும் அவர்களது பத்தினிகளுக்கும் பாடம் புகட்ட எண்ணி வந்தார். இங்கும் இதன் பொருள் தெளிவானது. யாசகன் என்பது தூய்மையற்ற அனைத்தையும் இழந்த நிலையைக் குறிக்கிறது. அதிரூபவதியான பெண், அழுக்குகளாளான மனவெறி, எழுச்சி உணர்வுகள், கோபம், காமம், போன்றவைகளை அறவே களைந்துவிட்ட சிவனின் பிரகாசமான அழகான உடலைக் குறிக்கிறது. இந்த இடத்தில் "ஆடை களற்றயேசுவை ஆடை களற்ற சிஷ்யர்களே தொடரவேண்டும்" எனும் சொற்றொடரை நினைவு கூறலாம். ஆடைகளை இழந்த கோபியர், உடலில் ஆடைகளின்றி

ஸ்ரீ கிருஷ்ணரிடம் தங்களது ஆடைகளைக் கேட்டுவரும் சம்பவமும் ஒரு சிறந்த தத்துவத்தைக்குறிக்கிறது; கோபியர்கள் தங்களது தாழ்ந்த உணர்வுகளை முற்றிலுமாகக் களைந்துவிட்டு, இறைவனின் பிரகாசமான ஒளி எனும் ஆடையை அணிய வேண்டும் என்பதே அது.

மேற்கூறியதை வலியுறுத்திக் காட்டும் விதத்தில் நந்தன்[1] எனும் பறையர் குலத்தைச் சேர்ந்தவரது கதை அமைந்துள்ளது. அவர் தனது அசைக்கமுடியாத பக்தி காரணமாக சிதம்பரத்தில் குடிகொண்டுள்ள நடராஜரின் உடலுடன், ஒரு ஒளிப்பிழம்பாக ஐக்கியமான கதையே இது.

ஆதனூர் எனும் கிராமத்தைச்சேர்ந்த ஒரு செல்வச் சீமானின் நிலத்தில் உழுது பயிரிடும் குடியானவனாக நந்தன் எனும் பறையன் இருந்தான். அவன் மிகவும் நம்பத்தகுந்த நேர்மையானவன். நந்தனுக்குச் சிதம்பரம் சென்று நடராஜபெருமானைத் தரிசிக்க வேண்டும் எனும் தீவிர ஆவல் ஏற்பட்டது. அவன் தன் எஜமானிடம் இதைக்கூறியபோது அந்த பிராமணர் எள்ளிநகைத்தார்; பெரும் முனிவர்களான சங்கர், சனாதனர் போன்றவர்களாலேயே முடியாத காரியம் அது என்றும் நந்தனால் அதனை எண்ணிப்பார்க்கவும் இயலாது எனவும் கூறினார். எனினும் நந்தனின் நச்சரிப்புத் தாங்காமல் அவன் சிதம்பரம் செல்ல ஒரு நிபந்தனையுடன் அனுமதி அளித்தார். நந்தன் அவரது மிகப்பெரிய அளவிலான நிலங்களை உழுது பயிரிட்டு அறுவடை செய்த பின்னரே செல்ல வேண்டும் என்பதே அந்த நிபந்தனை. அவர் நினைத்தது மார்கழி மாதம் ஆருத்ரா தரிசன தினம் வருவதற்குள் நந்தனால் தனது நிலத்தின் ஒரு சிறுபகுதியைக்கூட உழும் வேலையை செய்ய முடியாது என்பதாகும். ஆனால் நடராஜபெருமான் தனது பக்தன்மீது கருணை கொண்டு செல்வந்தரின் நிலங்களில் உழுது பயிரிட்டு அனைத்துப் பணிகளையும் ஒரே இரவில் அப்பழுக்கின்றி முடித்துவிட்டார். இந்த அதிசயத்தால் பிரமிப்பும் ஆச்சரியமும் அடைந்த பிராமணர், நந்தனின் உயர்ந்த பக்தியை உணர்ந்து, அவனை தன்னை மன்னித்து ஆசீர்வதிக்கவேண்டும் என்றும் இறையறியும் ஞானத்தைத் தனக்கு போதித்தருள வேண்டும் எனவும் கெஞ்சிக்கேட்டுக் கொண்டார். உடன் நந்தனைச் சிதம்பரத்திற்கு அவரே அனுப்பியும் வைத்தார். சிதம்பரம் சென்ற நந்தன் தனது தூய பக்தியின் காரணமாக தன்னை மேலும் தூய்மைப்படுத்திக்கொள்ள அக்னிப்பிரவேசம் செய்து நடராஜ பெருமானுடன் பிரகாசமான ஒளிரூபத்தில் ஐக்கியமானார்.

ஆருத்ரா தரிசனத்தன்று அரிசிமாவினால் செய்யப்பட்ட "களி" எனும் உணவு நடராஜருக்கு நைவேத்யமாகப் படைக்கப் படுகிறது. என்பதின் விளக்கமே கீழே தரப்பட்டுள்ளது.

ஒரு சமயம் நடராஜ பக்தரான சேந்தனார் என்பவர் அவ்வூரில் வசித்து வந்தார். அவரின் மகிமையை அறியாத அரசன் அவரைச் சிறையி லடைத்தான். சேந்தனாரின் மனைவியும் மகனும் யாசகம் செய்து வாழும்படியாயிற்று. ஒரு நாள் அந்தச்சிறுவன் தன்னை நண்பர்கள் தந்தையறியாதவன் எனத் கேலி செய்வதாகக் கூறித் தாயிடம் அழுதான். தனது கணவரிடன் குருவாக இருந்த போற்று தலுக்குரிய "பட்டினத்தார்" என்பவரை அணுகி தாயும் முறையிட்டான். பட்டினத்தாரின் பிரார்த்தனையை ஏற்ற கஜமுக வினாயகர் அருளால் சேந்தனார், அனைவரும் பிரமிக்கும் விதத்தில் தன் குடும்பத்தாருடன் சேர்ந்தார். அரசனும் தனது தவறை உணர்ந்து அவரிடம் மன்னிப்புக் கோரினான்.

சேந்தனாரை சிதம்பரம் செல்லுமாறு இறைவன் பணித்தான்; அங்கு சுள்ளிகளைச் சேகரித்து விற்று, கிடைக்கும் பணத்தில் உணவு தயாரித்து தினசரி ஒரு சிவபக்தருக்கு உணவளிக்குமாறு கூறப்பட்டது. சேந்தனாரும் பல காலம் இதனைத் தவறாது செய்து வந்தார். ஆயின் ஒரு சமயம் மழைகாரணமாக இவரது சுள்ளிகள் ஈரமானதால் அவற்றை விற்க முடியவில்லை. ஆருத்ரா தினமாகிய அன்று அவர் தனது ஈரச்சுள்ளிகளை, வெறும் மாவைப் பெற்றுக்கொண்டு கொடுத்துவிட்டார். அந்த மாவைக்கொண்டு "களி" என்றழைக்கப்படும் எளிய உணவைத்தயாரித்து நடராஜ பெருமானுக்கு நைவேத்யம் செய்தார். பின்னர் தான் உண்பதற்கு முன் அதை தானமாக அளிக்க ஒரு சிவனடியாரைத் தேடிய லைந்தார். நடராஜரே ஒரு பிராமணரூபம் தரித்து களியைப் பெற்றுக்கொண்டு மறைந்து விட்டார். பின்னர் அவரது கோவிலினுள் எங்கும் களி சிதறிக் கிடந்ததைக் கண்ட மக்கள் அதனை பிரசாதமாக ஏற்று உண்டனர். இந்த நிகழ்வின் காரணமாகவே "களி" தயாரித்து இறைவனுக்குப் படைக்கும் வழக்கம் தோன்றியிருக்கக்கூடும்.

அனைத்து இடங்களிலும் இப்பண்டிகை கொண்டாடப் பட்டாலும் தென்னாற்காடு மாவட்டம் சிதம்பரத்தில் இது மிகவும் விசேஷமானதாகக் கொண்டாடப்படுகிறது. ஆருத்ரா தரிசனப் பண்டிகை கொண்டாடப்படும் மற்ற முக்கிய தலங்கள் கோயமுத்தூர் அருகில் உள்ள பேரூர், தென்காசியினருகே உள்ள

குற்றாலம்[2], திருநெல்வேலி[3], மதுரை[4] மற்றும் சென்னை அருகே உள்ள திருவாலங்காடு ஆகியவை.

சென்னை அருகே உள்ள ஆதீபுரீஸ்வரர் கோவிலில் ஆருத்ரா தரிசனப்பண்டிகையைக் கொண்டாடுவதற்கான செலவுகளுக்காக பல தானங்கள் அளிக்கப்பட்டதாக கல்வெட்டு விவரங்கள் உள்ளன. மத்திய கோவிலின் தெற்கு மதில்சுவரில் ராஜேந்திர சோழ அரசன் I (1012–43) தனது பிறந்த நாளன்று – திருவாதிரை நட்சத்திரம், மார்கழி மாதம் – இறைவனுக்கு நெய்யபிஷேகம் செய்வதற்காக உரிய தானங்களை அளித்துள்ள விவரம் பொறிக்கப்பட்டுள்ளது. அவ்வாறே ராஜராஜதேவர் எனும் மன்னரின் 8வது வருட ஆட்சியில், மார்கழிமாதம் திருவாதிரை தினத்தன்று, “கரணை விடங்கதேவ பெருமானுக்கு” அபிஷேக ஆராதனைகள் செய் வதற்காக நிதி அளிக்கப்பட்டுள்ள விவரம் பொறிக்கப்பட்டுள்ளது.

கும்பகோணம் திருப்பனந்தாள்[5] அருணஜடேஸ்வரர் கோவிலின் முதல் பிரகாரத்தின் வடக்குக்சுவற்றில், மார்கழி திருவாதிரை கொண்டாடப்படுவதற்காக விஜயநகர அரசரால் நிலதானம் செய்யப்பட்ட விவரம் பொறிக்கப்பட்டுள்ளது.

மாயவரம் வாழுவூர்[6] வீரட்டானேஸ்வரர் கோவிலின் முன் மண்டபத்தில் தெற்குச்சுவற்றில் ராஜாதிராஜதேவர் (ஜூலை 1167) எனும் சோழ மன்னர் தனது 5வது வருட ஆட்சிகாலத்தில், மார்கழி திருவாதிரை தினத்தன்று வாடவுரலி நாயனார் உருவச் சிலை முன்பு திருவெம்பாவைப் பாராயணம் செய்வதற்காக நிதி உதவி செய்த விவரம் பொறிக்கப்பட்டுள்ளது.

திருச்சி மாவட்டம் காமராசவள்ளி[7] எனும் இடத்தில் உள்ள கார்கோடகேஸ்வரர் கோவிலின் மத்திய வடக்குச்சுவற்றில், ராஜேந்திர சோழ அரசர் ஆட்சி காலத்தில், 29வது வருடம், புதன், ரிஷபம், ஆருத்ரா நட்சத்திரம் (6.5.1041) தேதியிட்ட விவரத்தில், மார்கழித் திருவாதிரை மற்றும் வைகாசித் திருவாதிரை தினங்களில் “சக்கை குத்து” நடனம் நடப்பதற்காக தானங்கள் அளிக்கப் பட்டதாகக் கூறப்பட்டுள்ளது.

திருவிடைமருதூரில்[8] உள்ள மஹாலிங்கேஸ்வரர் கோவிலின் மத்தியப்பகுதி மேற்குச்சுவற்றில் திருவாதிரைப் பண்டிகைச் செலவிற்காக நிலதானம் செய்யப்பட்டுள்ள விவரம் பராந்தக மன்னனின் 37வது வருடத்தில் – பொறிக்கப்பட்டுள்ளதை காணலாம்.

நெல்லூர் மாவட்டம், சூலூர்பேட்டை[9]யில் உள்ள நாகேஸ்வரர் கோவிலின் மேற்குப்புறச் சுவற்றில், விஜயகண்ட கோபாலதேவ மன்னரின் ஆட்சிகாலத்தில் இப்பண்டிகை கொண்டாடப் படுவதற்காக நிலதானம் செய்யப்பட்ட விவரம் பொறிக்கப் பட்டுள்ளது.

1. பி.வி. ஜெகதீச அய்யரின் தென்னிந்தியக் கோவில்கள் புத்தகம் காண்க.
2. பி.வி. ஜெகதீச அய்யரின் தென்னிந்தியக் கோவில்கள் புத்தகம் அத்தியாயம் XXXI காண்க
3. பி.வி. ஜெகதீச அய்யரின் தென்னிந்தியக் கோவில்கள் புத்தகம் அத்தியாயம் XXIX காண்க
4. மதராஸ் கல்வெட்டுத்துறை ஆவணம் எண் 104 மற்றும் 109 / 1912.
5. மதராஸ் கல்வெட்டுத்துறை ஆவணம் எண் 42 / 1914 ஐக் காண்க
6. மதராஸ் கல்வெட்டுத்துறை ஆவணம் எண் 421 / 1912 ஐக் காண்க.
7. மதராஸ் கல்வெட்டுத்துறை ஆவணம் எண் 65 / 1914 ஐக் காண்க.
8. மதராஸ் கல்வெட்டுத்துறை ஆவணம் எண் 222 / 1907 ஐக் காண்க
9. மதராஸ் பிரசிடென்ஸியின் கல்வெட்டுக்கள் – மதராஸ் அரசு 1919 எண் 633; பக்கம் 1136 ; பகுதி II ஐக் காண்க

வைகுண்ட ஏகாதசி

மார்கழி மாதம் (டிசம்பர் – ஜனவரி) வளர்பிறையின் பதினோராம் நாளன்று ஹிந்துக்களின் பண்டிகையான வைகுண்ட ஏகாதசி வருகிறது. இது மோக்ஷாட ஏகாதசி என்று அழைக்கப்படுகிறது. இதன் பொருள், இவ்விரதத்தை அனுஷ்டிப்பவர்களுக்கு பிறப்பு – இறப்பு சுழற்சியிலிருந்து விடுதலை கிடைக்கும் என்பதே. கணக்கற்ற மாத ஏகாதசி. விரதங்களை அனுஷ்டிப்பதால் கிடைக்கக் கூடிய நற்பலன், இந்த விசேஷ ஏகாதசியைக் கொண்டாடுவதால் கிடைக்கும் என நம்பப்படுவதால் இதனை முக்கோடி ஏகாதசி என்றும் அழைக்கின்றார்கள்.

இந்த விரத தினத்தன்று கடுமையான பட்டினி இருந்து, காத்தல் அம்சத்தின் தெய்வமாகிய ஸ்ரீ விஷ்ணுவை பூஜிக்கிறார்கள். இவ் விரதத்தை சிரத்தையுடன் மேற்கொள்பவர்களுக்கு நீண்ட ஆயுள், நல்லாரோக்கியம் மற்றும் மகிழ்ச்சி கிடைக்கும் என கூறப்படுகிறது.

வைகுண்ட ஏகாதசி மற்றும் முக்கோடி ஏகாதசி எனும் பெயர்கள் ஏற்பட்ட விவரத்தையும், இவ்விரதத்தின் முக்கியத்துவம் பற்றிய விவரத்தையும் பின்வரும் பாரம்பரிய கதையின் மூலம் அறியலாம்.

பொற்காலம் என அழைக்கப்படும் கிருதயுகத்தில் சந்திரவதி எனும் நகரில் மூரன் எனும் ஒரு அசுரன் இருந்தான். அவன் தேவர்களைத் தொடர்ந்து துன்புறுத்தி வந்தான். தேவர்கள், பால்க்கடலில் சேஷசயனத்தில் இருந்த ஸ்ரீ விஷ்ணுவை அணுகி அசுரனின் அட்டூழியங்களைப் பற்றிக்கூறி அவனிடமிருந்து காத் தருளுமாறு வேண்டினர். உடன் விஷ்ணு ஒரு மானுட அவதாரம் எடுத்து பூமிக்கு இறங்கிவந்து அசுரனை வதம் செய்யத் திருவுளம்

கொண்டார். அவருடைய அவதாரமும் அசுர வதமும் ஏகாதசி யன்று நிகழ்ந்ததாலும், விண்ணுலகின் பேரானந்தமயமான அவரது இருப்பிடமாகிய வைகுண்டத்திலிருந்து இறங்கிவந்ததாலும் இந்நாள் வைகுண்ட ஏகாதசி என அழைக்கப்படுகிறது.

ஏகாதசி எனும் பெயர் ஏற்பட்ட காரணம் ஆர்வமூட்டுவதாக உள்ளது. அசுரர்களுடன் போரிடத்துவங்கியபோது, விஷ்ணு மயக்கமுற்று விட்டதாகவும், அத்தருணத்தில் அவருடைய உடலிலிருந்து தோன்றிய ஒரு அழகிய கன்னிகை அவர்களுடன் போரிட்டு அவர்களை அழிப்பதாகவும் கூறப்படுகிறது. இந்தக் கன்னிகைக்குப் பின்னர் ஏகாதசி எனும் பெயர் வைக்கப்பட்டதால், வைகுண்ட ஏகாதசி விரதத்தை அனுஷ்டிப்பவர்களுக்கு இந்த தெய்வீகக் கன்னிகையின் அருளும் கிட்டும் எனப்படுகிறது.

விஷ்ணு அசுரர்களை வதம் செய்வதற்காக பூமியில் அவதரித்த போது அவருடன் மூன்று கோடி தேவர்களும் பூமிக்கு வந்ததால் “முக்கோடி ஏகாதசி” என பெயர் ஏற்பட்டது.

ஏகாதசி விரதங்களையும் குறிப்பாக வைகுண்ட ஏகாதசி விரதத்தையும் அனுஷ்டிக்க வேண்டியதன் முக்கியத்துவம் பற்றிய புராணக்கதை இப்படியாக உள்ளது.

இந்த பூமியை ஒரு சமயம் ருக்மாங்கதன் எனும் அரசன் ஆண்டு வந்தான். அவனது ராஜ்யத்தில் பல்வேறு அழகிய அரிய மலர்கள் பூத்துக்குலுங்கும் ஒரு பெரிய நந்தவனம் இருந்தது. தேவர்களின் தலைவன் இந்திரனுக்கு இறைவழிபாட்டிற்காக நிறைய மலர்கள் தேவைப்பட்டன. அவன் ருக்மாங்கத மன்னன் மலர்த்தோட்டம் பற்றிக் கேள்வியுற்று சில தேவர்களை அழைத்து அங்கிருந்து தேவையான மலர்களைக் கொண்டு வருமாறு பணித்தான். தேவர்களும் நெடுநாட்களாக இந்திரனின் கட்டளையை நிறைவேற்றி வந்தனர். ருக்மாங்கத மன்னன் இவ்வாறு மலர்கள் காணாமல் போவதை அறிந்தாலும் அவனால் அவற்றைத் திருடிச் செல்பவர்களைக் கண்டுபிடிக்க முடிய வில்லை. ஏனெனில் தேவர்கள் சாதாரண மக்களின் கண்களுக்குத் தெரியமாட்டார்கள்.

அரசனின் தோட்டக்காரர்களும் இத்திருட்டைக் கண்டு பிடிக்க மிகுந்த தீவிரமாகக் கண்காணித்த வண்ணம் இருந்தனர்.

ஒரு நாள் ஜபாலி எனும் பெயர் கொண்ட ஒரு பெரியயோகி, ருக்மாங்கத மன்னரது நந்தவனத்தைத் தேர்ந்தெடுத்து அதன் ஒரு பகுதியில் அமர்ந்து, பிரபஞ்சம் முழுவதும் வியாபித்திருக்கும்

நாரீஸ்வரர் திருக்கோவிலுக்குச் செல்லும் படிகளின் மேற்குபுறத்தில் உள்ள நகர்குண்டு எனப்படும் பெரும் பாறைக்கு மேற்கே, சோழ அரசன் ராஜகேசரிவர்மன் தங்கம் தானம் அளித்து, அதனை 20 பிராமணர்களுக்கு ஏகாதசியன்று உணவளிக்க என்று ஒதுக்கியுள்ள விவரம் பொறிக்கப்பட்டுள்ளது.

---

1. பி.வி. ஜெகதீச அய்யரின் "தென்னிந்தியக் கோவில்கள்" அத்தியாயம் XXVI
2. மதராஸ் கல்வெட்டுத்துறையின் ஆவணம் 629/1905 காண்க.

இணைப்பு 1

பல்வேறு மொழிகளில் காலத்தின் அலகுகளின் பெயர் விவர அட்டவணை*

மொழி	60=	60=	7=		2=	2=	6=	2=
ஆங்கிலம்	இந்தியன் மினிட்	இந்தியன் ஹவர்	டே	வீக்	ஃபார்ட் நைட்	மன்த்	ஹாஃப்	இயர் இயர்
சம்ஸ்கிருதம்	வினாடி	நாடி	தினம்	வாரம்	பக்ஷம்	மாசம்	அயனம்	சம்வத்ஸரம்
தமிழ்	வினாடி	நாழிகை	நாள்	வாரம்	பக்ஷம்	மாசம்	அயனம்	வர்ஷம்
தெலுங்கு	விகதியா	கடியா	தினம்	வாரம்	பக்ஷம்	திங்கள்	அயனம்	சம்வத்ஸரம்
கன்னடம்	விகாலிகே	கலிகே	தினம்	வாரம்	பக்ஷம்	திங்கள்	அயனம்	வர்ஷம்
மலையாளம்	வினாடிகே	நாழிகா	திவசம்	ஆழ்ச்ச வட்டம்	பக்ஷம்	மாசம்	அயனம்	வர்ஷம்

* மதராஸ் பிரசிடென்ஸி அட்மினி1டிரேஷன் மானுவல் – பகுதி III பக்கம் *143*, மதராஸ் கவர்மெண்ட், *1893*.

இணைப்பு 2

சூரிய சார்புமுறை ராசிகள் & சந்திர சார்புமுறை வீடுகள் & அடையாளங்கள் & அட்டவணை*

எண்	ஹிந்து பெயர்	ஐரோப்பியர் பெயர்	திராவிட சூரியமாதம்	தோராயமான ஆங்கில மாதத்துவக்கம்
1.	மேஷம் (செம்மறிக்கடா)	ஏரீஸ் (செம்மறிக்கடா)	சித்திரை	ஏப்ரல் 12
2.	ரிஷபம் (காளை)	டாரஸ் (காளை)	வைகாசி	மே 12
3.	மிதுனம் (இரட்டைக் குழந்தைகள்)	ஜெமினி (இரட்டைக் குழந்தைகள்)	ஆனி	ஜூன் 13
4.	கர்கடகம் (நண்டு)	கேன்சர் (நண்டு)	ஆடி	ஜூலை 13
5.	சிம்ஹம் (சிங்கம்	லியோ (சிங்கம்)	ஆவணி	ஆகஸ்ட் 15
6.	கன்னி(கன்னிப்பெண்)	விர்கோ(கன்னிப்பெண்)	புரட்டாசி	செப்டம்15
7.	துலாம்(தராசு)	லிப்ரா(தராசு)	ஐப்பசி	அக்டோபர் 16
8.	விருச்சிகம்(தேள்)	ஸ்கார்ப்பியோ (தேள்)	கார்த்திகை	நவம்பர் 15
9.	தனுர் (வில்)	சகிட்டாரியஸ்(வில்வீரன்)	மார்கழி	டிசம்பர் 14
10.	மகரம்(முதலை)	காப்ரிகார்னஸ்(ஆடு)	தை	ஜனவரி 12
11.	கும்பம்(பானை)	அக்வேரியஸ் (தண்ணீர் மனிதன்)	மாசி	பிப்ரவரி 12
12.	மீனம்(மீன்)	பிஸஸ்(மீன்)	பங்குனி	மார்ச் 12

* மதராஸ் பிரசிடென்ஸி அட்மினிஸ்டிரேஷன் மானுவல் – பகுதி III – பக்கம் 754 – மதராஸ் அரசு 1893

இணைப்பு 3

ஹிந்து சாஸ்திரங்களின் படி பல்வேறு இந்திய மொழிகளில் திசைகளின் பெயர்கள் பற்றிய அட்டவணை*

எண்	ஆங்கிலம்	சம்ஸ்கிருதம்	தமிழ்	தெலுங்கு	கன்னடம்	மலையாளம்	திசைக்குரிய திக்பாலகர்கள்	அஷ்டதிக் காகங்கள்
1.	நார்த்	உத்திரம்	வடக்கு	உத்திரம்	வடகு	வடக்கு	குபேரன்	சௌரபூமான்
2.	நார்த் ஈஸ்ட்	ஈசான்யம்	வடகிழக்கு	ஈசான்யம்	ஈசான்யம்	வடகிழக்கு	ஈசானன்	சுப்ரதீபம்
3.	ஈஸ்ட்	பூர்வம்	கிழக்கு	தூர்ப்	மூட்லூ	கிழக்கு	இந்திரா	ஐராவதம்
4.	சௌத் ஈஸ்ட்	ஆக்னேயம்	தென்கிழக்கு	ஆக்னேயம்	தெம்மூட்லு	தெக்கிழக்கு	அக்னி	புண்டரீகம்
5.		சௌத்	தக்ஷிணம்	தெற்கு	தக்ஷிணம்	தென்கா	தெக்கு	யமன் வாமனம்
6.	சௌத்வெஸ்ட்	நைர்ரிதம்	தென்மேற்கு	நைர்ரிதம்	தெம்பதூவல	தெக்கேபடிஞார்	நிர்ரிதி	குமுதம்
7.	வெஸ்ட்	பஸ்சிமம்	மேற்கு	பதேமரா	பதூவலூ	படிஜார்	வருணா	அஞ்சனம்
8.	நார்த்வெஸ்ட்	வாயவ்யம்	வடமேற்கு	வாயவ்யம்	வாயவ்யம்	வடக்குபடிஞார்	வாயு	புஷ்பதந்தம்

* மதராஸ் பிரசிடென்சி அட்மினிஸ்டிரேஷன் மானுவல் – பகுதி III பக்கம் *902*, மதராஸ் கவர்மெண்ட் – *1893*

இணைப்பு 4

27 நட்சத்திரங்கள்*

1. அஸ்வினி – பீட்டா எரைடிஸ் (அஸ்வினௌ – 3 நட்சத்திரங்கள்)
2. பரணி – 35 ஏரைடிஸ் அல்லது முஸ்கா (யமஹ – 3 நட்சத்திரங்கள்)
3. கார்திகை – பை டௌரி அல்லது ப்ளியா டெஸ் (அக்னி – 6 நட்சத்திரங்கள்)
4. ரோஹிணி – ஆல்ஃபா டௌரி அல்லது அல்டிபேரன் (பிரஜாபதி – 5 நட்சத்திரங்கள்)
5. மிருகசீரா – லாம்ப்டா ஓரியோனிஸ் (சோமா – 3 நட்சத்திரங்கள்)
6. ஆருத்ரா – ஆல்ஃபா ஓரியோனிஸ் (ருத்ரா – 1 நட்சத்திரம்)
7. புனர்வஸு – பீட்டா ஜெமினார்னம் அல்லது போல்லக்ஸ் (அதிதி – 5 அல்லது 4 நட்சத்திரங்கள்)
8. புஷ்யம் – டெல்டா காங்க்ரி (பிருஹஸ்பதி – 3 அல்லது 7 நட்சத்திரங்கள்)
9. ஆஸ்லேஷம் – எம்ஸிலான் ஹைடிரே (சர்ப்ப – 6 அல்லது 5 நட்சத்திரங்கள்)
10. மகம் – ஆல்ஃபா லியோனிஸ் ரெகுலஸ் (பிதரஹ – 5அல்லது 4 நட்சத்திரங்கள்)
11. பூர்வ பல்குனி – டெல்டா லியோனிஸ் (பாகஹ – 2 நட்சத்திரங்கள்)
12. உத்ர பல்குனி – பீட்டா லியோனிஸ் (ஆர்யமா – 2 நட்சத்திரங்கள்)
13. ஹஸ்தம் – டெல்டா கோர்வி (சவிதா – 5 நட்சத்திரங்கள்)
14. சித்திரை – ஆல்ஃபா வெர்ஜினிஸ் அல்லது ஸ்பிகா (த்வஷ்டா – 1 அல்லது 6 நட்சத்திரங்கள்)
15. ஸ்வாதி – ஆல்ஃபா பூடெஸ் அல்லது ஆர்க்குரஸ் (வாயு – 1 நட்சத்திரம்)
16. வைசாகம் – லோடா லிப்ரே (இந்திராக்னி – 5 அல்லது 4 நட்சத்திரங்கள்)
17. அனுராதா – டெல்டா ஸ்கார்பியோனிஸ் (மித்ர – 3 அல்லது 4 நட்சத்திரங்கள்)
18. ஜ்யேஷ்டா (கேட்டை) – ஆல்ஃபா ஸ்கார்பியோனிஸ் அல்லது அன்டாரஸ் (இந்திரா – 3 நட்சத்திரங்கள்

19. மூலம் – லாம்ப்டா ஸ்கார்பியோனிஸ் (நிர்ரிதோ – 5 அல்லது 11 நட்சத்திரங்கள்)
20. பூராடம் – டெல்டா ஸகிட்டாரை (அபஹ – 2 அல்லது 4 நட்சத்திரங்கள்)
21. உத்திரம் – ஸிக்மா ஸகிட்டாரை (விஸ்வேதேவாஹ – 4 நட்சத்திரங்கள்)
22. ஸ்ராவணம் – ஆல்ஃபா அக்விலே அல்லது அல் டேர் (விஷ்ணு 3 நட்சத்திரங்கள்)
23. தனிஷ்டா – வீட்டா டெல்ஃபினி (வாஸவஹ – 3 அல்லது 4 நட்சத்திரங்கள்)
24. சதபிஷங் – லாம்ப்டா அக்வாரை (வருணஹ – 3 அல்லது 100 நட்சத்திரங்கள்)
25. பூர்வபத்ரபதா – ஆல்ஃபா பெகாசி (அஜ ஏகபத் – 2 நட்சத்திரங்கள்)
26. உத்திரபத்ரபதா – காமாபெகாசி அல்லது ஆண்டிரோமீடே (ஆஹிர்பூதன்யஹ – 2 நட்சத்திரங்கள்)
27. ரேவதி – ஸீடா பிஸியம் (பூஷா – 3 அல்லது 32 நட்சத்திரங்கள்)

* டி.எஸ். நாராயணசாஸ்திரியின் சங்கரரின் காலம் புத்தகம் (1918) பக்கம் 211 – 212)

இணைப்பு 5

*பிராமணர்களின் முறை மற்றும் ரோமானிய/ எகிப்தியர்களின் முறையில் வழிபடப்படும் தெய்வங்கள் பற்றிய ஒரு ஒப்புநோக்கு. பின்வரும் அட்டவணை மூன்றுமுறைகளுக்குமிடையே உள்ள தெய்வங்களின் தொடர்பு பற்றிக் காட்டுகிறது. ஓசிரிஸ் மற்றும் இஸிஸ் தெய்வங்களின் வழிபாடு, முக்கியமான அம்சங்களில் சிவன் மற்றும் அவரது பத்தினி பார்வதி அல்லது பவானியின் வழிபாட்டுடன் நெருக்கமான தொடர்பைக் காட்டுகிறது.

இந்தியக் கடவுள்	ரோமானியக் கடவுள்	எகிப்தியர் கடவுள்
சிவன்	ஜுபிடர்	ஓசிரிஸ்
துர்கா	சிரிஸ்	இஸிஸ்
பகவதீ	வீனஸ்	இஸிஸ்
பவானி/பார்வதி	ஜுனோ	இஸிஸ்
காளி	ப்ரோஸர்பைன்	இஸிஸ்
அன்னபூர்ணா	சிரிஸ்	இஸிஸ்
கணேஷ்	ஜேனஸ்	இஸிஸ்
நந்தி	மினோடாரஸ்	அபிஸ்
விஷ்ணு	ஜுபிடர்	ஓசிரிஸ்

லக்ஷ்மி	வீனஸ்	இஸிஸ்
கிருஷ்ணா	அப்போலோ	ஓசிரிஸ்
பிரம்மா	ஜுபிடர்	ஓசிரிஸ்
சூர்யா	அப்போலோ	ஹோரஸ்
குபேரா	ப்ளூடஸ்	ஹோரஸ்
கார்த்திகேயா	மாக்ஸ்	பாப்ரிமிஸ்
யமா	ப்ளூட்டோ	செபாரிஸ்
இந்திரா	ஜுபிடர் டொனன்ஸ்	ஓசிரிஸ்
விஸ்வகர்மா	வல்கன்	தோத்
புதன்	நெப்டியூன்	ஓசிரிஸ்
கங்கா	ஸ்டைக்ஸ்	நெல்
மெனு	மினோஸ்	மெனஸ்
நாரதர்	மெர்குரி	ஏபிஸ்

* மதராஸ் பிரசிடென்சியின் அட்மினிஸ்டிரேஷன் மானுவல் – பகுதி I – பக்கம் 79ல் உள்ள கீழ்குறிப்பு எண் 26. மதராஸ் அரசு 1893 பகுதி 1.

பின்வரும் பட்டியல்கள் "பிரின்செப்'பின் (Prinsep's) பயன்தரும் அட்டவணைகளிலிருந்து எடுக்கப்பட்டது".

1834இல் வெளியிடப்பட்டது

The Infinite Almighty creator of the Vedas, Brahm. The Hindu Trinity

1. பிரும்மம் – வேதங்களைப் படைத்த சர்வவல்லமை பெற்ற அனந்தமானவர்.

மும்மூர்த்திகள்	பிரும்மா	விஷ்ணு	சிவன்
அவர்களது தேவியர்கள்	சரஸ்வதி, சக்தி அல்லது மாயா	லக்ஷ்மி, பத்மா அல்லது ஸ்ரீ	பார்வதி, பவானி அல்லது துர்கா
அவர்களது குணாதிசயங்கள்	படைப்பவர்	காப்பவர்	அழிப்பவர்
அவர்களது வாஹனங்கள்	ஹம்ஸம் (வாத்து)	கருடன் (பறவை)	நந்தி (காளை)
அவர்களது குறியீடுகள்	காலம், காற்று	நீர்	நெருப்பு
அவர்களது இடங்கள்	மேரு	சூரியன்	ஜுபிடர்
அவர்களது பொதுவான பெயர்கள்	பரமேஸ்வரா	நாராயணன்	மஹாதேவா
வழிபடப்படும் உருவம்	மனதால்	சாலிக்கிராமம் மற்றும் ஒன்பது அவதாரங்கள்	லிங்கம் (லட்சக்கணக்கான பட்டப்பெயர்கள்)
மேற்கத்திய புராணங்களில் காணப்படும் ஒப்புலமைகள்	சனி	ஜுபிடர்	ஜுபிடர்

---

*"இந்தியாவில் உள்ள நம்பிக்கைகள், திருவிழாக்கள், பண்டிகைகள்" – பக்கம் 76, 77. பக். தாக்கர், ஸ்பிங்க் கம்பெனி, கல்கத்தா, 1917

2. மற்ற ஹிந்து தெய்வங்கள் – மேற்கத்திய தெய்வங்களுடன் ஒப்புநோக்கு – (சர். டபிள்யூ.எம். ஜோன்ஸ்)

சரஸ்வதி	மினர்வா கல்வியை உருவாக்கும் பெண் தெய்வம்
கணேசர்	ஜேனஸ் – விவேகத்தின் கடவுள்
இந்திரன்	ஜுபிடர் – ஆகாயத்தின் கடவுள்
வருணன்	நெப்டியூன் – தண்ணீரின் கடவுள்
பிருத்வி	சிபெல் (Cybele) – பூமியின் பெண் தெய்வம்
விஸ்வகர்மா கட்டிடக்கலை	வல்கன் (Valcun) – கடவுளரின் தெய்வம்
கார்த்திகேயா/ ஸகந்தர்	மார்ஸ் – யுத்தக்கடவுள்
காமா	க்யுபிட் (Cupid) – காதல் தெய்வம்
சூர்யா/அர்கா	சோல் சூரியன்; மித்ரா – சூரியன்
ஹனுமான்(பவனபுத்திரர்)	பான் (Pan) – குரங்குக் கடவுள்
ராமா	பாக்கஸ் – திராட்சை ரசக் கடவுள்
யமா	ப்ளூட்டோ அல்லது மினோஸ்
ஹிராகுலா	ஹெர்குலிஸ்
அஸ்விகுலபா	ஈஸ்குலாபியஸ்(ஜெனை)
வைதரிணி	ஸ்டைக்ஸ் (Styx) நதி
துர்கா	ஜூனோ (Juno)
நாரதர்	மெர்குரி – சங்கீதம்
கிருஷ்ணர்	அப்பல்லோ
பவானி	வீனஸ்
காளி அல்லது துர்கை	ப்ரோனஸ்பைன் (Proserpine)
அக்னி	வல்கன் நெருப்பு
ஸ்வாஹா	வெஸ்டா (மனைவி)
அஸ்வினிகுமாரன்	காஸ்டர் மற்றும் போல்லக்ஸ் (Pollux)
அருணா	ஆரோரா
அடவி தேவி	டையானா
குபேரா	ப்ளூடஸ் (செல்வத்தின் கடவுள்)
கங்கா	கங்கைநதி
வாயு	இயோனஸ் (Acolus)
ஸ்ரீ	ஸிரஸ் (Ceres)
அன்னபூர்ணா	அன்னாபரேன்னா

* கிரேக்கத்தின் ஆண், பெண் தெய்வங்கள் ஹிந்து மூல தெய்வங்களின் நகலே.

ஜுபிடர்	–	இந்திரன்
ஜுனோ	–	துர்கா அல்லது பார்வதி (இந்திராணி)
அபல்லோ	–	கிருஷ்ணர்
வீனஸ்	–	ரதி
சிரஸ் (Ceres)	–	ஸ்ரீ
சிபெல் (Cybele)	–	பிருத்வி
நெப்டியூன் மற்றும் உரனு	–	வருணன்
மினர்வா	–	சரஸ்வதி
மார்ஸ்	–	ஸ்கந்தன்
ப்ளூட்டோ	–	யமன்
ப்ளூடஸ்	–	குபேரன்
வல்கன்	–	விஸ்வகர்மா
குபிட்	–	காமன்
மெர்குரி	–	நாரதர்
ஆரோரா	–	உஷஸ்
அகோலஸ் (Aeolus)	–	வாயு
ஜேனஸ்	–	கணேசர்
டியோஸ்குரி (கேஸ்டர்) மற்றும் போல்லக்ஸ்	–	அஸ்வினி குமாரன்
ஸ்டைக்ஸ்	–	வைதரணி
இடா	–	கைலாஷ்
ஒலிம்பஸ்	–	மேரு

* *"ஹிந்து மேதகைமை" – சாரதா, 1917 பக்கம் 407, 408*

இணைப்பு 6

நவகிரகங்களின் நிறங்கள், ஆயுதங்கள், குறியீடுகள், வாகனங்கள் ஆகியவை பற்றிய விவரங்களை ரூபமந்தனா* கூறுவதை பின்வரும் அட்டவணையில் காணலாம்.

தெய்வத்தின் பெயர்	நிறம்	வலது கை	இடது கை	வாகனம்/இருக்கை	குறிப்புகள்
சூர்யா	வெள்ளை	பத்மம்	பத்மம்	ஏழுகுதிரைகள் பூட்டிய ரதம்	
சோமா	வெள்ளை	குமுத்	குமுதம்	10 குதிரைகள் பூட்டிய ரதம்	
பௌமா	சிவப்பு	தண்டம்	கமண்டலம்	ஒரு ஆட	
புதன்	மஞ்சள்	கைகள்	யோக முத்திரையில்	சர்பாசனம்	
குரு	மஞ்சள்	அக்ஷமாலா	கமண்டலு	ஹம்ஸ	
சுக்ரன்	வெள்ளை	அக்ஷமாலா	கமண்டலு	ஒருதவளை	
சனி	கருப்பு	தண்டா	கமண்டலு		
ராகு	புகைநிறம்	யாககுண்டம்			
கேது	புகைநிறம்	அஞ்சலி பாணியில் மடிக்கப்பட்ட கைகள்		ராகுவின் கீழ்ப்பகுதி உடல் பாம்பு	

* "ஹிந்து சிற்பக்கலையின் அடிப்படைகள்" – டி.ஏ. கோபிநாதராவால் எழுதப்பட்ட புத்தகம் – சட்டப்புத்தகம் அச்சுக்கூடம் – சென்னை – *1914* – *1916*. பகுதி I பகுதி I பக்கம் – *322–323*

இணைப்பு 7

* கிரகங்கள் பற்றிய சுருக்கமான விவரங்கள்

அம்சங்கள்	சூரியன்	சந்திரன்	செவ்வாய்	புதன்	குரு	சுக்கிரன்	சனி
நிறம்	தாமிரம்	வெள்ளை	சிவப்பு	பச்சை	மஞ்சள்	தங்கம்+வெள்ளி கலந்த நிறம்	கருப்பு
பாலினம்	ஆண்	பெண்	ஆண்	அலி(பெண்)	ஆண்	பெண்	அலி(ஆண்)
இயல்பு	சத்வ	சத்வ	தமஸ்	ரஜஸ்	சத்வ	ரஜஸ்	தமஸ்
குலம்	க்ஷத்ரிய	வைஸ்ய	க்ஷத்ரிய	சூத்ர	பிராமண	பிராமண	சண்டாள
பஞ்சபூதங்கள்		நெருப்பு	நீர்	நெருப்பு	நிலம்	ஆகாயம்	நீர் காற்று
தெய்வங்கள்	அக்னி	வருண	சுப்ரமணியா	விஷ்ணு	இந்திரன்	இந்திராணி	பிரும்மா
ஆடை	தடியானது	புதியது	பாதிஎரிந்தது	ஈரமானது	கசங்கியது	வலுவானது	கந்தை
உலோகங்கள்	தாமிரம்	இரத்தினங்கள்	தங்கம்	பித்தளை	வெள்ளி	முத்துக்கள்	இரும்பு (ஈயம்)
உறுப்புகள்	எறும்புகள்	இரத்தம்	மஞ்ஞை	தோல்	சதை/மூளை	விந்து	தசைகள்
தானியங்கள்	கோதுமை	நெல்	மொச்சை	பச்சைப்பயறு	கடலை	அவரை	எள்
பருவங்கள்	கோடை	குளிர்காலம்	கோடை	இலையுதிர்	பனிக்காலம்	வசந்தம்	எல்லாபருவங்களும்
சுவைகள்	காரம்	உப்பு	கடும்புளிப்பு	கலவை	இனிப்பும் குளுமையும்	புளிப்பு	கசப்பும் துவர்ப்பும்
குடியிருப்பு	பூஜிக்கும் இடம்	ஊற்று	நெருப்பு	விளையாட்டு மைதானம்	சேமிப்புக் கிடங்கு	படுக்கையறை	குப்பைத் தொட்டி
குணம்	பித்தம்	சுபம்	பித்தம்	கலவை	சுபம்	வாயு+சுபம்	வாயு

*என்.பி. சுப்ரமணிய அய்யரின் காலப்பிரக்ஸிகா புத்தகம் பக்கம் *248/1917*

இணைப்பு 8

* இந்துப்பண்டிகைகள் - ஓர் அறிமுகம்

(ஹிந்து மதம் பற்றிய கட்டுரைகள் – எழுதியவர் வில்சன் பகுதி II பக்கம் 151)

பண்டைய உலகின் அனைத்து நாடுகளிலும் ஒரு வருடத்தில் பெரும்பகுதி பொதுவான பண்டிகைகளைக் கொண்டாடுவதற்கு என ஒதுக்கப்பட்டிருந்தது. இதன்மூலம் பல்வேறு மக்கள் பெரும் எண்ணிக்கையில் கூடமுடிந்தது; விளையாட்டுக்கள், மத ஊர் வலங்கள் மற்றும் விழாக்கள் என நாகரீகத்தின் வளர்ச்சியின் கட்டாயம் காரணமாகப் பல்வேறு கேளிக்கைகள் தோன்றி மக்களை மகிழ்வித்தன. இப்பண்டைய விழாக்கள், அவற்றின் ஆகாரமூலங்கள் மற்றும் நோக்கங்கள் மறக்கப்பட்டாலும்கூட, அந்தந்த நாட்டு மக்களின் வாழ்க்கை முறையுடன் பின்னிப் பிணைந்து தொடர்ந்து வருகின்றன என்பது குறிப்பிடத்தக்கது. ஐரோப்பாவின் அனைத்து நாடுகளிலும் இத்தகைய புராதன விழக்களின் சுவடுகள் இன்றளவும் பதிந்துள்ளதைக் காணலாம்; பறை நாட்கள் கிருத்துவப் புனிதர்களின் நினைவாகக் கொண்டாடப்படுகின்றன பல பழங்காலப் பழக்கவழக்கங்கள் ஆர்வத்துடன் கடைபிடிக்கப்பட்டு வருகின்றன. எனினும் மேலை நாடுகளில் இவை சிறிதுசிறிதாக கைவிடப்பட்டு வருகின்றன. அறிவு முதிர்ச்சி, மேம்பாடுகள் மற்றும் இன்றைய வாழ்க்கைச் சூழலின் கட்டாயங்கள் காரணமாக “விடுமுறை நாட்கள்” வளர்ச்சிக்கு எதிரானவை எனும் கருத்து மேலோங்கி வருகிறது; விழாக்களும் அது தொடர்பான செலவுகளும் வீணானவை எனவும் அதற்கு நேரம் ஒதுக்குவது தவறு எனவும் கண்டனம் செய்யப்படுகின்றன.

ஆயின் வழக்கமான வேலைகளிலிருந்து அவ்வப்போது ஓய்வு பெறுவது அனைத்துத் தரப்பு மக்களின் உரிமை என்று கருதப் படுவதால், காலண்டர்களில் காணப்படும் சிவப்பு நிற விடுமுறை நாட்கள் தேவையே எனவும் வாதிடப்படுகிறது. இத்தகைய பொதுவிடுமுறை நாட்களில் விவசாய வேலை செய்பவர்களும் கைவினைப் பொருட்களை உற்பத்தி செய்பவர்களும் வழக்கமான உடலுழைப்பின்றி, தங்கள் கூட்டாளிகள் மற்றும் குடும்பத்தாருடன் மகிழ்ந்திருக்கின்றனர். கலப்பைகளும் இதர தயாரிப்பு உபகரணங் களும் வேலை செய்வாரின்றி இருப்பினும் சமுதாயப் பரிமாற்றம் நிகழ்கிறது; மனிதன் தான் வெறும் சம்பாதிக்கும் செயலைமட்டும் செய்யப் பிறந்தவனன்று என்றும் அதைவிட தன் வாழ்விற்கு ஒரு உயர்ந்த இலட்சியம் உண்டு எனவும் உணர்கிறான்.

கிழக்கத்திய நாடுகளில், குறிப்பாக இந்தியாவில், பண்டைய பழக்கங்களின் பிரதிநிதித்துவம் கொண்ட பல விஷயங்கள் இன்னமும் நடைமுறையில் உள்ளதைக் காணமுடிகிறது. இங்கும் இத்தகைய பழம் பெருமைவாய்ந்தவை கொஞ்சம் கொஞ்சமாக காணாமல் போகும் நிலை ஏற்பட்டுள்ளது. இதற்குக் காரணங்கள், அயல் நாட்டினரின் ஆதிக்கம் மற்றும் அவர்களது வாழ்க்கை முறைகளால் ஈர்க்கப்படுதல், இத்தகைய மகிழ்ச்சிதரும் விடுமுறைகள் செல்வத்தை உற்பத்தி செய்வதில் தடைகளாக விளங்குபவை என்று செல்வந்தர்கள்/முதலாளிவர்க்கத்தினர் நினைப்பது, இத்தகைய விடுமுறைநாட்கள் மதசார்புடைய பண்டிகைகளுடன் தொடர்புபடுத்தப்படும்போது, அவற்றை ஏற்காமல், அவை மூட நம்பிக்கைகள் என முத்திரை குத்தப்படுதல் ஆகியவை. மேற்கூறிய காரணங்களால் ஹிந்துப் பண்டிகைகளும் விழாக்களும் அவற்றின் முக்கியத்துவம் குறைந்து மக்களின் ஆதரவை மெல்ல இழக்கத் துவங்கிவிட்டன. காலப்போக்கில், இந்த நிலை நீடித்தால் அவை நம் நாட்டவர்க்கே புரியாதவையாக ஆகக்கூடும்.

அத்துடன் இந்தப் பண்டிகைகளும் விழாக்களும் இளைய தலைமுறையினருக்கு ஆர்வத்தைத் தூண்டி அவைபற்றி அறிவதில் நாட்டம் கொள்ளச் செய்யக்கூடும். எனவே இவைபற்றிய விவரங் களைச் சமுதாயத்தினர் அறிந்து கொள்வதற்கு ஏதுவாக நான் சில விளக்கங்களை அளிக்கிறேன்.

ஹிந்துக்களின் பல்வேறு விழாக்கள் அவர்களது பஞ்சாங் கங்களில் குறிப்பிடப்பட்டுள்ளன. இவை பற்றிய விளக்கங்கள், "திதி தத்வ", "திதி கிருத்ய", "வ்ரடர்கா", "கலா நிர்ணயா", ஜெய சின்ஹாவின் "கல்பதுருமா" போன்ற நூல்களிலும், பல்வேறு

புராணங்களிலும், குறிப்பாக "பவிஷ்யோத்தரா" எனும் பண்டிகைகள் பற்றிய நூலிலும் கொடுக்கப்பட்டுள்ளன. இந்தியாவின் பெரும் பாலான பகுதிகளிலும் பண்டிகைகள் கொண்டாடுவது ஏறக்குறைய ஒரே மாதிரியாகவே உள்ளது எனினும், சிலவற்றில் குறிப்பிட்ட வித்தியாசங்களும் காணப்படுகின்றன; பண்டிகைகளின் முக்கியத் துவம் இடத்திற்கிடம் வேறுபடுவதுடன் உள்ளூர் பழக்கங்கள் அவற்றில் கலந்து காணப்படுகின்றன. பண்டிகை நாட்கள், சந்திர மாதங்களில் அமாவாசை முதல் அல்லது பௌர்ணமி முதல் கணக்கிடப்படுவதால் இதிலும் வித்தியாசங்களைக் காணலாம். அமாவாசை முதல் கணக்கிடப்படுவது வங்காளம், தெலுங்கானா போன்ற சில இடங்கள் வழக்கமாக உள்ளது; பொதுவாக இதர மாநிலங்களிலும் குறிப்பாகத் தென்னிந்தியாவிலும் பிந்தைய கணக்கிடுதல் முறை பின்பற்றப்படுகிறது.* (*"பிரான்செம்"ன் பயன்படும் அட்டவணைகள் – ஈ.தாமஸ், பக்கம் – 154) இவைபற்றிய எனது கவனிப்புகள் வங்காளத்தையே சார்ந்ததாக இருக்கின்றன என்பது குறிப்பிடத்தக்கது. இதனை சமுதாயத்தினரின் கவனத்திற்குக் கொண்டு செல்வது அவசியம் எனக் கருதுகிறேன்.

"பெங்கால் ராயல் ஏஷியாடிக் சொஸைடியின்" அங்கத்தினர் களில் பலர், ஹிந்து பண்டிகைகள் பல வித்தியாசமான இடங் களிலும், தூரத்தில் உள்ள இடங்களிலும் கொண்டாடப்படும் விதத்தைப் பார்த்திருக்கக் கூடும்; அவர்களுடைய நேரடி அனுபவங்கள் இவை பற்றிய துல்லியமான விவரங்களை நமக்கு அளிக்கும் என நம்புகிறேன்.

பல்வேறு நாடுகளில் பழங்காலம் முதலே கொண்டாடப் பட்டுவரும் பல பண்டிகைகள் மற்றும் விழாக்கள் அனைத்தும் மதசார்புடையனவாகவே உள்ளது குறிப்பிடத்தக்கது. இவை இரண்டு முக்கிய வகைகளாக உள்ளதைக் காணலாம். சில பண்டிகைகள் எல்லாநாடுகளிலும் ஏறக்குறைய ஒரே மாதிரி யானவையாக இருக்கையில் மற்றும் சில குறிப்பிட்ட இடங்களில், குறிப்பிட்ட வித்தியாசமான விதங்களில் கொண்டாடப்படுகின்றன. உலகெங்கிலும் கொண்டாடப்படும் பண்டிகைகள், ஆதிகாலம் முதலே பரம்பரையாக மனித குலத்தால் வழிவழியாகப் பின்பற்றப் படுபவை. அவை பொதுவாக வானவியல் தொடர்புடையவை; பருவகால மாற்றங்கள், கிரகநிலைகள் போன்றவற்றைக் குறிக்கும் வகையில் அவை உள்ளன.

உலகின் பல்வேறு பகுதிகளில் கொண்டாடப்படும் அந்தந்தப் பகுதிக்குரிய பண்டிகைகள் அங்கு நிலவிவரும் மதம்சார்ந்த

வழிபாட்டு முறைகளின் காரணமாக ஏற்பட்டவை. அங்கே பின்பற்றப்படும் புராணகதைகள் அல்லது வாய்மொழியாக வரும் பழக்கவழக்கங்கள் இதற்குப் பெரிதும் துணை நிற்கின்றன. பரம்பரையாக வந்து கொண்டிருக்கும் கருத்துக்கள் மனிதர்களின் கற்பனைகளுடன் இணைந்து, சமுதாயத்திற்கு நன்மை பயக்கும் விதத்தில் பண்டிகைகளாகவும் விழாக்களாகவும் உருப்பெற்றிருக்கக் கூடும்.

மேற்கூறியவைகளைப் பற்றி தீவிர ஆய்வுகளை மேற்கொள்பவர்களுக்கு பல விசித்திரமான உண்மைகள் விளங்கும். இவை பல்வேறு மனித இனங்களுக்கிடையே உள்ள ஒற்றுமை அம்சங்களைத் தெளிவாக்கவல்லவை. காலப்போக்கில் பல்வேறு பகுதி மக்களிடையே வித்தியாசமான பழக்கவழக்கங்கள் ஏற்பட்டு இருந்தாலும் பல அடிப்படை அம்சங்களில் ஒத்த தன்மை இருப்பதைக் காணமுடிகிறது.

கிரேக்கம், லத்தீன், டியூடானிக், செல்டிக், ஸ்லோவானிக் மற்றும் சம்ஸ்கிருத மொழிகளில் பல பொதுவான அம்சங்கள் உள்ளது போன்று, ஏதென்ஸ் மற்றும் ரோம் நகரங்கள், ஜெர்மெனி மற்றும் ரஷ்யா ஆகியவை, சிந்து மற்றும் கங்கை நதிப் பிரதேச கருப்பினமக்களுக்கு ஒத்த அம்சங்களை உடைய பல விழாக்களை அளித்துள்ளன; இது தொடர்பான ஆய்வுகள் பல விளக்கங்களை நமக்கு தெளிவாக்குகின்றன.

இணைப்பு 9

தென்னிந்தியாவின் முக்கிய பண்டிகைகள் பற்றிய சுருக்கமான விவரங்கள்:

1. **அறிமுகம்:** ஒவ்வொரு மாவட்டம் மற்றும் கோவில்களில் ஓராண்டில், அந்தந்த இடங்களுக்கே உரிய விசேஷமான பண்டிகைகளைத் தவிர, ஆண்டுக்கொருமுறை மட்டுமே நாடு முழுவதும் பொதுவாகக் கொண்டாடப்படும் பண்டிகைகள் உள்ளன. இவை வானவியல் ரீதியாக எந்தெந்த காலத்தில் வருகின்றன என்பது கணக்கிடப்படுகிறது. தமிழர்களின் பண்டிகைகள் சூரியக் கணக்கு அடிப்படையில் வருவதால் ஒவ்வொரு ஆண்டும் ஒரே தினத்தில் கொண்டாடப்படுகின்றன; வானவியல் மாறுதல்களில் ஏற்படக்கூடிய ஒருநாள் வித்தியாசம், சில ஆண்டுகளில் பண்டிகைகளிலும் ஒருநாள் மாற்றத்தை ஏற்படுத்துவதுண்டு. தற்போது கொண்டாடப்பட்டுவரும் பொங்கல் (குளிர்காலம்), தமிழ்வருடப் பிறப்பு (வசந்தகாலம்), ஆடிப் பண்டிகை (வருட மத்தியில்) ஆகியவை இவற்றில் சில. மற்ற பண்டிகைகள் அனைத்தும் (ஆங்கில ஈஸ்டர் பண்டிகை போன்று) சந்திர சார்புடையவை. இப்பண்டிகைகள் நிகழும் தினங்கள் பல்வேறு விதங்களில் கணக்கிடப்படுவதால் இவை ஒரு வருடத்திலேயே மாறுபட்ட தினங்களில் வருவதுண்டு, ஹிந்துக்கள் தங்களது பஞ்சாங்கங்களை மிகவும் மரியாதைக்குரிய ஒன்றாகப் போற்றி பின்பற்றுகின்றனர். முக்கிய பண்டிகைகள் சிலவற்றின் விளக்கங்கள் பின்வருமாறு:

(2) **தெலுங்கு வருடப்பிறப்பு:** இப்பண்டிகை மார்ச் மாத இறுதியில் அல்லது ஏப்ரல் மாதத் துவக்கத்தில் வருகிறது. இது கன்னட மக்கள் மற்றும் மராத்திய மக்களின் புதுவருட பிறப்பு

நாளாகும்; தமிழர்களின் வருடப் பிறப்பல்ல. இப்பண்டிகை மூன்று நாள் விழாவாக, வாணவேடிக்கைகளுடனும் எட்டு குண்டு வெடிப்புகளுடனும் கொண்டாடப்படுகிறது. அதிகாலையில் ஒவ்வொருவரும் எண்ணை தேய்த்துக் குளிக்கின்றனர். மாலையில் குடும்ப புரோகிதர் புதிய பஞ்சாங்கத்திலிருந்து முக்கியமான பகுதி களைப் படித்து குடும்பத்தினருக்கு ஏற்படக்கூடிய பலாபலன்களை விவரிக்கிறார்.

*3) **ஸ்ரீராமநவமி:*** இது விஷ்ணுவின் அவதாரமாகிய ஸ்ரீராமரின் பிறந்தநாள்விழா. மராத்திய வைஷ்ணவர்கள் இப்பண்டிகையை முக்கியமாகக் கொண்டாடுகிறார்கள்; கன்னடர்களும் தெலுங் கர்களும் ஓரளவிற்கு இப்பண்டிகையை கொண்டாடுகிறார்கள். இது திராவிடர்களின் பண்டிகையன்று; மராத்தியர்களால் நாட்டில் அறிமுகப்படுத்தப்பட்டது என்பது குறிப்பிடத்தக்கது. மார்ச் முடிவில், சைத்ர மாதம் 9ஆம்நாள் இப்பண்டிகை வருகிறது; ஸ்ரீ ராமரின் உருவம் வைக்கப்பட்டு, அலங்கரிக்கப்பட்டு வழி பாடுகள் செய்யப்படுகின்றன. பக்தர்கள் ஒன்றுகூடி இராமாயண நாயகனின் கதையைப் – அவர் கானகம் சென்றது, இராவணனால் சீதை கவர்ந்து செல்லப்பட்டது, இறுதியில் இராவணனை வதம் செய்து சீதையை மீட்டு அயோத்தி திரும்பி பட்டாபிஷேகம் செய்தது – பாடி மகிழ்கின்றனர். ஸ்ரீ விஷ்ணு கோவில்களில், குறிப்பாக ராமர் கோவில்களில், பத்துநாட்கள் இப்பண்டிகை விமரிசையாகக் கொண்டாடப்படுகிறது. தமிழ்நாட்டு மக்களாலும் சித்திரை மாதம் ஸ்ரீ ராமநவமி கோலாகலமாகக் கொண்டாடப் படுகிறது.

*4. **மைலாப்பூர் ரத உத்சவம்:*** இது சென்னை நகரில் உள்ள மைலாப்பூரில் குடிகொண்டுள்ள கபாலீஸ்வர ஸ்வாமியின் திருத்தேர் வீதி உலா விழாவாகும். இது பங்குனி மாதம் 7வது நாளன்று (மார்ச் – ஏப்ரல்) நடைபெறுகிறது.

*5. **மைலாப்பூர் அறுபத்துமூவர்:*** மைலாப்பூர் ரத உத்சவத்தின் கடைசி நாளன்று, அறுபத்துமூன்று நாயன்மார்களின் உருவச் சிலைகள் ஊர்வலமாக எடுத்துச் செல்லப்படும் விழா.

*6. **பங்குனி உத்திரம்:*** இப்பண்டிகையும் பங்குனி மாதம் (மார்ச்–ஏப்ரல்) கொண்டாடப்படுகிறது. இது 15 நாட்கள் கொண்டாடப்படுகிறது. இப்பண்டிகை தோன்றிய கதை பின் வருமாறு. சிவன் மும்மூர்த்திகளின் ஒருங்கிணைந்த பணியினை – படைத்தல், காத்தல், அழித்தல் என்று செய்துவந்தார். அப்போது பார்வதி தேவி சிவனின் பின்புறமாகச் சென்று அவரது

கண்களைத் தன் கைகளால் மூடினாள்; உடன் உலகம் முழுவதும் இருண்டு விட்டது. சிவன் அவளைச் சபித்து தனது மனைவி எனும் ஸ்தானத்திலிருந்து நீக்கிவிட்டார். தான் செய்ததை எண்ணி அவர் வருந்தினாலும், பார்வதியைத் திரும்ப அடைய முடிய வில்லை. அவர் பார்வதியை ஏகாம்பரநாதர் கோவில் குளத்தில் ஆறு மாதகாலம் அமர்ந்து தவம் செய்யப் பணித்தார். தவத்தின் முடிவில் அவர் தோன்றி தேவியை திரும்பப் பெற்று அவளது கௌரவங்களைத் திரும்பப் பெறச் செய்தார். பண்டிகையின் பத்தாவது நாளன்று சிவன் மற்றும் காமாட்சி தேவியின் உருவச் சிலைகளை அருகருகே ஒரே அறையில் வைத்து வழிபடுகின்றனர். காஞ்சீபுரத்தில் இந்த திருமணம் நடந்த நேரத்தில் கோவில் வளாகத்தில் பல திருமணங்கள் நடைபெறுவது வழக்கமாக உள்ளது.

*7. **தமிழ் வருடப்பிறப்பு:*** இது சித்திரை மாதம் முதல் நாளன்று கொண்டாடப்படுகிறது. இது தெலுங்கு வருடப்பிறப்புப் பண்டிகைகயைப் போலவே கொண்டாடப்படுகிறது. ஆயின் எண்ணைக் குளியல் கிடையாது. இந்த நாள் பிராமணர்களால் தங்களுடைய முன்னோர்களுக்கும் பித்ருக்களுக்கும் அர்ப்பணிக்கப் படுகிறது.

*8. **நரஸிம்ஹ ஜெயந்தி*** இதை ஹிரண்யகசிபு எனும் அசுரனை வதம் செய்வதற்காக ஸ்ரீவிஷ்ணு “பாதி சிங்கம் – பாதி மனிதன்” உருவில் அவதரித்த தினத்தைக் கொண்டாடும் பண்டிகையாகும். வைஷ்ணவர்கள் இத்தினத்தன்று மாலைவரை உண்ணாநோன் பிருந்து, பின்னர் நரசிம்மரை பூஜைசெய்து அனைவரும் சேர்ந் துண்பது வழக்கம். நரசிம்ஹருக்கு விசேஷ நைவேத்யமாக “பானகம்” செய்யப்படுகிறது. இப்பண்டிகை வைசாக மாதம் 13ஆம் நாளன்று வருகிறது.

*9. **திருவல்லிக்கேணியில் கருட உத்சவம்:*** சித்திரை மாதம் 3ஆம்நாளன்று இந்த உத்சவம் கொண்டாடப்படுகிறது (ஏப்ரல் மே). திருவல்லிக்கேணியில் உறையும் ஸ்ரீபார்த்திசாரதிப் பெருமாளை வணங்கிப் போற்றும் விதத்தில் இந்த உத்சவம் நடைபெறுகிறது.

*10. **திருவல்லிக்கேணி ரத உத்சவம்:*** இது சித்திரைமாதத்தில் கருட உத்சவத்திற்குப்பின் நான்காவது நாள், அதாவது 7வது நாளன்று நடத்தப்படுகிறது.

*11. **காஞ்சீபுரத்தில் கருட உத்சவம் :*** இந்த உத்சவம் வைகாசி மாதம் (மே) 10 நாட்கள் கொண்டாடப்படும் உத்சவமாகும்.

இந்த 10 நாட்களில் ஒவ்வொருநாளும், வரதராஜ பெருமாள் (ஸ்ரீவிஷ்ணு) ஒவ்வொரு வாகனத்தில் சிவகாஞ்சி அல்லது பெரிய காஞ்சிக்குக் கொண்டு செல்லப்பட்டு, இதர தெய்வங்கள் அவரை வணங்குவதற்காக காட்சியளிக்கும் உத்சவமாகும் இது. பெருமாள் தனது கோவிலிருந்து இரண்டு கிலோ மீட்டர்கள் ராஜ வீதியில் பயணித்து அங்கு இருக்கும் அவரது பிரத்யேக மண்டபத்தில் எழுந்தருளுகிறார். வரதராஜரும் ஏகாம்பரநாதரும் மச்சினர்களாகக் கருதப்படுவதால், 6வது நாளன்று சிவனுடைய கோவிலுக்கு வரதராஜர் செல்கிறார். வரதராஜரின் உற்சவமூர்த்தி சிவனுடைய கோவில் முன்பு கொண்டு செல்லப்பட்டு, மும்முறை பிரதட்சிணமாகவும் மும்முறை அப்பிரதட்சணமாகவும் சுற்றப்பட்டு பின்னர் திரும்பக் கொண்டு செல்லப்படுகிறார்.

12. **ஆனி அமாவாசை:** இது ஆனிமாதம் அமாவாசை தினத்தன்று கொண்டாடப்படும் பண்டிகை. சென்னை அருகே உள்ள திருவள்ளூரில் தெப்ப உத்சவம் இத்தினத்தன்று நடை பெறுகிறது.

13. **ஆடி அமாவாசை:** இது தமிழ்நாட்டவரால் மட்டுமே கொண்டாடப்படும் ஆடிமாத அமாவாசைப் பண்டிகை

14. **ஆவணி மூலம்:** இது ஆவணி மாதம் (ஆகஸ்ட் - செப்டம்பர்) மூல நட்சத்திரம் தோன்றும் நாளன்று கொண்டாடப் படுகிறது. இதுவும் தமிழ்மக்கள் மட்டுமே கொண்டாடும் பண்டிகை.

15. **வரலக்ஷ்மி விரதம்:** ஆடிமாதம்(ஆகஸ்ட்) கொண்டாடப் படும் விரதம். இது பெண்களுக்கு மட்டுமே உரியது. பெண்கள் லக்ஷ்மி தேவியை வழிபட்டு தாங்கள் சுமங்கலிகளாக வாழ வேண்டுகின்றனர். ஒவ்வொருவரும் தத்தம் வீடுகளில் கொண்டாடும் பண்டிகை இது.

16. **ஆவணி அவிட்டம் அல்லது உபாகர்மம்:** பொதுவாக ஆகஸ்ட் மாதம் வரும் பண்டிகை இது. பிராமணர்கள் ரிஷி களுக்கும் தமது பித்ருக்களுக்கும் தர்ப்பணம் செய்து வழிபடும் பண்டிகை. அவர்கள் தாங்கள் அணிந்துள்ள பழைய பூணூலை கழற்றிவிட்டு புதிதாக அணிகின்றனர்.

17. **கோகுலாஷ்டமி – ஸ்ரீஜயந்தி அல்லது கிருஷ்ண ஜனனம்:** ஸ்ராவண மாதம் (ஆகஸ்ட் இறுதி) 7 அல்லது 8ம்நாள் ஸ்ரீவிஷ்ணுவின் கிருஷ்ணாவதார நாள் கொண்டாடப்படுகிறது. இது வைஷ்ணவர்களுக்கும் பண்டைய யாதவ குலத்தில் வழிவந்தவர்களுக்கும் மிகவும் முக்கிய பண்டிகை. பிராமணர்கள்

பொதுவாக உண்ணாநோன்பு விரதமிருக்கின்றனர். மாலையில் குளித்து ஸ்ரீகிருஷ்ணரை துளசி தளம் கொண்டு பூஜித்த பின்னர் தெருக்களில் மகிழ்ச்சி ஊர்வலம் நடத்தப்படுகிறது. வீடுகளில் பல இனிப்புவகைகள் செய்யப்படுகின்றன. ஸ்ரீ கிருஷ்ணர் உருவச் சிலைகள் மறுநாள் மாலை ஊர்வலமாக எடுத்துச் செல்லப்படு கின்றன.

18. சாமவேத உபாகர்மம்: மேலே குறிப்பிட்ட ஆவணி அவிட்டம்/உபாகர்மத்தையொத்த பண்டிகை இது. ஆயின் பிராமணர்களில் சாமவேதப் பிரிவினர் மட்டும் கொண்டாடும் பண்டிகை.

19. பிள்ளையார் / விநாயகர் சதுர்த்தி: பாத்ரபத மாதம் 4வது நாள் விநாயகர் சதுர்த்தி பண்டிகை கொண்டாடப்படுகிறது. சிவனின் மூத்த மைந்தரான விநாயகர், விக்னங்கள் அல்லது கஷ்டங்களை நீக்கி அருள்பவராக சைவசமயத்தாரால் வழிபடப் படுகிறார். இவருக்கு விக்னேஸ்வரர் மற்றும் கணேசர் எனும் பெயர்களும் உண்டு. விநாயக சதுர்த்தியன்று களிமண்ணால் செய்யப்பட்ட பிள்ளையார் உருவத்தை மக்கள் வாங்கி, அவற்றுக்கு பல்வேறு அலங்காரங்களையும் செய்து, மலர்களால் பூஜித்து, நைவேத்தியங்களைப் படைத்து வழிபடுகின்றனர். அடுத்த நாள் இந்தப் பிள்ளையாரை நீர்நிலைகளில் போட்டு விடுகின்றனர்.

20. அனந்த சதுர்தசி: இது ஆண்களால் மட்டும் அனுஷ்டிக்கப்படும் விரதமாகும். இது தமிழ் 6வது மாதத்தில் 14ம் நாள் வருகிறது. பிராமணர்களின் குடும்பப் புரோகிதர் ஒரு குடத்தில் நீரை நிரப்பி, மந்திரங்களை உச்சரித்து, புனிதப்படுத்து கிறார். அவருக்கு குறிப்பிட்ட சில உடைகளும் பணமும் கொடுக்கப் படுகிறது. பொதுவாக இறைவனிடம் “வேண்டுதல்” செய்து கொண்டவர்கள் மட்டுமே இதனை அனுஷ்டிக்கிறார்கள்.

21. மஹாளய அமாவாசை: பாத்ரபத மாதத்தின் அமாவாசை தினத்தன்று, குடும்பத்தில் இறந்து போனவர்களை (பித்ருக்கள்) நினைவு கூர்ந்து மரியாதை செய்யும் விதமாக இது அனுசரிக்கப்படுகிறது. அமாவாசை தினத்துடன் முடியும் 15 நாட்கள் மஹாளய பக்ஷம் என அழைக்கப்படுகிறது. இறந்தவர் களுக்கான காரியங்களைச் செய்தவர்கள், மஹாளய பக்ஷத்தில் இறந்தவரது திதி வரும் நாளில் புரோகிதர்கள் உதவியுடன் இதனைச் செய்கின்றனர்.

22. சரஸ்வதி பூஜை ஆரம்பம், ஆயுதபூஜை மற்றும் தசரா பண்டிகை: இப்பண்டிகை முக்கியமாக பித்ருக்களைக்

குறித்ததாகும். வங்காளத்தில் துர்கை பூஜை என அழைக்கப்படும் இப்பண்டிகை அசுரன் ஒருவனை வெற்றிகண்ட தினமாகக் கொண்டாடப்படுகிறது. ஐப்பசி மாதம் (அக்டோபர்) 7,8 மற்றும் 10வது நாட்களில் இது கொண்டாடப்படுகிறது. ஹிந்துக்களில் மேல்வகுப்பினர் அரிசி, பழங்கள், பூக்கள் மற்றும் புதுத் துணிகளை தங்கள் முன்னோர்களுக்கு அளிக்கும் விதத்தில், புரோகிதர் களுக்கு வழங்குகின்றனர். பிராமணர்கள் கல்வியின் தெய்வமான சரஸ்வதிக்கு விசேஷ பூஜைகள் செய்கின்றனர். மற்றவர்கள் தங்களுக்கு வாழ்வளிக்கும் கருவிகளை – உழவு கலப்பை, கட்டுமானக் கருவிகள், இதர பணியிடங்களில் பயன்படுத்தப்படும் கருவிகள் போன்றவை – வைத்து வழிபடுகின்றனர். இது ஆயுத பூஜை எனும் பெயரால் அழைக்கப்படுகிறது. பண்டைய காலத்தில் அரசர்கள் பொதுமக்களுக்கு தரிசனம் அளித்து பரிசுகளை வழங்கினர்.

23. தீபாவளி அல்லது தீபத்திருவிழா: இப்பண்டிகை ஐப்பசி மாதம் (அக்டோபர்–நவம்பர்) 28ஆம் நாளன்று கொண்டாடப்படுகிறது. இது வீடுகளில் தீபங்களை வரிசையாக ஏற்றி வைத்துக் கொண்டா டப்படுகிறது. கணவர்கள் தங்கள் வயல்களிலும் சாண எருக் குவியலிலும் நன்றி வழிபாடு செய்வதுண்டு. இப்பண்டிகையின் முக்கிய அம்சம் அதிகாலையில் எண்ணை தேய்த்துக் குளிப்பதாகும். இத்தினத்தில் குளிப்பது கங்கையில் குளிப்பதற்கு ஒப்பானதாகக் கருதப்படுகிறது. பட்டாசுகளும், வாணவேடிக்கைகளும் கொளுத்தப் பட்டு அனைவரும், குறிப்பாக சிறுவர் சிறுமியர் குதூகலிக்கின்றனர். அனைவரும் புத்தாடைகள் அணிந்து மகிழ்கின்றனர். இது பண்டையநாளின் அக்னிவழிபாட்டிற்கு ஒப்பானதாகும்.

24. கௌரி விரதம்: இதுவும் பாத்ரபதமாதம் (புரட்டாசி செப்டம்பர் முதல்வாரம்) 3ஆம் நாளன்று கொண்டாடப்படும் விரதமாகும். இது பல நாட்களுக்கு நீடிக்கிறது. இது சிவனின் பத்னியாகிய பார்வதிதேவியைக் குறித்து (பார்வதிக்கு கௌரி எனும் பெயரும் உண்டு) அனுஷ்டிக்கப்படும் விரதமாகும். இப் பண்டிகையின் இறுதியில் ஒவ்வொரு கிராமத்திலும் தானியங் களாலான மாவினால் ஒரு வடிவமற்ற சிலை செய்யப்பட்டு அதனை ஒரு சப்பரம் எனப்படும் சிறிய சக்கரவாகனத்தில் வைத்து கிராமத் தெருக்களில் ஊர்வலமாகக் கொண்டு செல்கின்றனர்.

25. பரணிதீபம்: இது ஸ்ரீவிஷ்ணுவைக் குறித்து நடக்கும், விளக்குகள் ஏற்றிவழிபடும் பண்டிகை. இது நவம்பர் அல்லது டிசம்பரில் வருகிறது.

26. கார்த்திகை: இது தீபாவளியைப் போன்ற மற்றொரு பண்டிகை. கார்த்திகை மாதம் பௌர்ணமி தினத்தன்று கார்த்திகை நட்சத்திரம் கூடிய வேளையில் கொண்டாடப்படும் பண்டிகை இது. தீபாவளியன்று உள்ள நடைமுறைகள் கார்த்திகையன்றும் அனுசரிக்கப்படுகின்றன.

27. விஷ்ணுதீபம் அல்லது பெருமாள் தீபம்: கார்த்திகை தீபத்திற்கு அடுத்தநாள் விஷ்ணு தீபம் வைஷ்ணவர்களால் கொண்டாடப்படுகிறது. இந்நாளில் பலிச்சக்ரவர்த்தி முக்திபெற்ற நாளாகக் கருதப்படுகிறது. அவர் ஏழு சிரஞ்சீவிகளில் ஒருவராகப் போற்றப்படுகிறார்.

28. வைகுண்ட ஏகாதசி: மார்கழி மாதம் (டிசம்பரில்) 1ம் நாளன்று வைகுண்ட ஏகாதசிப் பண்டிகை வைஷ்ணவர்களால் அனுஷ்டிக்கப்படுகிறது. இந்நாளில் நல்லவர்கள் அனைவருக்கும் "சொர்க்கத்தின் கதவுகள்" திறக்கப்படுவதாகக் கருதப்படுகிறது. இந்நாளில் பிராமணர்களும் பிறரும் உண்ணா நோன்பு இருக்கின்றனர். எல்லா விஷ்ணு கோவில்களிலும் அதிகாலையில் இப்பண்டிகை அனுஷ்டிக்கப்பட்டாலும் ஸ்ரீரங்கத்தில் நடைபெறும் சொர்க்கவாசல் திறப்பு மிகவும் விசேஷமானதாகக் கருதப்படுகிறது.

29. ஆருத்ரா தரிசனம்: இப்பண்டிகையும் மார்கழி, மாதம் (டிசம்பர்–ஜனவரி) கொண்டாடப்படுகிறது. இது 10நாள் உற்சவமாக கொண்டாடப்படுகிறது. சிதம்பரத்தில் இது மிகவும் விசேஷமானதாகக் கருதப்படுகிறது.

30. போகிப்பண்டிகை: பொங்கலுக்கு முதல்நாள் கொண்டாடப்படும் இப்பண்டிகை அவ்வளவு முக்கியமானதல்ல. பொங்கல் பண்டிகை விருந்திற்கு இது ஒரு முன்னோடியாகக் கருதப்படுகிறது. இது மார்கழி மாதத்தின் கடைசி நாளன்று (ஜனவரி) வரும் பண்டிகை. இந்நாளில் ஓர் ஆண்டு உழைப்பின் ஓய்வுநாளாகக் கருதப்படுவதைத் தவிர மதம் சார்ந்த வழிபாடுகள் ஏதும் இருப்பதில்லை.

31. பொங்கல் அல்லது சங்ராந்தி: இப்பண்டிகை மக்களிடையே மிகவும் பிரபலமானது. தைமாதம் முதல் நாளன்று (ஜனவரி 11 அல்லது 12) வரும் இப்பண்டிகையின் போது சூரியன் தனுர் ராசியிலிருந்து மகரராசிக்கு இடம்பெயர்கிறார். மூன்று நாட்களுக்குக் கொண்டாடப்படும் இப்பண்டிகையின் போது தமிழர்கள் உற்றார் உறவினர் வீடுகளுக்குச் சென்று கூடி மகிழ்கின்றனர். இந்த விருந்திற்கு இரு காரணங்கள் உள்ளன.

முதலாவது சூன்ய மாதம் எனக் கருதப்படும் அதிர்ஷ்டமற்ற நாட்களைக் கொண்ட மார்கழி மாதம் முடிவுக்கு வருவது. இரண்டாவது அதிர்ஷ்டம் நிறைந்த தைமாதம் பிறப்பது. மார்கழி மாதத்தில் தீயசக்திகள் தங்கள் வீடுகளை அண்டாமல் காக்க, வீட்டுப் பெண்கள் மாதம் முழுவதும் தினமும் வீட்டு வாயிலில் கோலம்போட்டு, கோலத்தின் நடுவில் மாட்டுச் சாணத்தை உருண்டையாக வைத்து, அதில் பூசணிக்கொடியில் பூத்த மஞ்சள் பூவை வைக்கிறார்கள். இச்சாண உருண்டைகள் சேகரிக்கப்பட்டு, மாதமுடிவில் பெண்களால் கழிவுப் பகுதியில் கொட்டப்படுகிறது. இந்தப் பழக்கத்தின் பின்னணியில் உள்ள பொருள் இன்னமும் சரிவர ஆராயப்படவில்லை. முதல்நாள் போகிப் பண்டிகையன்று நெருங்கிய உறவினர்களை அழைத்து விருந்து படைத்துக் கொண்டாடுகிறார்கள். அடுத்தநாள் சூரியப் பொங்கல் அல்லது பெரும் பொங்கலன்று சூரிய வழிபாட்டிற்கு முக்கியத்துவம் அளிக்கப்படுகிறது. திருமணமான பெண்கள் அதிகாலையில் குளித்துப் புத்தாடை அணிந்து, திறந்தவெளியில் அரிசியையும் பாலையும் கலந்து வேகவைத்துப் பொங்கல் தயாரிக்கின்றனர். பொங்கல் பண்டிகையில் மிகவும் முக்கியமான நாள் இதுவே. இதற்கு அடுத்தநாள் மாட்டுப் பொங்கல் பண்டிகை நாள். மாடுகளை நீரால் சுத்தம் செய்து மலர்மாலைகளால் அலங்கரித்து, மஞ்சள் குங்குமப் பொட்டுகள் இட்டு, தேங்காய் மற்றும் பழங்களால் ஆன மாலைகளை அவற்றின் கழுத்தில் இட்டு வழிபாடு செய்யப் படுகிறது. அதற்கு முன் அவற்றின் கொம்புகளைச் சீவி வர்ணம் தீட்டுவதும் உண்டு. பிறகு இம்மாடுகள் சுதந்திரமாக உலா வருகின்றன; மக்கள் ஆங்காங்கே அவற்றுக்கு வாழைப்பழம் போன்றவற்றை அளிப்பார்கள்.

32. தை அமாவாசை: தைமாதம் அமாவாசை தினம் தமிழர்களுக்கு இது முக்கியமான நாள். இந்நாளில் பித்ருக்களுக்கு தர்ப்பணம் செய்வது பிராமணர்களின் வழக்கம் புரோகிதர்களுக்கு தானங்களும் பணமும் கொடுக்கப்படுகிறது. பொதுவாக அமாவாசை நாட்களில் பித்ரு தர்ப்பணங்கள் செய்யப்பட்டாலும் தை அமாவாசை முக்கியமானதாகக் கருதப்படுகிறது.

33. தைப் பூசம்: இந்நாள் சிவனின் இரண்டாவது மைந்தனான சுப்ரமணியருக்கு உகந்த நாளாகும். தசராவிற்கு அடுத்தபடியாக இந்நாள் வித்யாரம்பத்திற்குச் சிறந்த நாளாகக் கருதப்படுகிறது. இந்நாளன்று பெருமாள் கோவில்களில் அறுவடைவிருந்து அனுஷ்டிக்கப்படுகிறது.

34. மஹாசிவராத்திரி: லிங்காயத்துகளுக்கு மிகவும் முக்கியமான பண்டிகை சிவராத்திரி. மகாமாதத்தில் (பிப்ரவரி – மார்ச்) 28ஆம் நாள் கொண்டாடப்படும் இந்நாளில் சிவ லிங்களுக்கு நான்கு கால பூஜைகளுடன் அபிஷேக ஆராதனைகள் செய்யப்படுகின்றன. பக்தர்கள் இரவுமுழுதும் கண்விழித்து பூஜைகளில் கலந்து கொள்கிறார்கள் வேத புராணங்களைப் பாராயணம் செய்கின்றனர். வட ஆற்காடு காளஹஸ்தியில் இப்பண்டிகை விசேஷமானதாகக் கருதப்படுகிறது.

35. மகிழடி சேவை – திருவட்டூர்: மாசிமாதம் (பிப்ரவரி) கொண்டாடப்படும் பண்டிகை இது.

36. காமன் பண்டிகை (ஹோலிப்பண்டிகை): பால்குன மாதம் (மார்ச்) பௌர்ணமியன்று இப்பண்டிகை கொண்டாடப் படுகிறது. இது சிவபெருமான் காமனை எதிர்த்ததைக் கொண்டாடும் பண்டிகை. இப்பண்டிகையின் இறுதியில் ஒவ்வொரு கிராமத்திலும் தீப்பந்தங்கள் ஏற்றப்படுகின்றன. வங்காளத்தில் இது ஹோலி அல்லது அசைந்தாடும் பண்டிகை என அழைக்கப்படுகிறது. திருவனந்தபுரத்தில் நாயர்களால் அளிக்கப்படும் சேவல்கள் காளி அல்லது பகவதி கோவில் வாயில்களில் பலியிடப்படுகின்றன.

❂